VỚI NHAU, MỘT NGÀY NÀO

DU TỬ LÊ

VỚI NHAU,
MỘT NGÀY NÀO

HT PRODUCTIONS

VỚI NHAU, MỘT NGÀY NÀO
Tác giả: Du Tử Lê
Tái bản lần thứ nhất tại Hoa Kỳ, 2015

Tranh bìa: Tranh sơn dầu Nguyên Khai
Trình bày: Uyên Nguyên

ISBN: 978-1-943101-09-2

© Tác giả và nhà xuất bản HT Production giữ bản quyền, 2015

Trước khi vào truyện

17, tháng 8

Tôi về Saigon, cho đến hôm nay là 17 ngày. 17 ngày đời sống không khác chi một cơn mộng dữ. Ngày đầu tiên, nghĩa là tám tiếng đồng hồ đầu tiên kể từ lúc tôi bước chân xuống xe đò, là khoảng thời gian duy nhất trong suốt 23 năm nay, tôi mới biết thế nào để gọi là hạnh phúc. Tôi nghĩ rằng mình phải viết lại, ở đây tất cả mọi điều, dù là nhỏ nhặt nhất, xảy ra từ lúc tôi rời căn nhà chị Quyên để trở về, rời người thân yêu cuối cùng của tôi, để đương đầu với muôn nghìn tủi nhục đang đợi chờ ập xuống. Tôi nghĩ mình phải viết lại, phải nhớ hết, không sót, bởi chẳng còn bao lâu nữa, tôi sẽ rời khỏi đời sống này, đến một nơi nào đó không biết tối tăm hay rực sáng, không biết sẽ sung sướng hay khổ đau, và những dòng chữ này, những dòng chữ sau hết, những dòng chữ cuối cùng, sẽ là thứ duy nhất mà tôi có thể để lại cho chàng, cho tình yêu nhục nhằn tôi đã cạn.

Tôi sẽ nhớ lại hết, phải không, những đớn đau cuối cùng còn nhận!

Ngày 1 tháng 8, tôi lên một trong những chuyến xe đò đầu tiên rời Vũng Tàu về Saigon với hành lý duy nhất là bốn tờ "chúc thư" chàng đã nhờ Hiên đưa ra trưa hôm trước, bốn tờ thư đầy ngập nhiếc móc, rủa xả về những thứ tội lỗi mà tôi không bao giờ phạm phải. (Khi đọc xong bốn tờ thư đó, trong căn phòng tối tăm và mốc meo của chị Quyến, ý tưởng hủy mình đã sáng lên trong hồn tôi bằng thứ ánh sáng chói lòa của một ngọn đuốc lớn, và từ bấy đến giờ, nghĩa là cho đến lúc chàng nhận được những dòng chữ này, lúc chúng tôi đã xa nhau bằng biên giới của sinh tử, thì ánh sáng khốc liệt vẫn còn đó, sau khi đã đốt cháy tất cả mọi thứ trong đời tôi, lòng tin, hạnh phúc, tình yêu, hy vọng, những ước mơ và cả sự sống. Chưa bao giờ tôi thấy rõ hơn, khi đọc xong những lời nguyền rủa của chàng: sự sống của tôi đã cạn).

VỚI NHAU, MỘT NGÀY NÀO

Qua ba tiếng đồng hồ ngồi ép mình trên xe, giữa hai anh đàn ông nhiều lời, nhiều khói thuốc và nhiều ngu xuẩn, tôi được thả xuống ở Hàng Xanh lúc 10 giờ sáng. Chuyển sang một chiếc xích lô, tôi đến thẳng nơi chàng làm việc. Chúng tôi gặp nhau ngay ngoài cổng, khi tôi vừa bước chân lên lối dốc dẫn vào trạm kiểm soát. Cái cảm giác đầu tiên khi tôi vừa trông thấy chàng, là một cơn chóng mặt dữ dội đổ ập xuống thân thể, và cùng lúc, ở bụng dưới phía bên trái, cơn đau dấy lên kinh khiếp, bẻ gập người tôi làm hai như bẻ một cây dương liễu quanh ngôi mộ con tôi quạnh quẽ. Cái gì đã làm nên những đớn đau dữ dội đó? Không biết, nhưng mong đừng phải là vì con tôi. Tôi nhớ một đoạn của Han Suyn trong "Đường Về Trung Khánh", bà cũng nói đến một cơn đau tương tự như cơn đau của tôi lúc ấy. Và cũng xảy ra một thời gian ngắn sau lúc bị sẩy thai, rồi bà kết luận: tôi biết tôi không bao giờ còn có thể sinh đẻ được nữa. Lạy Chúa, cái kết luận bất giác nhớ đến đó đã làm tôi lạnh ngắt cả chân tay, và, vượt qua sức chịu đựng có thể có được, tôi nghiến răng cố đứng thẳng người dậy, theo chàng bước qua đường. Lạy Chúa, dù thế nào, dù thần chết có rình rập thả xuống lưỡi dao oan nghiệt, dù tôi có thể cắt đứt sự sống mình bất cứ lúc nào mà không hề ân hận, thì trước đó, tôi vẫn không thể nào trở thành một người đàn bà bất hạnh như người đàn bà của Han Suyn được.

Chúng tôi ngồi một chút ở cái quán nhỏ bên kia đường, rồi cơn đau tiếp tục bốc lên khắp người, làm tôi nhiều lần phải chảy nước mắt. Tôi không giải thích, và chỉ nói với chàng, giản dị: Cho em một chỗ nằm, em mệt.

Chúng tôi về nhà. Nhà. Extra. Nơi Ngạc thành hình ngay ngày đầu tiên vừa dọn đến. Ngạc - khi những nụ hôn của bố đổ trên mặt mẹ, thì cơn đau vẫn chảy loang loáng, liếm suốt từ bụng dưới lên đến ngực. Có lý nào, lạy Chúa?!.

Đó là tám tiếng đồng hồ đầu tiên khi tôi về đến thành phố, đó là hạnh phúc duy nhất mà tôi được nhìn tận mặt, được sờ tận tay. Chúng tôi đã nằm nhà, chảy với nhau những giọt nước mắt tủi cực. Chúng tôi đã ngồi Ngọc Hương ăn với nhau những hạt cơm tình nghĩa. Chúng tôi đã ngồi uống với nhau những giọt cà phê đắng. Chúng tôi đã gặp Lam, gặp Hiến, gặp Vĩnh, cười với nhau những tiếng cười mê mải vui thích. Hạnh phúc mở ra, bao la. Rồi hạnh phúc đóng lại, đưa tôi về. Về căn nhà của bố mẹ, về với oan nghiệt đợi chờ.

Mười sáu ngày sau đó, tôi đã sống thế nào? Tôi không thể nào không nhớ tới, dù thèm khát được quên đi, quên đi cho mất biến. Không được đâu, làm sao quên, khi chưa hết?

VỚI NHAU, MỘT NGÀY NÀO

Tôi bị cầm tù trong bốn bức tường tróc lở những sơn hồng. Ra đến cửa sau, quay vào. Lên đến cửa trước, quay vào. Đừng bước thêm. Bởi vì mẹ tôi là cái bóng hung dữ ở phía sau lẽo đẽo. Đừng nghĩ ngợi, đừng chìm đắm, đừng mơ mộng. Bởi những lời đay nghiến của mẹ tôi gõ từng nhát đều đặn bên tai. Tôi không có một chút tự do được biểu hiện bằng khí trời bên ngoài hay tư tưởng bên trong.

Đêm ngày, mẹ tôi dằn vặt bằng những lời thở than, trách móc, nhiếc mắng, đe dọa, chửi rủa, đay nghiến. Đêm ngày, mẹ tôi dọi đến tôi những tia nhìn xoi mói, dò xét, canh giữ, cầm tù. Đêm ngày, mẹ tôi tìm đủ mọi cách chứng tỏ cho biết, tôi đang là một tù nhân nguy hiểm mà bà có nhiệm vụ canh phòng cẩn mật, và bà chứng tỏ thêm, bà nghi ngờ tôi, bà xét nét tôi, bà hoàn toàn không thể tin tôi, dù một chút tin nhỏ nhặt.

4 tháng 8, buổi chiều tôi đi dự buổi ăn khao của Lan, Lam và Loan đến nhà đón. Khi về Linh đưa tôi đến chiếc PC hết xăng của nó. Mẹ tôi đến chỗ chúng tôi họp mặt để nhìn xem tôi có quả thật ở đó, tôi có còn ở lại hay đã trốn đi. Và khi thấy tôi trở về sau bà, ướt đẫm đầu tóc, bà cho tôi những tội lỗi được dựng lên rất chi tiết bằng đầu óc tưởng tượng phong phú của bà.

Những ngày kế tiếp, tình trạng cầm tù trở thành nghiêm nhặt hơn. Tôi vừa bước sang tiệm tạp hóa sát cạnh nhà, bà đã hốt hoảng mở cửa đi theo. Tôi muốn ra gọi Ích vào nhờ công việc, bà cũng đòi đi thay thế. Mẹ tôi tin tưởng một cách lạ lùng rằng chỉ cần năm phút thoát ra ngoài cửa, tôi cũng có thể trở thành một đứa con gái hoang đàng, dù từ lúc trở về, bà không hề nhìn thấy một chi tiết nào có thể vịn vào đó để nghi ngờ đã có sự liên lạc trở lại giữa tôi và chàng. Bà hành hạ tôi suốt ngày đêm bằng những lý luận kỳ dị của bà. Thứ luật pháp quái gở và những quan niệm, những phán đoán, những bản án lầm lạc, phi lý, độc đoán do chính bà tạo dựng. Ngày đêm, tôi không biết làm cách nào thoát ra khỏi những dằn vặt không ngừng của mẹ tôi. Bà ở trên gác, tôi tìm cách xuống nhà. Bà ở dưới nhà, tôi lẩn lút trên gác. Đêm tối, tôi ngồi lại với ngọn đèn chong sáng, chờ đợi bà ngủ say mới lén vào giường. Như thế, tôi sống cạnh mẹ tôi những phút sống ngại ngùng, những phút sống đầy dẫy những khiếp sợ và thù oán. Lạy Chúa, tôi đã thù oán mẹ tôi như người ta thù oán một kẻ giết người! Lạy Chúa, tôi đã khiếp sợ mẹ tôi như người ta khiếp sợ một loài quỷ dữ! (Chính thế, lạy Chúa, tôi có thể nói thế mà không sợ trừng phạt của Ngài, dù mai đây, khi tôi chết đi, tội lỗi tôi sẽ được xử xét trong vườn Ngài bằng một luật khắt khe và nghiêm nhặt. Tôi đang nói như một con chiên thuần túy, phải không? Dù tôi không hề có mặt trong một lễ sáng, một chầu chiều nào. Tôi đang nói như một kẻ rất ngoan đạo, dù thật sự tôi chỉ tìm đến nơi chốn người ta thờ phượng Ngài vào lúc cực cùng đau đớn. Nhưng tôi tin không hề chi những thứ đó. Tôi không phải là một người công giáo. Tôi cũng không hẳn là một phật tử. Tôi không thấy gần gũi chút nào với giáo lý của Phật Thích Ca, dù chính những thứ đó góp mặt một phần rất quan trọng trong cái mảnh bằng Cử nhân mà tôi cung cúc đạt đến. Tôi không thể đi chùa lễ Phật, bởi giản dị một điều, tôi bị đau tim, và có thịt dư ở mũi. Đi chùa, tiếng trống, tiếng chuông, tiếng mõ đổ dồn, nhiều lần khiến tôi ngất xỉu. Ngay từ thuở bé, khói hương ngan ngát là đã một thứ cực hình đối với tôi. Cchúng chỉ cần kích thích nhẹ vào chỗ thịt dư là đường khí quản của tôi bị bịt kín. Tôi xa lánh cửa chùa vì bệnh tật. Tôi không thể ở lại lâu hơn với khói hương và chuông mõ. Nói thì có vẻ khôi hài, nhưng có sự thực nào mà không hoặc khôi hài, hoặc bi thảm? Chỉ có những điều người ta che phủ nó mới long trọng, mới đứng đắn, mới trang nghiêm thôi. Còn thì, rỗng tuếch. Cũng thế, cái việc tôi cương quyết lánh xa cái tôn giáo của gia đình, rỗng tuếch. Nhưng quả thật, có một thứ làm tôi xúc động, lạy Chúa, không phải là cuộc đời cay đắng khổ sở của Ngài, cũng không phải là cái chết bi thảm của Ngài trên đồi Golgotha, mà lại là những lời cầu nguyện của Ngài ở Gethsémani, những lời tủi cực trước khi bị hành hình, những lời van vỉ cầu xin, những khóc lóc yếu đuối như con trẻ. Lạy Chúa, lời kêu van thống thiết đó, đâu chỉ của riêng Ngài, phải không? Đâu chỉ riêng Ngài mới thấy quạnh quẽ và tuyệt vọng. Khi ấy. Đâu chỉ riêng Ngài mới tủi cực và khổ sở khi thấy mình bị bỏ rơi lại trước cái chết? Pourquoi vous m'abandonnez? Tôi xúc động bất cứ lúc nào nghe nhắc lại tiếng than ấy. Bởi tôi thấy tôi, rõ rệt, nằm phủ phục ở Gethsémani, trên đầu là trời cao tối thẳm và lạnh lẽo, sau lưng là mọi người say ngủ, và cái chết thì đến gần, từ từ, chắc chắn. Không phải chỉ riêng Ngài đâu, Jésus, mà chính tôi, khi ở Vũng Tàu, với đứa con lìa bỏ. Tôi nhìn thấy cái chết nhích lại từng bước, chậm chạp, chắc chắn. Tôi nhìn thấy trời cao. Tôi nhìn thấy đêm tối. Và tôi hốt hoảng kêu cầu, tôi hốt hoảng gọi chàng. Tôi van xin. Tôi nài nỉ. Tôi lạy lục. Không có gì hết. Chàng nín lặng. Pourquoi vous abandonnez? Tiếng kêu của Jésus hay của chính tôi đã cất lên, khi ấy? Bố ơi, tại sao bố vẫn bỏ em?

Tôi dài dòng quá mất rồi. Để tôi trở lại với mẹ tôi. Nào, tôi đang trở lại với mối oán thù kỳ dị của tôi đây. Tôi thù oán bà, tôi khiếp sợ bà. Có lý nào, phải không? Mẹ tôi, người đàn bà khổ cực là mẹ tôi. Người đàn bà đau đớn là mẹ tôi. Người đàn bà trăm chiều cay đắng là mẹ tôi, giờ đây lại tai quái, lại khắc nghiệt đến thế này. Tôi khổ sở vì cùng một lúc, tôi bị dày vò bởi tình thương xót xa lẫn lòng oán thù chất ngất. Một mặt tôi thấy mình sợ hãi và ghét bỏ bà vì những hình phạt ghê gớm bà đã dành cho tôi suốt thời gian gần đây. Thay vì rộng tay đón nhận tôi, đón nhận đứa con gái nhiều tham vọng đã bỏ hết mọi toan tính, mọi mưu đồ để trở về sống hắt hiu, buồn bã với mẹ, thì trái lại, bà dành cho tôi một thứ đón chào khủng khiếp đêm ngày, thứ đón chào đẩy tôi đến một chân tường khủng hoảng, đẩy tôi đến một cùng đường vùng vẫy. Thứ đón chào làm tê liệt mọi giác quan, hủy hoại cả hệ thống thần kinh mỏng manh. Tôi thù oán và khiếp sợ mẹ tôi khi nhớ lại khuôn mặt dữ tợn của bà, lúc bà từ Saigon ra gặp tôi ở Vũng Tàu, buộc tôi lựa chọn hoặc tình yêu tôi hoặc cái chết của cả hai mẹ con (lúc ấy, trời ơi, tôi vừa bỏ con tôi hơn nửa tháng. Nếu bà biết, lời đòi hỏi của bà không phải chỉ là cái chết của hai người, mà là cái chết của cả ba đời, ba thế hệ, liệu bà có còn nghiệt ngã đến thế?) Tôi ngập sâu hận thù, nhưng cùng lúc, tôi thấy rõ tôi bị buộc chặt vào bà không thể đứt lìa. Tôi bị buộc vào mẹ tôi vì sự hình thành của tôi, vì cái nguồn gốc tủi nhục của tôi, vì người cha mà không bao giờ tôi gặp mặt giống, như những đứa con đã mất khi đi không kịp trông thấy dạng hình). Tôi biết rõ không bao giờ tôi có thể tách rời bà, vì những đau khổ bà đã chịu đựng từ khi tôi yêu chàng. Yêu chàng, tôi đã cắt đứt mọi liên lạc với Học, xóa bỏ cuộc hôn nhân đã được loan báo với họ hàng đôi bên. Yêu chàng, tôi đứt lìa tình nghĩa anh em, chối từ buộc ràng máu mủ. Yêu chàng, tôi từ khước mọi tương lai rực rỡ mà những người đàn ông địa vị, quyền thế sẵn sàng đem lại. Và yêu chàng, tôi tạo nên miệng tiếng. Tôi làm thành phỉ nhổ. Tôi dựng lên nhơ nhuốc. Ba năm yêu chàng, tôi làm mẹ tôi già đi mười tuổi. Ba năm yêu chàng, tôi làm mẹ tôi nhục nhằn tủi hổ. Tôi yêu chàng, và mẹ tôi cúi gầm trước mặt dư luận, một thái độ đối nghịch hẳn với cung cách tự tin và vững vàng bà đã có từ hơn 60 năm qua. Chính những điều đó, chính sự có mặt của tôi, chính tình yêu của tôi đã buộc chặt tôi với bà (dù cả tình yêu lẫn nguồn gốc của tôi đều là một bất hạnh lớn lao không nên nhắc tới).

Và tôi cùng quẫn, và tôi vẫy vùng, và tôi đến Hiên, nếu nó không có đầy đủ chứng cớ là việc ấy quan trọng. Sau đó là Tiến, đây mới là mối bận tâm của tôi. Tiến đã công khai nói sẽ không giúp đỡ gì tôi trong việc tôi gặp gỡ chàng nữa vậy để tránh một phần nguy hại sau này. Tiến sẽ được tôi cho thấy tôi đã cắt đứt liên lạc với chàng, và không có gì đáng nói nữa. Tuy thế, tôi vẫn ngại lắm. Sau khi tôi chết đi, biết đâu Tiến chẳng nghi ngờ, chẳng khai lại tất cả những gì nó biết? Mà nó thì lại biết nhiều lắm, trời ạ. Cuối cùng là Lam. Tôi không biết có nên tin tưởng rằng Lam sẽ giữ kín mọi việc như Hiên không nhưng tôi sẽ cố gắng để có một thời gian dài không gặp Lam, hầu Lam không biết rõ đời sống tinh thần tôi trong những ngày cuối cùng này.

Tôi sắp xếp tất cả mọi điều để tránh những phiền phức có thể xẩy đến cho chàng sau khi tôi chết đi, nhưng liệu những sắp xếp của tôi có đem lại kết quả mong muốn?

Có một điều phải nói thêm, hộp thuốc tôi mua ban nãy bằng tiền của chàng, số tiền chàng đã nhờ Hiên chuyển đến tôi mấy hôm trước. Kể thì cũng chua chát thật, nhưng tôi đã sống từ chàng sống đến, thì sao tôi không lại chết, từ chàng chết đi?

*

Chuyến bay đem tôi trở về phố núi là chuyến bay đầu tiên trong ngày, khi những hạt sương đêm chưa kịp tan hết trong phi trường. Tôi ra đi một mình, không ai đưa tiễn. Trước lúc đi chỉ có mẹ tôi đứng đón xe với tôi một lát dưới ngọn đèn điện thành phố ngơ ngác, ngái ngủ.

Hơn một giờ bay qua đi trong cái mớ hỗn độn của hồi tưởng và áy náy hiện tại. Hình như từ lúc ra khỏi nhà, thân xác và cảm giác đã ra ngoài sự kiểm soát của trí óc. Tất cả những gì xảy đến với tôi còn nguyên vẹn đó. Nóng hổi, giá buốt, bàng hoàng. Những nụ hôn, những tay xiết, những ánh mắt, những hẹn hò, những băng ghế, những ngôi quán, những chỗ ngồi bên những lề đường, những bát phở, những đĩa bánh cuốn, những ly đá chanh, những hàng cây, những góc phố… như còn nguyên đấy. Còn nguyên đấy, căn phòng tối, chiếc hành lang sâu, những bậc thang trải thảm… Tôi không dám chắc phải chính tôi, cái con nhỏ sáng nào cũng lủi thủi trên những con đường đầy sương muối, tới những lớp học như tới với một bãi cát thênh thang, mỗi lúc một lún sâu hơn đời mình tẻ nhạt. Phải chính tôi, con nhỏ mới chiều nào còn nghe bước chân mình dội vang những tiếng giày lạc lõng hiu quạnh, trở về một căn nhà, sống với một gian phòng gỗ thông bốn phía. Những chồng bài xếp cao tới cổ, những rác rến lều bều của đám đàn ông vây quanh.

Tôi không dám tin những biến chuyển kia. Những biến chuyển ngược đảo tất cả. Những biến chuyển như những cơn bão lớn ập tới và nhổ bật lên những thân cổ thụ ù lì trong cánh rừng thâm u đời tôi khuất lấp. Những biến chuyển như một cơn địa chấn, ném xuống miệng vực thẳm hai mươi năm đời người quạnh quẽ đi qua. Tôi không dám tin làn môi kia, đã táp xuống mặt tôi lạnh lẽo, ánh mắt tôi đã xoáy vào trái tim tôi phong kín. Tôi thấy như đó chỉ là ảo giác. Tôi nghe như đó chỉ là những cơn sóng vỗ mênh mông vào bờ thành những cơn mê rời rã. Cái ảo giác của một người sắp chết khát trong sa mạc, thấy nước ở phía trước, mưa ở trên đầu. Cái ảo giác của đắm say đưa tôi tới biên giới của điên cuồng hạnh phúc và hoan lạc.

Phi trường vắng, còn đẫm sương. Có lẽ đây là chuyến bay đầu tiên được đáp xuống. Anh Quyến cho xe ra đón. Tôi hơi loạng choạng khi chui ra khỏi lòng phi cơ vì cái lạnh và một chân bị tê cóng. Chú Tín, tài xế, hỏi thăm tôi những ngày ở Saigon. Tôi ừ trả lời cho qua chuyện. Những con đường cũ hiện ra. Cảnh đời xưa diễn lại, bật lên vỡ ra với những chán nản ùa tới, ăn loang và nhuộm tím hồn tôi trong khoảng khắc. Tôi tự hỏi, không lẽ tôi trở về đây để tiếp tục kéo dài thêm một cuộc sống lây lất trên những con đường này, trong những lớp học nọ! Không lẽ cánh cửa đời tôi chỉ mở ra và khép lại trong một nháy mắt mịt mù, thấp thoáng? Không. Tôi trở lại để thanh toán một lần cho gọn ghẽ, cho dứt khoát những vướng mắc, những liên hệ tối tăm, vô nghĩa với thị trấn này. Tôi muốn lúc ra đi, cũng như khi tôi trở về, thanh thản, không nợ nần, lạnh nhạt, không vương vấn. Tôi muốn ra đi với mặt ngước cao, mắt nhìn thẳng. Cái vẻ khó chịu bực bội đối với mọi người. Đó là con đường duy nhất tôi phải tới. Đó là việc làm cần thiết nhất, đối với tôi trong lúc này. Tôi không thể quên được nét mặt khắc khổ của Hãn, với những đường nhăn cắt ngang vầng trán rộng: Không bao giờ anh trở lại thành phố đó, ngày nào em còn ở đấy. Hoặc em bỏ hết để trở về. Hoặc em ở lại, để nhận giữ những gì thị trấn đã và sẽ đem lại cho em. Ai cũng quen sống với những mặt nạ của mình. Em và anh, cũng vậy. Nhưng em hãy thử một lần, tháo gỡ nó, nhìn anh sau khi đã nhìn thẳng vào chính mình. Tất cả sự sống hay lẽ chết, hạnh phúc hay tủi nhục, chỉ có thể mang một ý nghĩa nào đó, tùy thuộc nơi thái độ thẳng thắn, cam đảm của mình.

Tôi cho là chàng đã phải dùng tới nhiều cố gắng trong câu nói kia, vì khi nói xong tôi nghe chàng thở nhẹ. Chàng trùng người xuống với hai cánh tay xuôi thõng. Điếu thuốc cháy dở, hững hờ, tuột rơi khỏi mấy ngón tay chàng rung động. Tôi không có một lời nào cho chàng lúc ấy. Chàng không đòi hỏi tôi phải tỏ bày ngay lập tức, như tôi cũng không muốn nói sớm cái ý định manh nha trong óc từ sau buổi chiều trên building. Hình như ngay sau buổi chiều của đời sống khoảng khắc đó, tôi đã định cho tôi một con đường. Tôi đã chọn lấy cho tôi một thái độ. Nói một cách khác, tôi đã như một mũi tên thoát bay khỏi dây cung. Tôi đã như một đường gươm rút ra khỏi bao kiếm. Có thể tôi chưa thực sự lên đường, nhưng hồn tôi đã ra khơi. Có thể tôi chưa thực sự khởi hành, nhưng hồn tôi đã vút lên tới chín tầng, tan nát.

Và trở lại này, thật đúng với ý nghĩa sửa soạn xuống núi. Xuống núi không phải để về rừng, xuống núi để ra khơi, để tìm tới đại dương, để chết đi trong một ý nghĩa nào đó, cái phần đời thực sự, cái phần đời bấy lâu chỉ có trong mơ ước bâng khuâng, trong tiềm thức đục mờ sương khói.

Chị Quyến đón tôi dưới thềm nhà. Ánh mắt chị còn reo vui hơn cả nụ cười hân hoan trên môi, nhưng tôi lại nghe lòng thật dửng dưng, hồn thật xa lạ. Phải chăng vì tình yêu chàng đã như lửa ngọc, thiêu cháy, và hóa thân tôi thành một người khác. Tôi rùng mình. Tôi run sợ trước tất cả mọi nhắc nhở chuỗi ngày xa cũ. Cái chuỗi ngày của con đà điểu dúi đầu trong cát.

Tôi nói thay cho lời chào:
- Anh chị vẫn thường?

Chắc chị Quyến không kịp đọc thấy những đổi khác đột ngột nơi tôi. Chị vẫn cười, đỡ lấy chiếc xách tay:
- Không thường cũng chẳng được. Sao cô lên chậm quá vậy? Trường họ mới cho người lại hỏi cô đấy. Tôi cũng chẳng biết phải nói sao nữa. Chị ngừng một giây. Ở nhà có chuyện gì không? Và chị như quan sát tôi chăm chú hơn.

Tôi lắc đầu, đáp không. Chú Tín đã đem va li vào phòng khách. Tôi soạn ra những thứ chị dặn mua, cùng ít bộ quần áo và đồ chơi cho lũ trẻ. Xong, tới xách tay, là đồ ăn, quà bánh của mẹ tôi gửi lên. Chị Quyến reo vui như một đứa trẻ với từng món đồ được bày ra, làm như thể chưa bao giờ được trông thấy chúng. Tôi tránh nhìn chị để khỏi ái ngại, xót xa. Mười năm sống với chồng, với anh Quyến, thực tế đã biến đổi chị từ một nữ sinh đẹp có tiếng của một trường nữ danh tiếng, trở thành một thiếu phụ già nua, xốc xếch. Trông chị ở hiện tại, không ai có thể nghĩ một thời chị là cái đỉnh của những buổi họp mặt. Đã một thời, chị là mặt trời nhỏ của con đường Nguyễn Bỉnh Khiêm. Ai có thể tưởng tượng người thiếu nữ đã từng làm cháy rát bao trái tim thanh niên, từng gây điên dại bao tâm hồn đắm say, nóng hổi, nay ngồi kia, giữa những món đồ tạp nhạp, giữa những chiếc bánh, những lọ, những chai, những gói lỉnh kỉnh. Tôi không tin hôn nhân là cách thế hay nhất để duy trì, để thăng hoa tình yêu hạnh phúc. Tình yêu dù đẹp ngần nào, tâm hồn dù say đắm bao nhiêu, khi tiếp giáp với thực tế hàng ngày, hàng tháng, hàng năm thì tình yêu nào rồi cũng phai nhạt, mộng mơ nào rồi cũng phải phai. Đấy là chưa nói tới nhiều lúc những đứa con lần lượt ra đời ngoài ý muốn, đưa tới những vấn đề cơm áo từng giờ, thúc bách. Liệu người ta khi ấy, có tránh khỏi héo hon dần đi, như lá úa? Liệu người ta có tránh khỏi nhược suy đi, như nước xuống? Khi ấy, còn gió đâu cho hồn bay chín cõi? Còn nước đâu cho sóng dội nghìn trùng? Còn biếc xanh đâu mà cho xạc xào mưa thơm lối lá?

Tôi không lãng mạn tới độ nghĩ chia lìa là đích đến cuối cùng của tình yêu. Tôi không lý tưởng đến mức tin: Yêu là cùng nhìn về một phía. Với tôi, yêu nhau là nhìn thẳng vào nhau, và chỉ nhìn nhau mà thôi. Với tôi, yêu là sống. Sống cái đời sống không thể có khi một mình. Sống cái đời sống lẫm liệt uy nghiêm (dù cho buồn thảm) trên lưng những khắc nghiệt, những đớn đau ê chề của định mệnh. Cái quan niệm nhìn về một phía, cái lãng mạn tiền chiến cần tan vỡ cho tình yêu thành hoa, thành gấm, xưa quá rồi. Nó có vẻ tiểu thuyết hay màn ảnh cải lương. Với tôi, tất cả vấn đề là đắm mình vào, để từ đó sống hết, cho một đời, cạn hết, cho một người. Với tôi, không một điều kiện hay một ước định nào cho chọn lựa tàn khốc đó. Tôi đã sống như thế với Hãn. Tôi đã làm như thế, trong tình yêu tôi. Nếu sự cạn hết đời tôi, cháy tiêu hồn mình, để nhận được ở Hãn, một ngày nào, những phụ rẫy ê chề, những phỉ nhổ nhơ nhuốc, khi ấy tôi sẽ sống cách sống khác. Cách của tự tử. Cách của hoàn tất, xóa sạch, êm thấm nhất.

Sự chết, phải thế không anh? Ở phần đầu, em đã hành động như những gì em đã nói, thì ở phần còn lại, chắc anh không thể nghĩ rằng em sẽ ngại ngần, vì tới đó, vấn đề chỉ còn như một dấu chấm. Một dấu ngắt, cho một câu văn hết nghĩa, một lời nói đã trọn ý. Có khó gì một dấu chấm, phải không anh? Còn tiếc nuối làm chi khi đường ta đi đã cụt? Cửa mở vào đời ta cũng khép? Và cái xác thân còn lại, khi ấy, cũng chẳng thể có, được một nghĩa gì khác hơn những mảnh vụn của một viên ngọc nát.

Chị Quyến hỏi thăm tôi những ngày qua. Tôi trả lời nhát gừng. Chị hỏi tôi về Hãn, tôi nói như trả lời một bài học thuộc lòng: Không có gì đáng nói hết. Và sau đó tôi kêu mệt để xin phép về phòng mình.

Tôi gieo người xuống giường. Sự nhắc nhở, thăm hỏi của chị Quyến, vô tình khiến tôi muốn khóc.

Tôi muốn khóc vì tủi thân, vì một cái gì đó, tôi đã không thể thẳng thắn nói với Hãn trước khi chia tay. Có lẽ đó là một niềm chua xót của một đứa con gái sớm phải bước chân vào đời. Nếu tôi được sinh trưởng trong một gia đình giàu có, nếu tôi được như những đứa con gái trong những gia đình quyền thế, vết nhơ nào chạm được tới gót chân tôi? Dư luận nào dám chọn tôi như một con vật tế thần (dù bùn nhơ chưa thực sự vấy được vào khoảng trắng thanh tân của tâm hồn tôi ấp đầy khinh miệt). Nhưng Hãn đã nhìn những va chạm, những dòm ngó, săn đón, nhắc nhở kia như một xúc phạm khó quên, một đớn đau khó nói, một vấy bẩn không hy vọng tẩy xóa. Dù Hãn biết tôi không thể làm gì khác hơn, khi chưa gặp chàng. Tôi không thể không bước ra khỏi nhà, khi cái không khí gia đình tôi là cái không khí chỉ thích hợp cho những ra đi, những tan tác. Tôi không thể không bước ra khỏi nhà, khi hàng ngày, sự túng thiếu, đã là những mũi kim chích sâu vào những đầu dây thần kinh tôi căng thẳng. Cái không may cho riêng tôi (và phải chăng cả chàng) là ý thức đã đến với tôi quá sớm. Trách nhiệm tự nguyện tìm tới với tôi, khi tôi chưa tới tuổi để nghĩ và lo lắng. Và tinh thần hy sinh, tinh thần phản kháng tiêu cực chống đối hàm hồ, đã xô đẩy tôi trong những bước chân hụt hẫng vào một bầu khí nhiễm độc, một vùng của móng vuốt thâm hiểm. Anh có quá đáng chăng khi đã nhìn những va chạm không thể tránh được đó, như những vết bầm, một dấu đen trong tuổi hai mươi của đời em?

Nhưng tôi đã chẳng có chút oán hờn nào về việc này. Nó cũng mặc nhiên cũng nằm ngoài ý muốn, nằm ngoài chọn lựa như vết chàm tôi đang trên mặt. Và hơn thế, lẽ ra tôi phải cám ơn phố núi, cám ơn thị trấn, cám ơn những con đường khuynh diệp, cám ơn những thung lũng, sương mù, cám ơn lớp học, cám ơn những em nhỏ thắm tươi như những trái hồng, trái quất, và cám ơn luôn định mệnh, vì từ đó, tôi đã gặp chàng, vì ở đó, đời đã mở ra chín cấp bậc đi lên. Nhưng đủ rồi, thế là đã quá đủ. Vâng, đã đến lúc tôi phải xuống núi. Kẻ tội đồ đã mãn cái hạn kỳ thảm thiết tự nguyện. Đã đến lúc tôi phải được quyền thấy mặt trời, thấy trăng sao, thấy cả những ngày mưa đi ngang trên mái đầu hai đứa trước khi đời chia thành từng nhánh ly tan. Trước khi tôi về cuối một giòng lũ cuốn. Trước khi tôi chìm dưới một đáy sông sâu. Trước khi tôi Trương Chi về với một bóng thuyền, êm như một giòng chảy ngậm nín một tình câm.

Buổi trưa, trong bữa ăn, tôi loan báo quyết định dứt khoát của mình:

- Cuối tuần, em trở về Saigon.

Chị Quyến buông đũa. Anh Quyến nghẹn với miếng cơm vừa nuốt.

- Thế nghĩa là gì?

- Cho cháu về với. Cháu về với bà.

Chị Quyến trợn mắt, bé Ty hấp tấp lập lại:

- Cho con về với. Con về với bà.

Anh Quyến nhìn tôi, như nhìn một quái vật từ trái đất chui lên:

- Em bỏ dạy.

VỚI NHAU, MỘT NGÀY NÀO

- Cô điên rồi!

Chị Quyến nói sau một lát im lặng nặng nề. Anh Quyến lo ngại. Ánh mắt anh là lạ.

- Cô đau?

Tôi cười tươi nhìn (như nhìn lần đầu) gương mặt người anh rể với quá nhiều vết nhăn xếp ở hai bên mắt và kéo thành góc ở hai bên mép. Mái tóc hoa râm rung rinh, anh lắc đầu:

- Tôi nghĩ, nếu đau, mình có thể xin phép một hai tuần. Trường chắc họ cũng chẳng nỡ làm khó đâu. Ở đây, tỉnh nhỏ, quen biết nhau hết mà.

Ý anh Quyến muốn nói anh sẵn sàng can thiệp cho tôi tạm nghỉ một thời gian. Tôi đáp ngay:

- Em có đau gì đâu.

Chị Quyến muốn bật tung khỏi chỗ. Chị chống đũa, giọng đã được nén lại, nhưng vẫn còn nhiều bực dọc.

- Tôi không hiểu cô rồi đấy. Cô định cái gì? Cái gì mới được chứ? Cô đã nói chuyện với bố mẹ chưa?

Tôi và nuốt miếng cơm còn trong bát.

- Em đã nói với mẹ. Chính bố và anh Long cũng muốn em về đi học lại.

Tôi đứng lên. Chị Quyến giơ hai tay lên, tỏ dấu tuyệt vọng. Tôi về phòng nằm. Buổi trưa nhưng không khí vẫn còn se lạnh. Tôi nghe được tiếng vi vu của những gốc thông phía sau nhà, và tiếng suối đổ chậm ở phía bên kia con dốc. Thỉnh thoảng, tiếng một trái thông khô rơi xuống mái tôn, lăn những vòng lóc cóc trước khi tới đất, càng làm cho buổi trưa thêm xa vắng và mịt mờ, hiu hắt.

Lúc này đầu óc tôi rỗng không. Điều quan trọng nhất, tôi đã nói được. Cái khó khăn đã trút. Cái ám ảnh nặng nề phân vân, u ẩn đã qua. Thế là xong. Thế là hết. Tôi đã tự cởi bỏ cho mình bản án lưu xứ. Tôi đã ra ngoài tôi và trên bục quan tòa, tôi đã rưng rưng tuyên lấy cho mình một bản án chung thẩm. Không xử lại.

*

Một mình trong cái im lặng bụi phủ của giá sách, của bàn ghế, của chăn màn, của kỷ niệm vụn vặt… tôi chợt nghe lòng ngậm ngùi. Tôi bỗng nghe lòng bật rung những dây tơ khác. Những chập chờn nhung nhớ mong manh, như đâu đó một vạt nắng muộn màng nào đang tan đi, như đâu đó, một cánh vàng hoa cúc đang lìa tách khỏi đài. Phấn vàng tung bay, bụi trắng tơi mỏng. Tôi bỗng thấy gần hơn, yêu hơn, những ngày heo may về trên chập chùng đỉnh thông xơ xác. Những ngày mù xuống sệt trắng lũng rừng, những ngày sương dềnh mịt mờ ăn loang từ miếng trời xuống thấp, và mưa, mưa bạt ngàn, chạy qua những cánh đồng tâm hồn tôi lênh láng nước ưu tư. Tôi thấy nhớ như đã xa hẳn rồi, xa thật rồi, những sớm mai giá rét, khoác tấm áo choàng ra đi, thả những bước chân lạnh cóng, lẫn trong đám học trò môi như son, má như sữa... Những ngày nghỉ, trở dậy muộn bằng áo len mỏng với vốc thóc trên tay, bầy bồ câu xù lông, sà xuống một chiếc sân lá dày xếp lớp. Những con chim có những đôi mắt rất... thi sĩ. Những con chim có những bước chân rất tình tứ đàn bà... Cái cảm giác biệt ly được chia đều cho từng gốc cây, được trải những phần mỏng manh nhất, những phần trong sáng và lung linh nhất, mà thời gian xô bồ qua, đã che khuất, đã ẩn lấp. Phố núi thực sự cũng có đấy, những êm đềm xa vắng, những nét, những đường, những thơ mộng, những ngát xanh... chỉ tiếc êm đềm kia, chẳng là mơ ước của khách giang hồ. Ở đây người ta sống vội sống vàng, ăn sổi ở thì, cái chụp cái giựt. Người ta không có thì giờ để lắng nghe một ngọn thông reo, chờ trông một ngày mưa tới. Và tôi đến đây, ở lại, quả thực là một cái gì không hợp, một cái gì gai mắt, xa lạ và tẻ lạnh.

Nghĩ tới lúc tin tôi rời bỏ nơi này, được loan truyền, chắc sẽ không có dưới một trăm hơi thở phào ra nhẹ nhõm. Chắc sẽ không có dưới một ngàn cặp mắt nhìn theo, dọ hỏi thực hư. Sự thực sẽ như vậy đó. Như vậy hóa ra tôi quan trọng, tôi cũng là một cái gì, có giá đến thế sao? Đứa con gái đến như một bất đắc chí, sống như một thọ hình, với vết chàm giữa trán, với mắt nhìn lên hay ngó xuống, cũng chỉ là một mảnh hồn căng gió miệt khinh. Tôi đấy, tôi, từ lúc nào, đã trở thành đối tượng của thị dân trong những ngắm nhìn, soi bói không một chút thiện cảm. Tôi đấy. Tôi mỉm cười một mình. Mà kể cũng đáng cười thật.

Tôi sắp xếp vật dụng trong phòng. Cái gì cần thì giữ lại, cái gì không, vứt bỏ. Tôi muốn khi trở về, sẽ chỉ có một chiếc vali, như khi tôi đã đến. Công việc thu dọn này gây hứng khởi cho tôi. Vừa làm việc, tôi vừa hát khẽ một đoạn trong "Trở Về Mái Nhà Xưa". Đôi khi dừng tay, dừng trí, tôi lắng nghe chính tiếng hát của mình, bài hát tôi đã hát một lần trong lớp cho học trò trước khi về Sàigòn nghỉ tết. Cũng là một bài hát, cũng là cái tình cảm rạc rời, chia tan, đổ nát, trong bước chân trở về của đứa con hoang trên thềm nhà cũ, nhưng giọng hát ở trưa nay của tôi, đã khác. Như có một chút reo vui nào đang chảy tan trong đó. Như có một chút hương xao xuyến nào đang hòa lẫn cùng thanh âm phát ra. Tôi sững người. Tôi buông tay, bưng ngực. Ở đâu đó, mùi hơi Hãn, vừa thoảng tới. Ở đâu đó, hương vị khét khét, nồng nồng, chua chua, chát chát vừa thoảng bay, vương vất. Hình như Hãn ở đâu đấy. Hình như chàng đang ở cùng khắp. Phải thế chăng? Tôi đỡ ngực, khép hờ đôi mắt mỏi, để giữ theo cách của tôi, cái vừa thấp thoáng kia. Tôi giữ lấy Hãn cho mình, trong một tâm hồn an lành nhẹ bổng trên cao, trong ngu ngơ, khờ khạo con tim đang rộn rã hân hoan trong mạch máu.

Anh. Tôi gọi nhỏ. Anh. Tôi kêu van. Anh. Tôi run rẩy, toàn thân tôi tê buốt ở khắp mọi miền cảm giác. Những buổi trưa ngắn ngủi trên building như sống lại trong tôi rực rỡ, từng khoảng khắc.

*

Tôi lẻn ra khỏi nhà bằng cửa sau, trước khi anh Quyến đi làm. Công việc đầu tiên tôi phải làm, cho bằng được và bằng mọi cách là tấm giấy chứng nhận của bác sĩ. Giấy chứng nhận tôi không đủ sức khỏe để tiếp tục dạy học. Tôi phải được nghỉ ngơi. Tôi phải vào ngay bệnh viện. Tôi nghĩ tới ông Khảm. Ông ta là bạn của anh Quyến. Tôi hy vọng sự quen biết giữa hai người sẽ giúp dễ dàng cho tôi.

Phòng mạch của ông ở cuối đường tôi ở. Cô y tá hỏi tên tuổi và hỏi bệnh trạng. Tôi lắc đầu nói muốn gặp bác sĩ có chuyện riêng. Ông Khảm ra. Thấy tôi, ông làm dấu bảo vào và hỏi có chuyện chi vậy? Tôi trình trường hợp, đúng hơn dự tính của mình, ông ngập ngừng. Có lẽ cảm tưởng đầu tiên của ông cũng giống như nơi anh chị Quyến. Con bé này điên rồi chắc. Tôi im lặng một lát trước khi nói thêm:

- Anh Quyến nói tôi cứ lại đây. Thế nào bác sĩ cũng giúp.

Ông Khảm vẫn chưa dứt khoát. Ông hỏi lại:

- Anh Quyến có nói vậy sao?

Tôi trả lời tỉnh:

- Vâng. Hơn nữa, cả trường họ trông đợi ở tôi việc này lâu rồi.

Ông Khảm tròn đôi mắt lồi:

- Để làm gì?

Tôi đáp liều (chắc cũng không sai lắm):

- Để họ chia nhau số giờ tôi bỏ lại.

Ông cười. Ông Khảm là bạn của anh Quyến theo nghĩa có giao thiệp quen biết với nhau nhiều hơn là nghĩa bạn bè thân thiết. Tôi nghe được khá nhiều dư luận không tốt về ông, đối với nữ bệnh nhân. Tôi không thể đi một bác sĩ khác. Bác sĩ tư, mất tiền, công việc sẽ nhanh chóng hơn, nhưng tôi sợ không đủ giá trị, không đủ tính chất bắt buộc nhà trường phải cho tôi nghỉ. Kỳ thi đệ nhị lục cá nguyệt vừa bắt đầu. Chỉ còn vài tháng nữa, niên học chấm dứt. Họ sẽ khó khăn trong việc kiếm giáo sư dạy thế, cho đề thi và chấm bài. Nếu là đầu niên học, chắc chả cần giấy bác sĩ, chỉ nói miệng không thôi cũng có thể nghỉ chơi một cách thật dễ dàng. Tôi cũng thấy quyết định của mình, trên phương diện nào đó thật không phải. Không phải với các em học sinh của tôi. Nhưng rồi mai kia, lớn lên, các em sẽ hiểu, tôi không thể làm khác. Các em sẽ thông cảm hành động hôm nay của tôi, khi các em bắt gặp được lẽ sống của đời mình. Cơ hội chỉ đến với chúng ta một lần. Biến cố chỉ xảy ra một bận. Và chỉ một bận, chỉ một lần đó, mới mang ý nghĩa của một lay động tận cùng, một mở ra suốt kiếp. Rồi các em sẽ cũng có lúc như tôi, hoặc dứt khoát tức thì, hoặc lấp lửng để rồi buông trôi. Vuột hết. Tôi biết, nếu tôi không quyết định ngay, nếu tôi chần chờ, tôi sẽ ở lại và ở lại mãi mãi chốn này. Ở lại như một cam đành thúc thủ trước định mệnh. Ở lại như một chứng tỏ cụ thể của bạc nhược ý chí, lụn bại tinh thần. Rồi tôi sẽ tìm thấy những gì ở đây? Thành phố này không phải là nơi cung cấp cho tôi những dưỡng chất để sống, dù thực phẩm đời thối tha, nhục nhã hay tươi tốt vinh quang. Người ta không thể sống với cái thây trước rữa tàn trong ù lì trí tuệ. Người ta sống để chờ đợi, chờ đợi một cái gì. Ở tôi, đó là sự chờ đợi một tiếng gọi lên đường. Ở tôi, đó là sự chờ đợi trên đường gươm chém xuống. Và hồi còi lên đường đã giục giã. Và đường gươm tử sinh đã phập ngọt. Hãn chính là người đã rúc lên hồi còi đó. Hãn chính là người đã phóng tới đường gươm kia.

Cuối cùng ông Khảm miễn cưỡng gật đầu khi cô y tá vào báo có bệnh nhân. Ông hẹn tôi bốn giờ trở lại bệnh viện. Tôi viết tên cho ông và một vài điều cần thiết khác.

Lúc trở ra nắng đã xế trên những rừng cây phía bên kia thung lũng. Tôi thả bộ xuống chợ vì chưa muốn trở về nhà lúc này. Trong lúc lang thang, tôi chợt nhớ tới chị Lập. Vợ chồng chị dạy cùng với tôi một trường. Nhà chị ở bên hông chợ. Tôi biết chị đang được nghỉ hộ sản. Trước khi về Saigon, tôi cũng có ghé thăm chị. Khi chị mới sinh được một tuần. Ngoài tư cách một đồng nghiệp, chị Lập còn là một người bạn vong niên duy nhất mà tôi có thể gần gũi trong những ngày sống tại thị trấn này. Đó là một người đàn bà khẳng khiu. Tất cả mọi thứ trên mặt chị đều cùng tỏa ra một vẻ khô cằn như vậy. Cặp kính nhiều độ trên mặt chị lại càng cho người ta cái cảm tưởng lạnh lẽo, nhạt nhẽo hơn. Nhưng sự thực, chị Lập là người rất mau mắn và đa sự. Chị có cái thô của người làm việc nhiều bằng tay chân, nhưng lại có dáng của một người quý phái lúc chị đi đứng. Tôi không hiểu tại sao hai điều này lại có thể dung hợp được với nhau nơi một người. Chồng chị Lập là giáo sư hướng dẫn văn nghệ cho trường. Anh có lối nói chuyện làm vừa lòng học trò. Cái khéo của anh là anh dễ khiến cho mọi người tin tưởng rằng chuyện chi anh cũng làm được….

Chưa vào tới nhà, chị Lập đã réo tên tôi oang oang như hét gọi một đứa bé. Chị không giấu mừng rỡ đến cảm động:

- Nhỏ kia, tưởng biến luôn rồi. Vào xem mặt công chúa đi.

Tôi cười:

- Đã hân hạnh diện kiến dung nhan công chúa từ lúc mới lọt lòng kia mà.

Chị Lập bồng con lên nựng "à, há". Tôi lại gần ngó xuống mặt con nhỏ ló ra ngoài đống chăn mền trắng toát. Chị chuyển cho tôi. Tôi bồng nó, không, tôi ôm đống chăn mềm thì đúng hơn. Con nhỏ ngủ thật say. Nó có nhiều nét gống chị. Tuy nhiên tôi vẫn nói sao nó giống anh ấy như khuôn đúc vậy? Chị Lập cười sung sướng.

Sự sinh nở làm chị xồ xề, nhếch nhác khác hẳn mọi khi: nồng nặc mùi dầu nóng, mùi gừng, mùi thuốc bắc. Chị bịt kín đầu bằng chiếc khăn len dày. Tôi bảo trông chị giống như một người ở Bắc Cực. Chị cười đáp rằng anh Lập cũng nói thế. Chị kết luận "đàn bà đẻ mà". Tôi hỏi thăm anh Lập. Chị nói đi dạy rồi. Tôi nói "Siêng dữ". Có công chúa rồi tính làm giầu sao đây? Trong giọng nói của tôi có chút trách cứ anh Lập, nhưng chắc chị không để ý. Chị cười xệch xệch và thành thực một cách tội nghiệp "Có con rồi, phải lo chứ". Tôi ngồi chơi một lát, hỏi thăm năm ba chuyện vớ vẩn ở trường. Chị Lập cũng chẳng biết gì hơn ngoài những điều được anh kể lại. Sau chót, chị ngắm nhìn tôi từ đầu tới chân. Cái nhìn của chị khác thường khiến tôi vừa ngạc nhiên vừa ngượng nghịu. Tôi hỏi có chuyện chi mà chị nhìn em lạ vậy. Chị Lập lắc đầu: "Người ta đồn em không trở lại đây nữa". Và chị tiếp ngay "Nhưng chị tin em sẽ trở lại". Tôi nhìn xuống đôi môi đứa nhỏ: "Điều đó đúng đấy chị". -"Cái gì đúng?" -"Lời đồn đãi". Tôi đáp nhanh và ngước lên. Chị Lập tỏ ra lúng túng. Tôi trao trả đứa bé cho chị: "Chị ngạc nhiên phải không?" Chị Lập ôm sát con vào lòng mình. Chị áp má vào đầu đứa nhỏ, như thể cố lắng nghe xem đứa bé muốn nói điều gì với chị trong giấc mơ của nó. Chị điềm tĩnh khi đáp: "Không. Chị chỉ hơi ngỡ ngàng một chút". Con nhỏ chợt ré lên. Chị đập nhè nhẹ vào người nó. Nó nằm im trở lại. Chị Lập đứng lên thả con lại nôi. Chị nói: "Ra đây ngồi chơi với chị một chút. Thế là hai chị em mình sắp sửa xa nhau rồi đấy nhỉ". Giọng chị không chút ngậm ngùi nhưng tôi thấy lòng thoáng chao động. Tôi bước ra và ngồi xuống bộ ghế salon gỗ kê sát cửa ra vào. Để đánh tan cái u ám vừa hiện ra của một đám mây bất chợt, tôi đùa:

VỚI NHAU, MỘT NGÀY NÀO

- Chị cứ làm như vĩnh biệt tới nơi không bằng.

Chị Lập ngồi xuống sát bên tôi, chị với tay sửa lại bó hồng nhung trong bình.

- Chẳng phải thế, nhưng em về dưới rồi thì chị em mình cũng khó có dịp gặp nhau lắm.

Tôi vẫn giọng bỡn cợt:

- Ai bảo chị vậy. Em sẽ lên đây thăm chị luôn. Bỏ thành phố này dễ rồi, bỏ chị và công chúa kia nữa thì khó đấy.

Chị Lập không cười. Chị nghiêm nghị:

- Ai đó? Ông Hãn phải không?

Tôi giật mình:

- Chị tài thật đó.

Chị Lập nhìn tôi. Lại cái nhìn khó phân biệt trạng thái tình cảm. Chị lắc đầu:

- Em tôi thật ngây thơ quá đi. Cả thành phố này biết chứ nào riêng gì chị.

Tôi bối rối thật tình. Không lẽ tin đồn lại đi nhanh đến thế. Tuy nhiên tôi vẫn tiếp tục đánh lạc hướng để xem phản ứng của chị Lập ra sao. Tôi nói:

- Chẳng lẽ nhân vật trong cuộc chưa có quyết định mà chung quanh quyết định trước giùm hay sao?

Chị Lập sửa lại chiếc khăn trên đầu, nới rộng nút thắt ở dưới cằm. Chị nói:

- Thế mới lạ chứ. Anh Lập mới nói chuyện với chị tối hôm qua. Anh bảo người ta nói em không đi dạy nữa, vì Hãn không thích. Em bỏ tất cả mấy trường và cũng chẳng cần lãnh lương.

Tôi cười, xoa xoa hai bàn tay:

- Điều đó thì không đúng rồi. Nếu đúng, chiều nay, em đã chẳng ngồi đây.

- Thôi không nói đùa nữa. Sự thực sao?

Tôi cười bằng mắt:

- Sự thực nào mới được chứ?

- Em với Hãn.

- Chẳng có gì hết.

- Láo.

Chị Lập buông gọn một tiếng hàm ý trách yêu. Tôi nói:

- Chị không tin sao?

Chị Lập không trả lời vào câu hỏi của tôi:

- Chị thấy Hãn cũng được chứ. Có điều không hiểu sao, đa số lại có dư luận không được tốt lắm về Hãn. Chị bảo anh Lập, có dịp nên nói với họ rằng khoan có nhận xét về một người nào, khi chưa biết nhiều về người đó. Tôi gần chị Lập vì chị luôn tỏ ra bênh vực và đứng hẳn về phía tôi, chống lại tất cả những mũi dùi nhắm vào tôi của đám đông. Nhưng lần này, tôi không tin hoàn toàn nơi lời nói của chị. Tôi kéo một lọn tóc ngậm ngang miệng. Đó là thói quen của tôi trong những trường hợp chưa chọn được cho mình một cách xử trí hoặc những khi lòng quá phân vân suy tính. Tôi nhìn chị thăm dò. Chị cũng nhìn tôi, ánh mắt thẳng thắn nghiêm trang.

Tôi hỏi:

- Chị đã gặp Hãn chưa?

- Gặp thì chưa. Nhưng chị có thấy Hãn một lần khi Hãn đến đón em ở trường. Học trò nó thấy hết. Một lần khác chị và em cùng gặp Hãn trên đường về. Em quên rồi sao?

Tôi nhớ lại, đó là một buổi chiều, trước khi Hãn trở về một ngày. Tôi hẹn chàng đến đón sớm. Tôi cho học trò nghỉ một giờ và đi chơi với Hãn tới khuya. Lần đó hình như chị Lập tới trường để xin nghỉ dạy vì đã sát ngày nằm chỗ.

Chị Lập tiếp

- Tuy nhiên, chị còn biết nhiều hơn thế, dù em không kể với chị.

Tôi hỏi vu vơ, không chủ tâm:
-Theo chị thì sao?

Chị Lập nhíu mày, im lặng hồi lâu.

-Khó nói lắm. Nhưng cứ như chị thì ăn thua là em. Xét mình cho kỹ. Cân nhắc, đắn đo cho cẩn thận. Tính xa tính gần đủ mọi mặt đi. Mà phải nhớ là nên dự trù những trường hợp bi đát nhất. Đừng bao giờ lạc quan. Sau đấy nếu thấy chịu đựng được thì tiến tới. Chừng đã quyết định thì không có lùi bước nữa. Chị biết có nhiều người cuối cùng rồi không ra làm sao, chẳng thành cái gì hết cũng chỉ vì tính chập chờn, ấp úng. Lúc thế này, lúc thế khác. Còn trong trường hợp nhắm thấy mình không thể kham nổi, cũng phải thôi ngay. Cũng phải dứt khoát, quyết liệt, rõ ràng mới được.

Tôi vò lọn tóc đẫm nước:

- Sao em lo sợ quá, chị à.

Chị Lập đặt một tay lên đùi tôi:

-Chị hiểu. Làm sao không lo sợ cho được. Bình thường còn như vậy. Huống hồ chi… .

Câu nói nửa chừng của chị Lập cho tôi ý nghĩ, chị đã hiểu khá đầy đủ hoàn cảnh riêng của Hãn và cái khó khăn, tế nhị của gia đình tôi. Tôi đặt tay mình vào lòng bàn tay chị.

Chị siết lấy. Tôi không dám ngẩng lên, dù biết chị đang nhìn tôi với ánh mặt chan chứa trìu mến, an ủi.

Cũng có tới một phút sau, chị Lập chậm rãi:

VỚI NHAU, MỘT NGÀY NÀO

- Chuyện của em quan trọng quá. Việc làm của em ghê gớm quá. Chị không dám có ý kiến. Nhưng trường hợp nào thì chị cũng nghiêng mình cảm phục em. Chị nói thành thực đó. Ít nhất đời người phải có được một lần cái giây phút thiêng liêng ấy. Cái giây phút chạm mặt, đối đầu với chính đời sống của mình. Nhưng chị tha thiết mong em được toại nguyện (chị ngập ngừng). Em cũng thừa biết, tuy cùng dạy với nhau, nhưng chị thương em, như thương một đứa em út trong gia đình. Và sự thực thì em cũng còn quá nhỏ. Em đâu có lớn lao là bao. Đời sống khó khăn lắm, em à.

Tôi muốn khóc vì những câu nói của chị Lập.

Trước khi đứng dậy ra về, tôi lấy lại bình tĩnh:

- Em đã quyết định.

Chị Lập gật đầu, không chút ngạc nhiên.

- Chị cũng nghĩ thế. Ngay khi vừa trông thấy em. Và dù là em trở lại.

Tôi giữ lại bàn tay chị Lập trong tay mình. Tôi nói và nhìn vào mắt chị.

- Chị còn điều gì dành cho em không?

Chị Lập lắc đầu. Chị gượng cười, cúi xuống:
- Chị chẳng có gì để cho em hết. Chị chỉ xin ơn trên luôn cho em được ngay thẳng. Khi sống cũng như lúc chết.

Tôi quên nói, chị Lập là người công giáo. Khi buông tay chị ra, tôi nói thay cho lời chào:

- Dù cho không gặp lại nhau, và dù ở đâu chị cũng nên yên trí một điều là em tham sống, nhưng đồng thời lại rất thân mật với sự chết.

Chị Lập đưa tay vuốt mau sợi tóc lòa xòa trên trán tôi. Không biết vô tình hay cố ý chị dừng vài giây nơi vết chàm trên trán, tôi thấy hình ảnh tôi thật rõ trong đôi mắt chị, rưng rưng.

Tôi đến thẳng bệnh viện, nơi ông Khảm hẹn. Chút nắng vàng mới le lói đã tắt lịm phía bên kia, trong thung lũng. Nhưng mặt trời thì còn là vùng đỏ ối bên này, đỉnh nhọn của những rặng núi.

*

Hình như tôi đã sửa soạn, đã sẵn sàng từ một tuần nay, hay hơn thế, để đón chờ một cơn mưa. Trận mưa sẽ thả xuống hồn tôi những sợi óng chuốt, trong như thủy tinh quấn quít và buồn lạnh. Và những sợi mưa đó sẽ bò qua tấm màng lọc thả trôi biền biệt tâm hồn tôi. Và cơn mưa đã tới. Nhưng cơn mưa đã không đến như ước mơ của tôi. Nó bắt đầu bằng những tiếng động lộp bộp trên cái phần lợp ngói của mái nhà, như tiếng gõ hối hả, gấp gáp của một người khách lạ mang đến những lời chúc dữ.

VỚI NHAU, MỘT NGÀY NÀO

Tôi trở mình, nghe ê ẩm một phần thân thể. Cảm giác ê ẩm cùng với hơi nước lạnh đi khắp thân thể tôi, cho cảm tưởng toàn thân đang bị đè hơi xuống bởi một sức nặng của thân thể nào đó. Điều này khiến tôi sống lại một lần nữa, cái đời sống khoảnh khắc của buổi trưa. Buổi trưa với chàng. Buổi trưa đã đi qua, để trở vào bằng một ngưỡng cửa khác. Tôi muốn nói tới ngưỡng cửa ký ức, của kỷ niệm. Buổi trưa lơ lửng trên khoảng không, cái lưng chừng khiến những tiếng động từ dưới không thể dềnh tới, nhưng ở trên đó, trong nơi chốn lơ lửng đó, người ta có thể nghe được tiếng róc rách của những hạt nước từ chiếc hoa sen chảy rỉ xuống nền đá trắng. Tiếng rè rè và đôi khi như khụt khịt của chiếc máy lạnh cũ. Tất cả những thứ đó, cùng với tình yêu, Hãn đã tạo cho tôi cái chờ đợi sẵn sàng, cái sửa soạn thân mật, yêu mến, một cơn mưa. Một ngày mưa, nếu có thể.

Tôi rụt chân về rồi búng ra, với hy vọng sẽ tung rộng được mảnh chăn phủ kín hai bàn chân lạnh. Mưa vẫn với những tiếng lộp bộp, nhưng hình như nặng hạt hơn, và hơi lạnh cũng phả ra nhiều hơn. Tôi nghĩ tới và không tránh được cái liên tưởng giờ phút này, ở bên là ai. Tôi biết, là ai đó. Một người nào, không phải tôi. Dĩ nhiên. Cái dĩ nhiên này, nghe chừng ngậm ngùi và chua xót quá. Những ngón chân vẫn bị thừa ra, có lẽ tại chiếc chăn quá ngắn, tôi cảm thấy rõ ràng hơn, cái cô quạnh và vắng vẻ hắt hiu của đời sống mình. Đôi khi tôi thấy tôi chẳng khác bao nhiêu với một người chinh phụ. Tôi nghĩ còn quá nhỏ để tự gán lấy cho mình cái ví von thảm thiết ấy. Nhưng quả thật tôi đang sống những ngày, như thế đó. Những ngày chàng mù tăm hẳn ở một đầu dây cách biệt, với những bổn phận, những bon chen cần thiết để hoàn tất bổn phận. Trong khi tôi lầm lũi ngày hai buổi tới trường. Lớp học mở ra những hàng dao nhọn. Những rình rập, những đe dọa lẩn khuất với những mũi tên tẩm độc. Cái gì có thể quen được, chứ những lời dè bỉu, những lời bỉ thử, tôi nghĩ khó mà quen được lắm. Tôi không nghĩ như một tác giả, khi nói về tâm lý của người phụ nữ cho rằng, đám đông phụ nữ có thể cùng lên án gièm xiểm một người đàn bà khác, mặc dù thâm tâm, họ vẫn thầm mơ ước mình được như người bị kết án kia. Tôi cũng không có ý quan tâm tới họ, quả thực cái đám đông lúc nhúc ở quanh tôi chẳng có một chút gì đáng để phải bận lòng. Nhưng họ đã không ngớt léo nhéo, không ngớt cố tình nói lớn, như tát vào mặt tôi, những gì họ biết được về đời sống, về quá khứ của Hãn. Trong một giây mất bình tĩnh, tôi muốn trả lời chung cái đám đông đó bằng một câu đại ý cho họ biết: Với tôi vô ích và vô nghĩa tất cả mọi đàm tiếu. Chỉ có hành động, chỉ có sự lựa chọn, và dứt khoát với lựa chọn (đau đớn) của tôi, thay vì ý nghĩa nào đó mà thôi. Và nếu cần thêm, họ nên cám ơn tôi, thay vì đả kích, bởi phải có tôi, nhờ tôi, họ mới được tiếng là những người con gái nết na, những người con gái của đạo đức và luân lý. Nếu không có tôi, và không có những tình yêu như tình yêu chúng tôi, đời sẽ tẻ nhạt biết chừng nào. Nhưng hình như tôi đã chỉ mỉm cười. Tôi mỉm cười với đôi mắt mở lớn, lơ láo. Đôi mắt mà chàng bảo như suối (nếu anh biết trước, trong tình yêu của anh, em chỉ nhìn thấy mây mù, chỉ còn nhìn thấy những cơn dông kéo qua một trời tăm tối, thì chắc anh sẽ ví mắt em với một hình ảnh khác. Thí dụ, con chim mù, thí dụ, con mắt đá. Bởi sự thực như anh đã thấy, dòng suối chỉ chuyên chở và kéo trôi trong đó những muộn phiền, những vẩn đục, những cặn bã và rác rưởi của đời. Đôi mắt em, chỉ thực là đôi mắt em, khi em trước anh, khi em, có thể dùng nó như mặt gương phản hất lại tâm hồn em, tình yêu nồng nàn, và lòng thương xót đẫm ngắt. Đôi mắt em chỉ thực là nó, khi nó được cô đơn, soi xuống chính tình yêu, những khuya khoắt một mình. Những bước không chỉ chung lúc ra đi, hay trở lại).

Nhưng tôi không nói được. Và tôi chỉ mỉm cười. Nụ cười bình thường đã lạnh lẽo, nhạt thếch và khó ưa. Có lẽ tôi đã khiến đám đông vây quanh tôi, bực bội, khó chịu hơn. Tôi nghĩ, chỉ còn một cách, ra khỏi lớp học. Dời khỏi chiếc ghế của mình. Và tôi một mình ngược xuôi, chạy trên những con đường cây râm, những con đường mà chúng tôi thường ngang qua, với hy vọng tình cờ sẽ gặp được chàng. Hy vọng, luôn luôn tôi cho đó chỉ là cách nói, bởi nó là chữ có sau chữ tuyệt vọng. Tuyệt vọng, cái tiếng đó mới thật. Vì nó có trước. Và hy vọng, chỉ là cái mặt bên kia. Cái mặt không thực. Cái mặt người ta nói chơi, nó cho có chuyện.

Tôi chạy xe dưới bầu trời ỉ ỉ một cơn mưa. Tôi nghĩ cơn mưa sẽ ập xuống bất thần, một lúc nào, trên những con đường tôi đi tìm kiếm Hān. Nhưng những đám mây ẩm hơi nước đã bị lùa dạt đi bởi những cơn gió mạnh. Và bầu trời, trở lại cái màu xanh trong suốt, của những hứa hẹn nóng gắt. Cuối cùng, tôi nhớ đến Mậu. Tôi muốn nghe Mậu hát riêng cho tôi bài hát gì đó. Bất cứ, một bài gì. Tôi muốn lẩn tránh ngay chímh ngôi nhà của tôi. Hình như tôi e ngại và sợ sệt phải chịu đựng cái nhìn nghiêm lặng của mẹ tôi, mỗi khi tôi trở về nhà trước sáu giờ tối. Sự trở về sớm hơn thường lệ, luôn luôn đem tới cho mẹ tôi những lo ngại và những dò hỏi. Tôi không đủ can đảm làm khổ người mẹ già đã dốc lòng tin tưởng vào việc học hành chăm chỉ của mình. Tôi không thể dấu được gì. Trên nét mặt, khi bóng tối chưa thực sự có trong ngôi nhà. Tôi vẫn nghĩ một ngày nào, rồi mẹ tôi sẽ biết hết mọi chuyện, bằng cách này hay cách khác. Nhưng điều mong mỏi của tôi vẫn là chưa phải bây giờ. Vâng chưa phải bây giờ. Ở trong tôi có một mâu thuẫn rõ rệt. Hình như một mặt tôi muốn thủ thỉ với mẹ tôi về Hãn. Nhưng mặt khác tôi lại tìm cách dối quanh hay lảng tránh mỗi khi bà đề cập tới chuyện chồng con. Tôi không sợ mình thiếu nghị lực để công khai nói với mọi người là tôi đã chọn Hãn, như chọn lựa đầu tiên và cuối cùng của một đời con gái. Nhưng tôi sẽ không đủ sức để chịu đựng, để đứng vững trước xác nhận bàng hoàng, và oan trái ấy. Mậu đón tôi bằng câu hỏi với nụ cười hóm hỉnh.

- Muối Mặn đâu?

- Muối Mặn quá nên xót đau cả ruột.

Mậu gọi Hãn bằng cái tên kỳ quặc này. Tôi cũng hiểu cái hỗn danh được Mậu đặt ra từ bao giờ, nhưng nghe hay hay, nên gặp nhau, chúng tôi thường ám chỉ Hãn bằng hai chữ đó.

Không biết vẻ mặt tôi có phải là vẻ mặt của người khác không mà Mậu yên lặng nhìn tôi sau câu nói đùa, trong khi tôi mệt mỏi đi thẳng vào phòng khách, gieo người xuống ghế. Mậu vào nhà trong. Cái bóng trắng của Mậu thấp thoáng trong mắt tôi lờ mờ, mệt mỏi. Tôi ngả đầu vào thành ghế, khép lại từ từ, đôi mắt hực hơi nóng. Lát sau Mậu trở ra đem cho tôi một cái khăn ướt và một ly nước lạnh. Tôi im lặng lau đi lớp bụi nhờn trên mặt và uống hết ly nước. Mậu đặt hai tay trên đầu gối, nhìn tôi như nhìn một vật xa lạ hoặc một đứa em với chút ít thương xót. Tôi bảo Mậu hát đi. Đến để nghe Mậu hát chứ không phải để được ngắm nhìn. Mậu cười. Nụ cười cũng trắng toát như quần áo, như gương mặt của vòm sáng nhà nguyện. Tôi nghe thân thể rời rã. Cũng vẫn những rời rã nhưng không giống như những rời rã của ban trưa… Cái rời rã còn thèm muốn hưởng lại.

Trên nệm ghế, trong giấc ngủ mơ màng tôi lắng nghe tiếng quạt chạy lạch cạch trên đầu và tiếng hát buồn của Mậu, mang theo một cơn mưa lẩn khuất. Một cơn mưa hứa hẹn ở những giây phút cuối của một ngày. Tôi choàng mắt bật người, khi tiếng kẻng khua chậm chạp và ngơ ngác từ sân trại lính phía sau lưng nhà Mậu. Mậu vẫn còn ngồi trước mặt tôi, hút sâu trong chiếc ghế bành rộng. Cơn mưa hứa hẹn đã không còn trên môi Mậu. Ngoài sân chung, những chiếc lá vú sữa chạy xạc xào cùng với sự vắng vẻ những bước chân bụi mù của trẻ nhỏ, khiến tôi thấy được như ở phía ngoài, một cơn mưa nào, vẫn còn lẩn khuất. Tôi đứng dậy ra về thật mau. Tôi không thể nán lại thêm chút nữa. Vì nếu nán lại trong mắt nhìn lặng lờ (với nhiều tra hỏi và ái ngại) của Mậu chắc tôi khóc mất. Em thật dễ khóc. Phải anh thường mắng em như vậy? Và em đã không kể lại với anh rằng chính em, em vẫn thường tự mắng mình như vậy. Em vẫn thường tự khiển trách em: Ơi nhỏ, có chi đâu mà mày khóc. Phải, chẳng đáng gì hết. Chẳng có điều gì ở trên đời này đáng để cho mày phải chảy nước mắt hết. Đời sống chẳng qua, chỉ là một trò chơi lớn, triền miên với những chiếc mặt nạ thay đổi theo từng người và từng hoàn cảnh. Mày hãy để dành những giọt nước mắt quý báu kia, cho cái giây phút được cởi bỏ mặt nạ sống với đời sống đáng lẽ ra của mày. Nhưng mà, phải không anh, em vẫn cứ khóc một cách thật dễ dàng, như trẻ nít. Em đã khóc khi không, ngon lành một buổi sáng trong góc tối của một ngôi quán, khi anh kéo về gần, mặt em. Khi anh nói với em: Anh yêu và anh cần em, hỡi nhỏ. Lúc đó, em không hiểu tại sao, những giọt lệ kia. Nhưng sau đấy thì em biết, tại sao. Em biết tại sao. Nhưng em im lặng. Em đã nuốt đi, như nuốt cơn xúc động bùi ngùi của em. và em mím môi im lặng. Lúc ấy, anh đâu biết em bật khóc, chỉ vì ngay sau câu nói của anh, hình như em cảm thấy nó đã bật lên một vực thẳm, mở ra những tối tăm, đe dọa, mất hút. Và em nhìn thấy chính mình đang lao xuống vun vút. Hình như ngay sau câu nói của anh, đã bật lên trăm nghìn ngọn giáo và những móng ghen tuông, và em lại thấy một khuôn mặt bê bết máu. Khuôn mặt ấy chẳng phải là ai khác hơn em. Nhưng anh yêu dấu, anh yên tâm.

Cho đến bây giờ và có lẽ tới ngày em chết, em vẫn thấy đúng câu văn của ai đó, về tình yêu. Vấn để là có được một tình yêu để mà lụy hay không, chứ không phải là có nên hay không lụy vì nó. Em đã tự nhủ mình nhiều lần mỗi khi lên giường và một số khuôn mặt hiện ra những đêm mưa trong một thành phố bùn nhơ với nhiều ảo tưởng. Những đêm mưa thốc về, sau khi đã ào ạt băng qua những đỉnh núi cao, những rừng hoang dã, em thèm khát, phải, một nụ hôn môi, một lời gay gắt. Bây giờ, em đã ở trong hơi thở anh đẫm mùi thuốc khét. Bây giờ em đã ở trong những lời gắt gỏng, những cái cốc đầu, những cái bợp tai. Ôi, sao thỉnh thoảng em vẫn thấy em lớn hơn anh, vậy mà em lại vẫn có thể để anh bợp tai hay cốc đầu như vậy nhỉ? Có phải đàn ông thì có nhiều quyền như vậy, và đàn bà chỉ có nghĩa như một cái gì cần cho sự thể hiện quyền hành đó của đàn ông? Có lẽ anh lại sắp cáu với em về cái lối lý luận sặc mùi "đấu tranh" của em rồi đấy. Thôi, dẫu bây giờ, anh ở quá xa, nhưng những giờ cách biệt nhau là những giờ mà em thấy như anh đang sống trong một thế giới khác. Một thế giới làm nên những đớn đau, tủi hờn hôm qua ở em!

*

Tôi bắt đầu nghe được tiếng nước chảy từ vách gỗ xuống tới nền xi măng và thoát ra khỏi ngõ. Người khách lạ quả đã đem đến cho tôi những lời chúc trong khuya này. Tôi không thể ngủ lại, mắt tôi mở trâng tráo. Ánh sáng của ngọn điện nhỏ trên trang thờ xuyên qua màn, cho thấy gương mặt già cỗi của mẹ tôi. Mấy lúc gần đây, kể từ ngày yêu Hãn hình như tôi né tránh những cái nhìn thẳng vào mặt bà. Tôi né tránh cả những tia nhìn có hay không có ẩn ý của những người chung quanh. Cái mặc cảm phạm tội với những người thân yêu đó, khiến tôi rút co lại như một con ốc. Tôi luôn luôn giương ra cái vỏ cứng lạnh của mình. Cái vỏ bao ngoài trơn bóng và vô tri. Tôi nhìn mọi người qua cái vỏ đó. Phải chăng tôi đã tới cái tuổi sợ sệt mọi dòm ngó của chung quanh vào đời sống riêng mình.

Tôi chống một tay và hơi nhỏm người dậy. Mẹ tôi ngủ quay mặt về phía tôi. Đôi chân bà co lên. Tôi sờ bàn tay bà lạnh ngắt. Mái tóc bạc tơ ra từng sợi. Tôi nhìn thấy lớp da đầu nhăn và cảm tưởng nếu bứt nhẹ, những sợi tóc kia, có thể sẽ kéo theo cả mảnh da đầu của bà. Cái ý tưởng thoạt tiên nhuốm nhiều khôi hài đã đẩy tôi tới chỗ chợt thấy mình tội lỗi quá. Tôi vuốt ve những ngón tay xương xấu của bà, và nghĩ tới những ngón tay đó, liên tiếp hai mươi năm qua, đã chăm bẩm, nuôi nấng tôi. Cũng ngón tay đó, trong suốt cuộc đời bà, từ ngày về làm dâu gia đình bố tôi. Đã bao lần đưa lên ngang mặt, gạt nuốt những giọt lệ đắng. Tôi đắp chăn cho bà, và rón rén bước xuống khỏi giường. Tôi sợ ở lâu bên cạnh bà, với những ngón tay xương xẩy kia, với cái giá buốt ấy, chắc rồi tôi sẽ ôm lấy bà và tôi sẽ đem bà ra khỏi cơn mơ. Cơn mơ ước thấy đứa con gái duy nhất còn lại, ở bên cạnh bà đang làm đúng theo những gì bà mong ngóng và trông đợi.

Mưa vẫn rào rạt. Những tiếng lộp bộp mạnh, nhanh và nhiều hơn. Căn nhà như lún xuống, cho tôi cảm tưởng như nghe được những tiếng gõ cửa rất gần và rất gấp. Tôi hoảng hốt với những bước chân không, vội vã về phía cửa, Hình như tôi đang trôi theo cái hối hả gấp gáp của một sự việc gì đó, không rõ mặt. Hình như tôi thấy rất rõ ai đó đang chờ tôi ở ngoài hiên. Một người nào, có thể là Hãn và cũng có thể là người khách lạ. Người khách hứa hẹn mang tới cho tôi những lời chúc dữ. Tôi run rẩy áp tai vào ván cửa. Tôi run rẩy đưa tay bưng lấy ngực mình. Linh cảm cho tôi thấy quả thực có một người đang đứng ngoài cửa. Quả thực có một người khách trong giờ này, giữa cơn mưa. Tôi hình dung y với chiếc áo mưa kéo cao cổ và chiếc mũ dạ kéo xuống che hết vầng trán, che luôn cả đôi mắt. Hình dung y, người khách lạ, nhưng một phần nào nhen nhúm, lập lờ trong trí tưởng tôi, người đó lại là Hãn. Biết đâu, Hãn chẳng đến tìm tôi trong cơn mưa về sáng nay. Hãn đã chẳng từng nói. Hãn yêu mưa từ những ngày còn bé. Hãn yêu một tình yêu không thể thay đổi. Và có thể lắm, cũng như tôi,

VỚI NHAU, MỘT NGÀY NÀO

Hãn tỉnh dậy cùng với những hạt mưa đầu tiên và Hãn ra đi.

Tiếng lộp cộp thôi thúc hơn. Tôi trong một giây mơ hồ không định trước, như bị sai khiến bởi một quyền lực bí mật, tôi mở tung cánh cửa. Gió tạt mưa ào ạt vào mặt, như muốn hất tôi ngã vào trong, nhưng mắt tôi còn kịp thấy con ngõ trườn mình dưới làn nước lênh láng. Ngọn đèn đường ở đầu ngõ dưới một cành lớn của cây sao ngoẹo đầu xuống, trông như một người thắt cổ. Tôi rùng mình ngồi xuống ngạch cửa. Hai bàn tay khoanh trên hai đầu gối. Tôi úp mặt. Mưa vẫn rì rào trên đầu. Những hạt nước li ti liên tiếp bắt dính khắp thân thể. Tôi nghĩ tôi có quá nhiều điều để nói với chàng. Anh biết em đã nhớ anh? Nhớ anh quay quắt cả người, ngay khi chúng ta vừa chia tay. Em nhớ anh bảo: Chỉ có những chia cắt khởi tự lòng người mà thôi. Nhưng sao em lo quá, anh hiểu không: Em sợ chúng mình sẽ vĩnh viễn mất nhau và sự chia cắt đó, không khởi đi tự lòng anh cũng chẳng tự lòng em. Tự một cái gì đó. Một nơi khác. Em đã chọn lựa sẵn cho em. Em không ân hận và cũng chẳng có gì để phải phân vân đắn đo. Nhưng còn anh. Ôi, anh của em. Anh sẽ như thế nào? Ở đâu? Chúng ta sống với một đời sống quá nhiều âu lo và như vậy sao gọi là sống được, phải không anh? Chúng ta lo âu đấy, chúng ta có sống đâu! Anh có cũng nghĩ như em vậy chăng?

Cơn mưa đầu mùa dứt vào lúc năm giờ rưỡi sáng. Tôi không ngủ lại được, nên vào bếp đặt siêu nước và súc bình trà cùng sửa soạn đồ pha trà cho bố. Mẹ tôi trở dậy lúc tôi đã làm xong giúp người việc vặt cần thiết cho một buổi sáng. Mẹ tôi nói bà hết hồn khi mở mắt ra mà không thấy tôi bên cạnh. Tôi cười, nửa đùa nửa thật nói với bà: Mẹ cứ hết hồn vài lần như vậy đi, tới chừng thực, mẹ sẽ không hết hồn nữa. Mẹ sẽ yên tâm hơn. Bà nghiêm nét mặt hỏi tôi nói vậy nghĩa là gì? Tôi trả lời rất thành thật: "Con cũng chẳng biết nữa".

Tôi ra khỏi nhà như thường lệ. Nhưng thay vì đến trường, tôi đi kiếm Hãn. Tôi nao nức quá, muốn kể cho Hãn nghe cơn mưa đêm hôm. Muốn nói với Hãn về ông khách đến trong cơn mưa và đem tới những lời chúc dữ, nhưng khi tôi mở cửa thì ông đã biến mất. Tôi tưởng tượng gương mặt vừa lắng nghe vừa cười cười của Hãn. Hình như Hãn luôn sửa soạn sẵn một nụ cười trên môi mỗi khi lắng nghe tôi nói. Hãn cho tôi cảm tưởng Hãn nhìn tất cả mọi chuyện tôi kể, đều chỉ là những chuyện hoang đường dành riêng cho trẻ con.

Và tôi đã cười, như thể Hãn đang ở trước mặt.

Tới nơi, người ta cho biết chàng đã đi khỏi từ sớm. Lúc cơn mưa dứt. Và họ không thể biết chắc được ngày về. Có thể trong một tuần, có thể hết mùa mưa, và có thể lâu hơn thế.

VỚI NHAU, MỘT NGÀY NÀO

Tôi choáng váng.

Đất ẩm, trời cũng ẩm, và một cơn mưa khác như đang được sửa soạn trên bầu trời. Phải chăng cùng với mùa mưa tới, chúng ta bắt đầu sống thực sự với cái ám ảnh của cuộc tình mình. Cái ám ảnh có ngay từ phút giây thứ nhất của một lần anh hôn em, và em nói lời đầu tiên với anh: Em yêu anh. Nếu quả thực cùng với mùa mưa bắt đầu, cái hạn kỳ thảm thiết của định mệnh đã tới, thì anh, anh ở đâu, hãy tìm cách báo cho em biết. Báo cho em biết và em sẽ, liệu lấy đời mình. Em sẽ liệu như thế nào, anh thừa biết. Riêng chỉ có một điều đáng tiếc là đã không được sống với anh, một giây khắc nào trong mùa mưa này. Người khách lạ đem đến cho em những lời chúc dữ, quá sớm. Phải. Sớm quá. Và y đã bỏ đi, khi mà những hạt mưa, mới chỉ khởi đầu. Khi những sợi thủy tinh chưa kịp dò qua màng lọc của tâm hồn em, thì tình yêu chúng ta, đã chảy trôi đi, biền biệt.

Tôi trở về trường, vào lớp với một sẵn sàng chờ đợi một cơn mưa lớn. Một cơn mưa không xuống từ trời thấp. Không ngang qua những đỉnh cây. Một cơn mưa bắt đầu tự ngay lòng tôi. Ôi tâm hồn tôi, đời sống tôi, còn non và xanh quá.

*

Tôi về nhà vào lúc bốn giờ chiều. Cơn mưa được báo hiệu bởi những đám mây chất nặng hơi nước đã tan, tuy bầu trời còn thấp và không gian còn giữ được chiếc áo màu tro cùng với hơi mát luồn trong những cơn gió và những chiếc lá trên mặt đường lạnh lẽo. Hiên được chở theo ở phía sau xe, như một vị thần hộ mạng, ép phải ra tay cứu độ cho một người khổng lồ (là tôi) thoát khỏi mối đe dọa chập chờn một trận mắng thậm tệ. Tôi không muốn áy náy vì sự đi chơi băng qua cả buổi trưa, không ăn cơm và cũng không xin phép trước, nhất là trong buổi đi chơi lại có mặt anh Các. Tôi muốn chứng tỏ với mọi người: Tôi đã lớn. Có lẽ đó là một trong những khao khát mãnh liệt nhất của tôi trong những năm còn ngồi trên ghế trung học.

Mà tôi không lớn là gì, khi năm nay tôi đã bước vào tuổi hai mươi mốt. Cái tuổi mà một lần nào đó, ngồi trong thư viện, vô tình mở cuốn sách Luật, đúng phần nói về tuổi trưởng thành, tuổi hai mươi mốt (tuổi tôi bây giờ). Tôi lặng người vì sung sướng ngây ngất. Tôi hai mươi mốt. Tuổi thành niên, trong trí tưởng tôi có nghìn khung trời với những cánh cửa lớn được mở ra cho tôi bước vào, cho tôi bay lượn, nhảy múa. Ôi, cái tuổi hai mươi mốt. Tôi gấp sách lại, nhắm nghiền đôi mắt và mỉm cười một mình giữa thư viện. Tôi muốn hét lớn "anh". Tôi muốn chắp cánh để bay ngay tới Hãn và chỉ nói với Hãn một câu "Em đã hai mươi mốt". Và tôi nghĩ chàng hiểu được nỗi hân hoan tràn dâng ở trong tôi như ngọn triều cao khiếp nhất. Tôi sẽ chờ đợi ở Hãn một câu nói gì đó khác hơn câu Hãn vẫn dành cho tôi kèm theo cái cốc đầu: Nhỏ, liệu. Nhưng tôi càng muốn chứng tỏ mình lớn bao nhiêu lúc được ra khỏi nhà, lúc đứng trước mặt Hãn, trước mặt bạn bè, thì lúc trở về tôi lại càng thấy mình không thể phồng to lên được trước mặt mẹ tôi, với cái nhìn nghiêm khắc hay nồng nàn yêu mến. Hình như tôi không thể to lớn hơn cái hình ảnh đã được định vị từ bao nhiêu năm trong mắt nhìn lo lắng của bố. Những lúc đó hình như tôi còn mỏng hơn nữa. Mỏng hơn cả chiều dầy của một thân cây ốm o bị xẻ đôi (lời Hãn bình phẩm đấy). Những lúc đó hình như tôi đã thu rút người lại, để hiện nguyên hình một đứa trẻ bị đeo trước ngực cái bằng "nói dối"... "nói láo" to hơn cả cái chiều ngang của ngực mình. Đó là những lúc mà tôi cảm thấy như nước mắt (người bạn thân thiết và dễ thương nhất của tôi) từ đâu đó chạy tới. Nước mắt, cái lợi khí lớn nhất mà tôi có được trong những năm tháng niên thiếu vừa qua đi (những năm tháng trước khi nhắm mắt ngủ phải có hơi mẹ). Nhưng bây giờ đã khác. Làm sao không khác cho được khi tôi mới nói rằng: Tôi đã lớn. Tôi nghiêm chỉnh. Tôi ra dáng... Và do đấy tôi không thể triệt để khai thác cái khả năng thiên phú kia. Dù những ngày vừa chớm hai mươi, tôi đã hiểu thế nào là những giọt nước mắt thầm vụng của một kẻ xa gia đình. Thế nào là buổi chiều cuối năm, khi ngày cúng ông Công tới, tôi còn lầm lũi với những con đường chỉ có gió, bóng cây và sương núi. Tôi khóc một mình, lần đầu tiên vào những ngày cuối năm ấy. Cảnh tượng líu tíu của chị Quyến và mấy đứa con sửa soạn cho buổi cúng tiễn đưa ông Công, cảnh anh Quyến bảo: "Cô Phiến mặc áo dài vào lạy bàn thờ", tuy có thân mật đấy, nhưng tôi vẫn không làm sao hòa nhập được. Trái lại, lời nói kia, vẻ lăng xăng nọ của chị Quyến có thương yêu tôi cách nào thì chị cũng đã có một đời sống riêng để sống. Chị cũng đã có những bổn phận, những công việc, những thú vui và những hân hoan riêng để hưởng thụ hay để đau khổ. Tất cả những thứ đó, dù có muốn, chị Quyến cũng chẳng thể chia xớt cho tôi. Và một vấn đề khác được đặt ra: Liệu tôi có nhận?

Những ngày chớm hai mươi, với phấn trắng, với bầy học trò xinh ngoan như những con búp bê, đã cho tôi hiểu thế nào là nước mắt của những kẻ cô đơn. Chỉ những ai từng xa gia đình mới hiểu được thế nào là những giọt nước mắt những chiều cuối năm. Chỉ ai lìa bỏ cha mẹ đi phương xa cầu thực khi tuổi chớm hai mươi (như tôi) mới hiểu được thế nào là sự cần thiết của một ngôi nhà quen thuộc, một cái bàn, một cái ghế, một cái giường, nơi những năm tháng ấu thơ được ấp ủ, ấm những giấc mơ thần tiên cùng những kỷ niệm không thể có nữa. Rồi những ngày cuối hai mươi, một lần nữa, tôi chợt hiểu thế nào là nước mắt của xúc động khi Hãn tới. Những ngày cuối hai mươi, những ngày mở ra và khép lại ngay sau đấy là dấu giày Hãn bước lên chậm chạp và hung bạo. Những ngày cuối hai mươi, ở thị trấn, được đánh dấu bằng đôi mắt chàng lầm lì trên cao ngó xuống, hay buốt lạnh từ dưới thấp trông lên. Tôi đã khóc trong đêm cuối cùng của những ngày hai mươi. Những giọt nước mắt không còn mang ý nghĩa một trôi đi, một xóa nhòa, khuây lãng. Những giọt nước mắt, lần đầu tiên mang ý nghĩa của một giữ lại, một dấu yêu, một định mệnh khai lối. Nước mắt đã là nước mắt cho người một đời. Trái tim đã là trái tim dành cho kẻ một kiếp, thực sự lớn lên và khác đi sau những giọt nước mắt ấy. Rồi những ngày đầu tiên của tuổi hai mươi mốt, những ngày tôi thẳng thắn ngửa mặt bước ra khỏi bóng tối, tách khỏi hàng ngũ, đứng lên từ lẫn chìm trong hàng ghế đám đông để tiến đến tiền trường của một sân khấu lớn. Thứ sân khấu chỉ dựng lên một lần, cho một người. Ánh sáng đã chói lòa trong từng bước chân đi. Nhục hờn cũng mướt trơn trên sàn gỗ nhẵn. Nhưng mà tôi muốn. Nhưng mà tôi bằng lòng, hân hoan đón nhận. Chỉ vì tôi muốn sống. Tôi thèm lắm, được sống.

Cũng như buổi trưa nay, hai giờ, ra khỏi rạp ciné, thấy nắng vàng hanh trên những thước cỏ xanh non, tôi vịn tay Ngọc, lao chao như vừa trông thấy, một lần thèm cái giây phút của một đời, cái cánh cửa bởi những bước chân dẫn lên của một kiếp. Và sau đó, trong ngôi quán hoắm sâu, trên một chiếc ghế mỏng, tựa bên bức tường đen, tôi đã mặc cho tâm trí mình quay quắt với cái so sánh tương phản bật nhanh trong óc. Tôi không run sợ tháng ngày đang tới. Những tháng ngày không chấm dứt theo mùa mưa. Những tháng ngày sẽ mãi mãi là gió lớn. Tôi nhìn trở lại ánh sáng nơi tiền trường để đi sâu hơn, vững mạnh hơn, vào bóng tối chờn vờn ở đàng sau cánh gà. Có gì mà phải ân hận nhỉ? Khi giữa sân khấu, tôi được mọi người hoan hô (và một số người phỉ nhổ). Phía sau ở hậu trường, đã có cánh tay, đã có ánh mắt để nương theo đó mà bước đến. Tôi bảo Ngọc khi ngồi vào chỗ: "Người ta sống hình như để chờ đợi những cơn mưa nhiều hơn là những ngày nắng". Ngọc ngơ ngác, im lặng. Hãn lờ mờ hiểu được ý tôi. Hãn nói: "Mưa hay nắng trong trường hợp đó cũng chỉ là ý niệm". Ý niệm không nhất thiết phải là trắng hay đen". Anh Các cười rung cái bụng bự góp vào câu chuyện mù mù: "Điều giản dị là hiện tại trước mắt sao không hưởng, nói chuyện vòng vo đâu đâu cho mệt?" Anh Các nói nhưng nhìn Ngọc. Ngọc yên lặng. Hiên thật thà: "Các anh nói chuyện em chả hiểu gì hết". Hãn cười lớn. Chàng đáp: "Làm sao Hiên hiểu khi mà chính những người nói cũng chẳng hiểu họ đã nói gì?" Cả bọn cười ồn ào. Lát sau anh Các nhìn Hiên hỏi giọng nghiêm trang: "Vấn đề của Hiên là đọc thư Lãng chưa? Có thế thôi". Anh ngập ngừng trước khi tiếp… "Và như thế cũng đã là mệt lắm rồi đấy". Hiên cười bằng cánh mũi nhỏ và đôi môi chúm.

Những người vắng mặt lần lượt hiện ra. Đó là những người bạn của cả bọn.

Hãn lần tìm tay tôi dưới gầm bàn. Chàng xiết mạnh. Tôi không đọc được ý nghĩ của Hãn lúc đó, nhưng tôi hiểu mỗi lần Hãn xiết chặt như thế: Hãn muốn hôn tôi. Tôi tựa đầu vào tường, nói nhỏ đủ Hãn nghe: "Coi chừng. Giữa phố xá mà. Anh". Hãn cười cúi mặt. Hãn đem bàn tay tôi lên khỏi gầm bàn. Rồi bất ngờ, thản nhiên Hãn đưa lên môi. Tôi chín nhừ cả người vì ngượng. Hãn bình tĩnh rút thuốc châm lửa hút. Mấy người kia quay đi hướng khác. Chắc họ muốn tránh cho tôi những ngượng ngập, xấu hổ. Nhưng họ làm thế, tôi còn ngượng hơn là họ nhìn thẳng vào hai đứa. Tôi cấu tay Hãn: "Anh làm em sợ". Hãn cười gượng: "Anh thích".

Tới hết bữa ăn, chúng tôi không nói chuyện với nhau một lời nào, mặc dù thỉnh thoảng lại thò tay xuống gầm bàn và tôi lại chìa tay mình cho Hãn nắm lấy. Nếu không đưa tay cho Hãn, lỡ Hãn nắm bừa ngay ở trên mặt bàn còn khổ nữa, báo hại anh Các phải "độc diễn" và nhận được những phụ họa rời rạc của chúng tôi.

Cơn mưa lại xăm xăm trở về với những đám mây mới. Những đám mây xám và dày đặc ở khắp bầu trời. Tôi dựng xe trước cửa. Hiên gom sách vở trong chiếc giá xe, ôm vào ngực và đứng chờ. Màu xanh của chiếc áo dài lướt thướt lụng thụng trên người. Hiên bị gió hất tung. Hiên như nhỏ thêm. Có lẽ con bé đang nín thở không chừng, vì lúc đó ở trong nhà tôi vẳng ra những lời nói lớn. Có ai ngờ được rằng kẻ đi cầu viện phải quay lại trấn an cho chính kẻ mà mình nhờ cậy giúp đỡ. Tôi nói: "Không sao đâu Hiên. Chắc ở nhà chị có khách. Mà có khách là yên trí, sẽ không bị mắng". Hiên cười nụ cười ngơ ngác, vô tội. Lấy dáng điệu tự nhiên như không có chuyện gì quan trọng, tôi bước vào nhà, chỉ Hiên ngồi salon, quơ cho Hiên một cuốn báo mới: "Hiên đọc đi. Chờ chị đi thay quần áo. Đọc xong em nên về nhà ngay, không muộn".

Những tiếng ồn ào trong nhà chợt khựng lại. Vừa để sách lên bàn học tôi đã nghe tiếng hét ở đằng sau:

- A. Con Phiến đây hả?

Tôi nhìn lại. Chị Hồ. Tôi chưa hết kinh ngạc, chị đã liến thoắng:

-Trời ơi. Sao mới có vài năm mà đã trông già dặn thế này? Đi học về phải không? Ai kia? Bạn hả? Sao đang đi dạy lại bỏ về nửa chừng vậy cô?

Tôi choáng váng với những câu hỏi dồn dập của chị Hồ, đồng thời lòng cũng ngập mừng rỡ. Tôi chạy ra với chị. Hai chị em lâu lắm mới được gặp nhau. Chị Hồ là chị của anh Long. Mẹ tôi có tất cả bốn người con gái. Trừ chị Quyến, những người còn lại đều nói nhiều và nói nhanh. Tôi không nghĩ mình cũng nằm trong số còn lại đó. Nhưng có lần Hãn đã bảo tôi nói nhiều và nói nhanh như khiếu. Chàng nói riết một lúc nào đó, tôi cũng dám tin như lời của Hãn lắm. Bây giờ, tôi mới chỉ nói nhanh và nhiều khi ở bên cạnh Hãn mà thôi.

Tôi hỏi:
- Có chuyện gì mà chị về bất ngờ vậy?

Chị Hồ không trả lời và lại nhìn sang Hiên. Hiên đứng dậy, có lẽ Hiên mới chào chị Hồ. Chị Hồ nói:

- Ngồi xuống chơi đi Hiên. Và quay sang tôi mắng liền:

- Bạn cô mời về nhà, chưa nói chuyện gì với người ta đã dúi cho người ta cuốn báo bảo đọc xong rồi về.

Tôi nháy mắt Hiên, Hiên lúng túng lí nhí:
- Chị mặc em. Em với chị Phiến mà...

- Xa lạ gì cũng vậy. Thế đâu có được. Vào nhà rót nước đi. Hỏi cô ấy có uống nước đá không, lấy cho cô ấy.

Nói thêm một hơi, chừng cho rằng như thế đã tạm đủ thành một bài học về phép lịch sự dành cho tôi sau bao năm xa cách, chị Hồ mới trở lại với tôi:

- Anh bị đổi đi em ạ. Chị về báo cho bố mẹ hay. Với lại xem có thể chạy chọt gì được không.

Và thế là tôi bị túm lấy, để phải nghe chuyện anh Hồ bị đổi đi xa làm sao, bất ngờ như thế nào. Chị nghi ngờ ai là người ám hại anh Hồ. Rồi những khó khăn rắc rối biết cơ man nào mà kể, nếu anh Hồ phải đi nơi khác. Các cháu còn nhỏ. Học hành, trường lớp dở dang v.v... Tôi chỉ biết cười trừ, chịu trận.

Đợi cho nguồn cơn trong chị tạm lắng xuống, tôi nói:

- Chị phải từ từ. Chị bảo em lấy nước cho Hiên mà chị bắt em đứng thế này làm sao em đi được.

Chừng đó, như chợt nhớ, chị Hồ cười, phát liên tiếp mấy cái lên vai tôi, bảo Hiên, chữa ngượng:

- Tại hai chị em lâu quá mới gặp nhau, Hiên à.

Hiên tròn xoe mắt, chẳng hiểu đầu đuôi sao, cũng toe miệng cười.

- Thôi đi lấy nước mau đi. Hiên uống nước đá cho mát.

Hiên lại lúng túng. Con bé thật buồn cười. Hình như nó không dám có ý kiến riêng một khi người lớn đã có ý kiến.

Chị Hồ tiếp tục câu chuyện còn dở dang với mẹ. Thay đồ thật mau, tôi ra bảo Hiên:

- Đọc được gì không? Hiên lắc đầu. Tôi làm dấu bảo. Thôi Hiên về được rồi đấy.

- Chị bảo em về hả? Hiên hỏi lại. Tôi khoèo chân con nhỏ. Như vậy là êm xuôi hết rồi, không sao cả. Hiên cười:

- Thế em về nha.

- Ừ. Mau đi kẻo ở nhà trông.

Hiên tỏ ý muốn chào mọi người, tôi lắc đầu bảo không sao hết, cứ việc về rồi tôi sẽ nói lại. Tiễn Hiên ra cửa, đứng nhìn theo bỗng lòng tôi quặn thắt nỗi xót xa lạ lẫm. Có phải Hiên đã là hình ảnh của tôi, những ngày trước khi bước chân vào đời sống? Tôi không nghĩ đã tìm thấy mình những ngày niên thiếu nơi Hiên, nhưng rõ ràng ở Hiên có một cái gì tôi đã mất. Một cái gì phảng phất hình bóng tôi những ngày xưa cũ. Tôi nhớ Hãn. Chắc Hãn đã trở về nhà với anh Các hoặc hai người lại kéo nhau đi ngồi quán tiếp.

Hiên chưa ra khỏi ngõ thì anh Hữu tới. Anh Hữu bước vội vã. Có lẽ anh hay tin chị Hồ về. Tôi sợ gặp anh Hữu dù đó là điều không thể tránh. Anh Hữu biết phong phanh chuyện tôi và Hãn. Hơn lúc nào hết, tôi mong trời mưa. Hãy mưa. Hỡi người bạn thân thiết nhất của bao nhiêu mùa đời tôi, quạnh quẽ.

*

Trời mây đen ở phía cuối thành phố, hai ngọn tháp chuông cao lên thành một vạch đậm. Tôi thả những bước chân mệt mỏi, rã rời xuống tam cấp. Người gác dan chỉ chờ đợi tôi đứng dậy để khóa cửa. Tôi là người cuối cùng trong buổi chiều nay rời khỏi thư viện. Hãn vẫn chưa tới. Sự chờ đợi với những giờ hẹn kéo dài như cao su của chàng, đã khiến tôi quen thuộc và không còn thấy nôn nao, sốt ruột nữa. Bao giờ cũng thế, đúng hơn, trừ những buổi hẹn đầu tiên, Hãn luôn có những công việc bất thường, với những bất thường ở ngoài công việc, những bất thường mà tôi nghĩ có liên quan tới gia đình, tới đời sống riêng của Hãn. Đời sống riêng, mấy chữ này chỉ cần vang âm yếu ớt trong lòng, cũng đã đủ cho tôi cảm giác bùi ngùi. Đó là cái phần duy nhất mà chẳng bao giờ tôi muốn đụng tới. Chúng tôi yêu nhau bao lâu, trong sự tôn trọng niềm im lặng bí mật (có thể chẳng bí mật chút nào) những đời sống mà Hãn không muốn hé mở. Hẳn là tôi cũng có quyền được biết tới những phần đời riêng kia. Những phần đời gắn liền với Hãn như một cơ quan nào đó, trên thân thể Hãn. Nhưng tôi đã tự tạo cho mình cái thái độ lạnh lùng và thản nhiên trước những thứ đó. Có cần thiết lắm chăng? Có quan trọng lắm chăng? Sự đòi hỏi biết rõ? Riêng tôi thì không. Rất thật tình, tôi chưa hề cảm thấy đó là một cần thiết, phải có trong tình yêu hai đứa. Mặc dù với những người con gái khác, thì đó lại là cái gì khá hấp dẫn và khó có thể nằm bên ngoài trí tò mò của họ.

Có tiếng gọi và bước chân mau phía sau lưng. Tôi ngừng bước giữa tam cấp. Hiên hiện ra. Nụ cười cũng bé nhỏ như khuôn mặt và vóc dáng. Với tấm phông phía sau lưng là khoảng tối của tòa nhà, Hiên nổi lên trong màu áo xanh nhạt, như một con chim sâu rụt rè. Tôi nói:

- Gì thế Hiên?

- Chị chờ em về với.

- Tưởng Hiên về rồi?

- Không em học ở giảng đường hai.

- Có giờ sao?

- Chỉ có hai giờ đầu thôi. Hiên vừa nói vừa bước xuống ngang tôi. Cô nhỏ tiếp: Hai giờ sau chẳng biết làm gì, giảng đường lại trống, em ngồi lại.

Tôi hỏi sao không vào thư viện. Hiên đáp, thư viện không còn chỗ và thêm:

- Chiều này anh Hãn không đến đón chị à?

Tôi nhìn bầu trời đang xuống thấp. Không khí nặng đặc, mây đen sững im cùng cây cỏ đã bắt đầu nhá nhem:

- Anh Hãn có hẹn, nhưng chưa thấy. Chắc anh Hãn bận.

Tôi vừa nói dứt câu thì Hãn tới. Chàng có vẻ một học trò ngoan với áo trắng và quần sẫm.

Hiên reo:
- Hên quá.

- Gì vậy? Hãn nói. Hiên và cái nụ cười tít của Hiên khiến tôi đoán được điều đang nẩy mầm trong óc cô bé. Tôi nói đỡ:
- Bò viên?

Hiên gật đầu. Tôi bồi thêm:
- Trời này không ăn bò viên cũng uổng!

Hãn nhìn chúng tôi gật gật. Tôi trao chìa khóa xe cho chàng.

Cơn mưa mỗi lúc một tới gần. Hãn ngoái cổ nói nhỏ với tôi ở sau xe, Hãn không có đủ tiền. Sợ thiếu. Tôi gật đầu. Em có. Một thoáng, chúng tôi đã ra khỏi trường, trôi lẫn vào dòng người. Ngồi sau xe, tôi hát nhỏ những lời mà chính tôi cũng không biết rõ. Trong lúc đợi Hãn, tôi thấy có nhiều điều cần phải nói ngay, nhưng rồi sao tôi không nói được. Hình như tất cả những điều định kể kia đã lắng chìm và khuất đi ở một góc nào đó, trong tâm trí. Lúc này tôi chỉ còn thấy bầu trời đang vương vất một cơn mưa và chàng đang ở trong tầm tay tôi. Tôi áp má vào lưng Hãn. Mùi hơi quen thuộc. Mùi hơi quyến rũ, và buồn. Luôn luôn cùng lúc với cảm giác ngây ngất ở bên cạnh Hãn, với một ngực thở chứa chan "mùi của Hãn" là một cảm giác gì đó, khang khác. Cái cảm giác giống như buồn buồn, mà chưa hẳn là buồn. Cái cảm giác như dấy lên từ một tiềm thức mơ hồ về sự mong manh của một gần gũi ngắn, mà sự chia tay thì đã thấp thoáng ở phía trước.

Hiên chạy xe song song, nhìn tôi và luôn miệng cười. Hiên không học cùng ban với tôi. Cô bé học ban Anh văn, năm thứ nhất Hiên nhỏ quá. Hãn ưa nói với tôi như vậy, mỗi khi muốn mở đầu một câu chuyện gì về cô bé, hay để khỏi trả lời, hoặc thay cho câu trả lời một mẩu chuyện của Hiên, do tôi kể lại. Quả thực Hiên còn quá nhỏ. Người Hiên thẳng băng từ trên xuống dưới, người mỏng dính và khô đét. Trông Hiên chỉ chừng mười lăm mười sáu là cùng. Ấy thế, Hãn cứ muốn bầu tôi là người xứng đáng nhất đại diện cho hãng tăm tre. Có lần chàng còn ví tôi với cây chanh cốm. Những ý nghĩ này khiến tôi quay nhìn Hiên và cười với cô bé. Hiên cười lại. Nụ cười thật thơ ngây. Chắc Hiên không thể đoán được câu nói trong óc tôi: chị thích Hiên lắm. Vì có Hiên ở bên cạnh, chị thấy ít ra chị cũng còn có da thịt. Hãn vụt phóng xe chạy nhanh. Tôi nhận ra buổi chiều nay, ở Hãn có điều gì không bình thường. Hình như Hãn đang có những lo nghĩ hoặc bứt rứt về một điều gì đó. Tôi miết những ngón tay trên lưng Hãn và ngước mắt chờ đợi Hãn quay lại (như chàng thường làm).

Hiên cũng ráng phóng xe theo. Hiên bảo:

- Anh Hãn hôm nay tính làm "cua rơ" sao đây?

Hãn quay sang Hiên:

- Thử xem tài chạy xe của Hiên tới đâu. Xem có bằng cô nhỏ của tôi không?

Hãn vòng tay ra sau, vỗ vỗ lên đầu tôi:

- Anh này chạy xe là khiếp lắm đấy.

Hiên le lưỡi. Tôi cấu chàng. Hiên vọt lên trước. Tôi bảo Hãn:

- Hôm nay anh không vui?

Hãn bớt ga:

- Sao em nói vậy?

- Thấy chạy xe thì biết.

Tôi không nhìn được nét mặt Hãn. Nhưng những giây phút im lặng kéo theo sau câu hỏi cho tôi cảm tưởng đã đoán đúng.

VỚI NHAU, MỘT NGÀY NÀO

- Không. Có chuyện gì đâu. Hãn ngập ngừng. Có thể tại trong người anh hôm nay không được khỏe.

Chúng tôi tránh nhắc chuyện ấy cho tới khi đến địa điểm. Đây là một khu vực tập trung khá đầy đủ hàng quán. Hãn đề nghị đổi chương trình, thay vì ăn bò viên, đi uống cà phê. Tôi hỏi Hiên có đói bụng không? Hiên lắc đầu. Tôi nói lớn cho cả hai người nghe:

- Đồng ý. Cà phê.

Quán vắng. Chúng tôi được ngồi chiếc bàn cũ, vừa lúc băng nhạc quay tới bài Trương Chi của Văn Cao. Tôi tựa lưng vào tường, ngửa mặt lên và khép hờ đôi mắt mỏi. Tôi nghe loáng thoáng bên tai, chàng gọi nước ngọt cho tôi và hỏi Hiên uống gì. Lúc bản nhạc dứt tôi mở mắt và chợt thấy những miếng mây xanh hiện ra phía trên của vòm lá vú sữa. Hãn nắm tay tôi:

- Em mệt?

Tôi lắc đầu, nhìn sâu vào mắt Hãn. Hãn cúi xuống và bất thần xiết chặt mấy ngón tay tôi. Tôi mím môi chịu. Hãn mấp máy: Anh yêu em.

Tôi thở hắt và nhìn Hiên đang nghịch ly nước với chiếc ống hút. Tôi tìm lại được niềm vui bất ngờ như thể trong lòng tôi một bình minh bỗng hực sáng. Tôi nói chuyện với Hiên về Bình và Lãng. Cũng như Hãn, tôi biết Hiên thích Lãng hơn

Bình. Nhưng Lãng thì lại chẳng một chút chú ý nào dành cho Hiên. Lãng đang có người yêu. Đó là điều mà cả hai đều muốn dấu, không cho Hiên biết. Trong khi Bình lại ra mặt thích Hiên và săn đón Hiên một cách quá đáng. Tôi muốn nói với Hiên cái ý nghĩ thực của tôi về Bình. Bình quá già so với Hiên (mặc dù tuổi tác không giữ một yếu tố quan trọng nào trong tình yêu). Nhất là Bình nhà quê quá đi. Bình có nét mặt của một ông già mới ra tỉnh lần đầu, và những dáng điệu bắt chước kịch cợm của mấy anh hề, chuyên chọc cười khán giả dễ tính. Nhưng biết đâu... Phải biết đâu đấy. Bởi Hiên còn nhỏ. Một lần Hiên tâm sự với tôi: Sao em nói chuyện với ai một hồi rồi em cũng có cảm tưởng như muốn thương người đó chị ạ. Và đó chính là điểm mà tôi hy vọng rằng cuối cùng rồi Bình sẽ đạt tới điều anh ta muốn. Tôi bịa chuyện Bình gởi lời thăm Hiên, để thấy nét mặt Hiên lúng túng, mắc cỡ và sung sướng. Hãn nhìn tôi nghiêm khắc. Có lẽ Hãn không muốn tôi đùa cợt như thế. Tôi đặt tay lên đùi Hãn thay cho lời xin lỗi. Hãn hất hàm:

-Em uống nước đi.

Tôi nhấp môi nhưng không uống, Hãn hỏi thăm gia đình tôi. Nhất là anh Hữu. Tôi có hai người anh, Hãn chưa gặp mặt cả hai người một lần nào nhưng chúng tôi thường nói chuyện về những người vắng mặt ấy rất thường, tôi yên trí họ có quen biết và hiểu khá rõ về nhau. Hãn có vẻ chú trọng tới anh Hữu, người anh lớn nhất của tôi. Anh Hữu đã trên bốn mươi. Anh có một đời sống tình cảm khá lôi thôi. Phải chăng vì thế mà Hãn ưa tra hỏi về anh. Những câu hỏi liên tiếp của Hãn khiến tôi nhớ lại những điều tôi đã định bụng nói với chàng lúc còn ngồi trong thư viện. Bây giờ nhớ lại. Nhớ lại tất cả, đầy đủ. Tôi nhớ lại vẻ mặt cùng những lời nói xẵng của mẹ tôi tối hôm trước, khi hai mẹ con ngồi vào bàn ăn. Trước đấy, mẹ tôi đã nói bóng nói gió xa xôi, như để cho tôi hiểu bà đã biết hết chuyện tôi và Hãn rồi. Tôi hiểu mẹ tôi chỉ chờ đợi tôi lên tiếng về việc đó, để có cơ hội nói thẳng với tôi những ý nghĩ thực của bà. Những ý nghĩ hay những lời cảnh giác đoán trước không sáng sủa hoặc thiện cảm là bao. Trong khi tôi lại không muốn nói một điều gì, một lời nào về chuyện đó. Tôi biết mẹ tôi không thể chấp nhận hay không thể thông cảm một chút nhỏ nhoi nào với những gì tôi nghĩ về chuyện yêu Hãn. Tôi cho là rất hiếm có được sự tương đồng ý kiến giữa một đứa con gái khi mà đứa con gái tự chọn cho nó một người yêu. Sự hoan hỉ của một người mẹ trong trường hợp này, tôi thấy nó cũng hiếm hoi như nụ cười trên môi một ông thầy khó tính dành cho một đứa học trò ngỗ nghịch. Tôi muốn nói với Hãn rằng, mẹ đã biết phong thanh chuyện của chúng mình. Tôi muốn nói với Hãn những gì chúng ta dự trù trong những ngày tháng trước đây, đang trên đường đi tới. Tôi chỉ muốn nói để Hãn biết trước và không ngạc nhiên nếu có chuyện gì, bất cứ, xảy đến với Hãn từ phía gia đình tôi. Nhưng tôi lại ngần ngại. Tôi sợ chàng sẽ lo lắng và áy náy. Cho tôi. Phải, cho tôi chứ không phải Hãn. Bình thường Hãn rất điềm đạm và từ tốn, nhưng nếu có một chuyện gì xảy đến cho tôi, Hãn lại tỏ vẻ hốt hoảng và băn khoăn đến độ tôi phải đóng vai người trấn tĩnh Hãn. Tuy nhiên loay hoay rồi cuối cùng cũng nói. Làm như những điều đã định nói với Hãn thì không có cách nào tôi giữ mãi lấy trong đầu được, có điều, tôi nói rằng mẹ tôi buồn chuyện gì đó. Một chuyện gì khác, chứ không phải của hai đứa. Nhưng Hãn vẫn nói dồn và bắt tôi phải trả lời những tia nhìn soi mói dữ tợn. Tôi giữ lấy tay Hãn trong hai bàn tay tôi lạnh ngắt. Tôi bảo:

- Anh yên tâm, không có chuyện gì hết đối với em.

Gió thốc tới, xát những chiếc lá khô lên nền xi măng, nghe ê ê da thịt. Bụi tung cao tuy rằng không thể nhìn rõ vì trời đã muốn tối. Ngọn đèn vuông ngoài cửa quán bật sáng. Chúng tôi đứng dậy. Hãn bảo:

- Em nên về sớm. Có lẽ chúng ta phải bớt gặp nhau cho mẹ đừng nghi ngờ.

Tôi cười buồn và nghe thân thể mình nhớp nháp mồ hôi. Vuốt lại mái tóc, bảo Hiên:

- Về nghe. Hiên gật đầu hỏi tôi mai có đi học không? Tôi đáp không có giờ nhưng tôi sẽ đến thư viện. Hiên trả lời rằng em sẽ tìm chị ở đấy. Hãn nhìn Hiên cười. Nụ cười chàng như ngầm nhắc lại câu nói cũ: Hiên nhỏ quá. Người đâu mà bé đến thế. Hiên gật dầu lí nhí chào. Tôi nói lớn:

- Thôi về mau kẻo mẹ mong. Hiên cười ròn rã. Tiếng cười tỏa ra chung quanh trộn vào bóng tối và khoảng không gian chứa đầy hơi nước ấm ức, một chút gì thơ ngây và thanh khiết. Hãn nói: Hiên nhỏ quá. Tôi nhìn theo Hiên mất hút với chiếc PC lao chao, xong quay lại:

- Còn em thì lớn quá?

Hãn lắc đầu:

- Em cũng vậy. Bé như cái kẹo.

Tôi leo lên yên xe phía sau và áp mặt vào lưng chàng. Hãn rồ xe. Tiếng máy nổ nghe quen và vang xa, như điệp khúc của một bài hát cũ được hát ở một "tông" cao nhất. Tôi không muốn nghĩ gì tới ngày mai. Tôi cũng không muốn Hãn nghĩ tới cái tương lai gần, thật gần đó. Từ ngày yêu Hãn, tôi chỉ còn biết một điều: Hiện tại, hiện tại, thật ý nghĩa, thật đáng sống với chàng bên cạnh. Gió từ đâu lại thốc tới. Vài hạt mưa bất chợt hắt vào mặt tôi bụi bặm. Tôi nói như reo:

- Mưa đó. Anh.

Hãn trả lời bằng một giọng xa ngái, một giọng nào khác, như không phải của Hãn:

- Ừ. Phải chạy mau mới được.

Tôi mím môi, và ở sau lưng, chắc chắn Hãn không thể nghĩ, tôi đang muốn khóc.

*

Cơn mưa đánh thức tôi dậy vào lúc năm giờ sáng. Đầu óc tôi trĩu nặng và thân thể nhừ mỏi. Tôi mở mắt, lắng nghe những tiếng động chung quanh. Tất cả mọi người còn ngủ say. Bên cạnh, mẹ tôi vẫn thở những hơi thở điều hòa. Trong giấc ngủ, trông mặt bà đỡ già hơn, tuy những nếp nhăn xô lệch cả về một phía. Bây giờ tôi mới bắt gặp tiếng mưa trên mái ngói và tiếng nước chảy rầm rì trong không khí. Tôi lắng nghe hết tâm hồn mình nhưng không nhận được đích xác. Có thể đó là mùi mưa.

Mùi mưa. Tôi cười một mình trong bóng tối. Mưa làm sao có mùi. Nhưng rõ ràng, thật nghiêm chỉnh, quả tôi có cảm thấy một mùi gì đó, lạ lắm, trong lượng không khí hít vào phổi. Có thể cơn mưa đã kéo xuống đất những xác lá trên mái nhà, những rêu bám và xác chết khô của những con vật không chịu đựng nổi mùa nắng gắt vừa qua.

VỚI NHAU, MỘT NGÀY NÀO

Những ngày đợi mưa, như đợi một cái gì thật âm thầm và mãnh liệt. Những ngày đợi mưa, như kẻ giang hồ tù túng bao năm chờ đợi một tiếng gọi bí mật. Một tiếng gọi lên đường. Một tiếng gọi huyền hoặc từ trời cao phả xuống. Những ngày đợi như thân thể và cả tâm hồn tôi khô rang. Tới độ tôi nghĩ chỉ cần một que diêm nhỏ dí vào cũng có thể bùng lên, phụt cháy dữ dội và tàn bạo. Ôi, một que diêm, một ngọn lửa. Những ngày đợi mưa, là những ngày mà cái ý tưởng mình sẽ cháy rụi, sẽ thành than tro cứ luẩn quẩn hoài trong đầu óc. Tôi biết, chỉ cần một que diêm, tất cả sẽ xong. Tất cả sẽ không còn gì để phải lo nghĩ, phải dằn vặt đau đớn nữa. Tôi muốn cháy nhanh đời sống mình trong phút giây, cũng như ngọn lửa đã sáng bừng đời tôi, những ngày đầu tiên của tình yêu Hãn rực rỡ, mù lòa.

Bây giờ tôi đã qua khỏi. Cơm mưa đã tưới tôi thoát ngoài cái chết lởn vởn, cận kề. Cơn mưa như đã đem tôi đi, tới một miền thân yêu nào đó. Một nơi chốn thật quen thuộc. Nơi chốn của yêu thương. Nơi chốn của hò hẹn, của hy vọng, của thời gian, xanh, của ngày tháng, hồng, của không gian, trắng.

Và phải chăng, giữa sự sống khắc khoải trong những ngày tháng qua, và cơn mưa đã có một liên hệ sinh tử nào đó, cho nên ngay khi giọt mưa đầu tiên rớt xuống, tôi đã tỉnh lại. Tôi đã hồi sinh. Thật quá đáng nếu nói những hạt mưa kia đã mang theo nó một phép thuật nhiệm mầu cứu sống tôi.

Nhưng đó là sự thật. Một sự thực, như đêm qua, khi chia tay Hãn, tôi đã chỉ còn có một điều để đem về nhà: Chết. Sự thực như đêm qua, tại bàn học, tôi đã ngước mặt nhìn mẹ tôi khi bà đem đến cho tôi một ly chè, và nước mắt tôi đã ròng ròng chảy xuống. Lạ lùng thay lúc sát kề với cái chết lại là lúc đầu óc tôi rất tỉnh táo. Tất cả dĩ vãng lần lượt trở lại từng bước, từng bước chậm chạp, rõ ràng. Tôi nhớ lại ngôi nhà tôi đã được sinh ra. Tôi nhớ lại con đê vắt ngang làng. Con đê ngăn nước sông Hồng vào những ngày lũ lớn. Tôi nhớ lại vườn cây, và đặc biệt vườn cây nhà tôi không có lấy một cây nhãn. Mặc dù quê hương tôi là nơi nổi tiếng với nhãn lồng. Tôi nhớ lại ngày di cư, khi mẹ tôi ẵm tôi trên tay, lên máy bay vào Nam. Tôi nhớ lại những ngày mới lớn ở giữa rừng cao su Phú Thọ. Những trưa leo lên bờ tường hoang phế, theo Ích đi bắn chim, bắn thần lằn, bắt rắn mối. Những con rắn có gai ở trên sống lưng và có thể chuyển màu da thành những màu tiệp với cỏ cây hay gỗ mục.

Tôi nhớ lại ngôi trường tôi đã học. Những ngày trên bậc thềm trung học là những ngày anh Hữu bắt đầu tỏ dấu không kham nổi đời sống gia đình, và đó cũng là những ngày mẹ tôi nghi ngờ nhưng không dám nói ra: Anh Hữu đã ăn nằm với chị Liên, con nuôi của mẹ từ nhỏ. Đó là những ngày chị Liên lặng lẽ rời khỏi gia đình để bắt đầu một đời sống khác. Một đời sống mà tất cả mọi người trong gia đình đều mù tịt. Nó cũng mù tịt như cái thai trong bụng chị mỗi lúc một to… Một hôm tình cờ mẹ tôi gặp chị trên đường, chị đã khóc, ôm lấy người mà năn nỉ bà đừng bắt chị phải nói tên cha cái bào thai. Đó cũng là những ngày mà cô giáo Trí gieo vào đầu óc tôi cái quan niệm không nên có chồng, cùng với một tình yêu nồng nàn, lãng mạn dành cho Chinh Phụ Ngâm Khúc. Ôi, người nữ trong tác phẩm này mới đẹp biết bao. Tôi nhớ lại cả những điều mà suốt bao năm qua tôi đã khuấy quên. Lần lượt những gương mặt của những người ruột thịt hiện ra, đầy đủ. Từ chị Kim ở Ban Mê Thuột, tới anh Bằng và chị Xuân ở Qui Nhơn. Cuối cùng là hình ảnh Ích. Ích mới mười bảy tuổi ở một xó xỉnh nào đó, trong một trung tâm huấn luyện mà tôi không hề biết tới. Ích có tấm thân lẻo khẻo như một cây lép. Ích với lá thư để lại cho mẹ tôi, nói về quyết định tình nguyện đi lính, không lý do, khi chưa đến tuổi.

Có lẽ Ích luôn luôn là cái hình ảnh ở với tôi nhiều nhất, vì Ích là đứa em sát tôi. Hai chị em gần gũi nhau nhiều hơn bất cứ ai khác. Bởi kịp khi chúng tôi lớn lên thì các anh các chị tôi đã sớm tự chọn lấy cho họ một lối thoát, một ngách chui khỏi ngôi nhà. Gia đình có phải là một nhà tù? Không, tôi không thấy thế, dù tôi không thường xuyên thấy yêu mến. Và mỗi kẻ hoặc xấu hổ hoặc kiêu hãnh với chọn lựa của mình, họ đã sống trong cái vỏ bao kín mít. Những che đậy, những dấu kín lâu dần đẩy chúng tôi xa nhau thêm. Tình anh em càng nhạt và điều đáng nói là hình như chẳng một ai mong nó đậm đà hơn, ngay cả tôi. Bây giờ chỉ còn một mình tôi trong ngôi nhà này. Người bạn nhỏ thân nhất của một thời ấu thơ lang thang, đen cháy cũng đã rời khỏi gia đình. Người bạn nhỏ, nghĩ tới nó, sao tôi buồn quá. Tôi cho những anh lớn chị lớn trong gia đình phải chịu trách nhiệm về sự ra đi của Ích. Tôi muốn nói nó cô đơn. Tôi muốn nói đời sống gia đình tôi, những rời rạc kia, những xa lạ nọ đã khiến cho nó thấy nó cô quạnh, nó không nơi bám víu. Như thế tới lúc nào đó, nó phải lên đường. Mọi lên đường đều mang ý nghĩa tích cực nhất, của hy vọng và biểu lộ cụ thể những khát khao kiếm tìm sự sống gần với mơ ước.

Mưa mạnh hơn. Gió quạt qua khe cửa, thốc tới cuối ngõ rồi như ngược trở lại với những tiếng dội đập dữ dội. Gió chạy qua người tôi, hơi lạnh làm nóng bừng thân thể.

Tôi tung người dậy, chạy ào ra phía cửa. Hình như tiềm thức hay mệnh lệnh nào đó ở trong tôi đã sai khiến tôi đuổi chạy theo cơn gió. Tôi mỉm cười. Cười mãi một mình. Mưa. Mưa. Mưa. Tôi kêu nhỏ trong miệng. Mưa. Mưa. Mưa. Tôi nhói đau như gọi tên chàng giữa cơn yêu dấu, giữa cái khoảng chân không với thời gian, đứng, không gian, nghiêng và tôi thì như bị mất hút không chút dấu vết ở trong chàng…

Trời chưa sáng hẳn. Cơn mưa đã dịu lại nhưng bầu trời còn bị trùm bởi màn mưa mờ đục. Tôi vừa chạy xe vừa hát, "Em đến thăm anh một chiều mưa". Nếu có ai nhìn thấy tôi trong cơn mưa sớm này, chắc họ sẽ phải thầm nói: Con điên!

- Điên. Tôi nói thành tiếng và cười vang dọc khu phố.

Em sung sướng. Em hân hoan. Em yêu đời. Anh biết không? Anh đang ở đâu, làm gì giờ này. Hình như những lúc phải xa nhau mới chính là những lúc chúng ta được sống nhiều nhất và thực nhất cho tình yêu của mình. Anh cười phải không. Anh sẽ nói: Điều này lạ quá! Phải xét lại… Nhưng mà thực, thực đấy anh. Em cảm thấy vậy. Cảm thấy mà là thực. Đúng là lý luận của đàn bà. Phải không anh, mà anh, đừng cười em chứ. Kéo nỗi hân hoan không mặt mũi, tôi chạy vòng vòng khắp thành phố. Mưa đưa tôi đi, gió gọi tôi ở phía trước, khắp các ngã đường. Cây ở lại sau. Tôi chạy, chạy mãi cho tới lúc cơn mưa chỉ còn là những hạt bụi phấn li ti mỏng.

Thành phố với những con đường ngày càng mất đi bóng cây. Người ta nhân danh tiện nghi để hủy diệt bóng mát. Cái nhân danh nghe… tiến bộ. Nhưng mà thôi, biết làm sao hơn. Nhớ một lần nói chuyện với chàng về những thân cây bị đốn, tôi có bảo: Mai kia nếu có quyền, em sẽ trồng lại. Khắp nơi. Mọi ngã đường. Và Hãn đùa: Có cho trồng lại anh? Tôi lắc đầu đáp nhanh: Không. Trồng lại anh làm gì? Tại sao? Bởi có muốn dựng lại anh cũng chẳng được, hơn nữa, khi ấy anh đã tan rồi.

- Tan đi đâu?

- Ở trong em. Anh tin không?

- Tin, một phần nào thôi. Tại sao lại chỉ một phần.

Hãn cười: Vì một phần anh còn phải hỏi lại anh khi ấy xem đã tan hết chưa, hay vẫn còn một phần? Ở đâu? Nơi những ngọn cây mà em sẽ trồng đó.

Chúng tôi thường có những lúc nói chuyện "cù cưa" như vậy. Chúng tôi có vẻ hợp nhau trong lối nói chuyện này. Như một lần khi không tôi hỏi Hãn: Lúc chết anh muốn điều gì? Hãn đáp: Muốn em còn sống và khi đưa anh đến nghĩa trang em không được khóc. Em phải cười. Tôi ngạc nhiên hỏi tại sao? Tại như vậy mới đúng với lòng em, vì anh chết em là người mừng hơn ai hết, không còn ai hành em nữa. Tôi bảo tôi thì khác. Lúc em chết, anh mà còn sống em bắt anh phải cúng em hàng ngày. Hăn hỏi để làm chi vậy? Tôi đáp: để anh không thể nào quên được em. Hăn nói nếu vậy sẽ có ngày tôi sống lại. Tôi ngạc nhiên. Hăn nói để anh chết thay cho em.

*

Tôi vào trường khi cơn mưa tạnh hẳn. Trường vắng hoe. Hai xe nước đá ở hai bên góc mới bắt đầu bày ra. Trong sân lác đác một vài sinh viên.

Tôi chạy xe vòng sau lưng tòa nhà chính. Lúc lên bậc cấp, tôi tự cho phép mình ngồi xuống bệ gạch. Từ chỗ ngồi này tôi có thể nhìn qua hàng rào sắt, thấy thật rõ con đường nằm ngoài hàng rào. Những thân me với tàn lá oằn xuống. Những hạt mưa trĩu trên những bụng lá lăn tăn, màu xanh non như cốm và những hạt mưa thì như những hạt lựu, hay hạt thủy tinh. Mỗi cơn gió tới, lại giật xuống một loạt. Tạo thành tiếng rào rào, cùng với những phiến lá non rơi lả tả. Buổi sáng, mặt đường trong và sạch bóng, như mặt người vừa mới được rửa sạch bằng xà phòng. Bất giác tôi đưa tay lên xoa mặt mình. Bàn tay hay da mặt tôi? Lạnh buốt. Cánh tay ngừng lại ngang mũi, ngang mặt. Mùi thịt da tôi lạ. Tôi không còn nhận ra mùi thịt da tôi nữa. Hình như mùi hơi chàng đã phảng phất hay đã trộn lẫn vào tôi. Tôi hít mạnh một hơi, và vươn vai đứng dậy. Tôi thả bộ ra ngoài cổng trường. Hiên trên chiếc PC như một niềm vui lóe lên. Tôi túm lấy Hiên mà không biết để làm gì. Hiên bảo:

- Cho em gửi xe đã.

Tôi lững thững trở vào. Bầu trời dần dần cao lên. Nắng làm tan những đám mây cuối cùng mang hơi nước.

Tôi rủ Hiên vào Hội quán. Hiên nép vào tôi. Hai thân hình quá mỏng, như một cành khô được chẻ làm đôi và có chung một nỗi phiền muộn. Tôi nói:

- Đêm mưa em biết không?

Hiên lắc đầu, và sau đấy, tôi thấy như mình có một vẻ gì khác thường khiến Hiên lo sợ. Qua ánh mắt Hiên ngơ ngác, tôi đoán đọc được những ý nghĩ bất ngờ đó nơi Hiên.

Chuông reo vào lớp. Những bước chân chạy rộn khắp các ngã hành lang và trên các cầu thang dẫn lên lầu cao. Chuông reo lần thứ hai. Hãn hút theo cơn mưa đã tan đi ở cuối đường. Hãn không tới.

*

VỚI NHAU, MỘT NGÀY NÀO

Tôi không còn đủ kiên nhẫn đợi chờ. Và đồng jeton đã rơi xuống đáy hộp. Tiếng động khô, lạnh vang lên. Đầu dây có tiếng Hãn thốt kêu "Nhỏ". Tôi lặng người tận hưởng cảm giác do tiếng kêu kia lan chạy đi khắp thân thể. Tôi nghe nóng dần, nhất là hai bên má và ở ngực. Tôi thều thào như kẻ sắp trút hết hơi thở "Anh, em yêu anh" và chợt thấy quả đó là câu nói cuối cùng của đời tôi nếu đến phút lìa đời tôi còn được phép chọn lựa để nói một lời cuối. Tôi tựa lưng vào vách phòng điện thoại cũng có vài giây trước khi ra khỏi bưu điện. Công viên cũng mang một vẻ mặt mới. Sạch sẽ, sáng láng. Quả thật mưa là một cái gì tuyệt vời và thú vị. Tôi nói với pho tượng chênh vênh trên một trụ cao, nằm ngay giữa đám cỏ xanh mới nhú. Chẳng bao giờ tôi nghĩ hẹn nhau ở nhà thờ là một điều tội lỗi, nhất là đối với Chúa. Nhưng sáng nay, tôi chợt thấy như có một cái gì không ổn. Những ngọn nến cháy trong từng góc giáo đường. Những chiếc bóng quỳ lặng lẽ. Trời còn quá sớm cho những ăn năn và hối lỗi. Tôi vội trở ra, bởi tự cho lòng mình không thể tinh khiết hơn. Cơn mưa đã đem đi khỏi tâm hồn tôi những vẩn đục, những u tối của ngày tháng. Hôm nay, bây giờ, quả thực tôi mới sống. Tôi hồi sinh. Tôi bắt đầu lại. Tình yêu đã làm mới chúng ta, luôn luôn. Phải thế không anh? Nếu không, có lẽ tình yêu đã chẳng còn lý do tồn tại. Anh không thể yêu em, như anh đã yêu những người con gái khác. Chắc chắn em phải là một cái gì mới hơn, những gì anh đã có. Ngay cả cái mơ hồ nhất là tình yêu nơi anh.

Hãn đến sau đấy khoảng hai mươi phút. Chúng tôi tới ngôi quán có cửa kính mở ra hai ba mặt phố. Những thân cây sót lại trên đoạn đường như còn giữ được cơn mưa và buổi sáng cái ướt át tinh khôi. Chúng tôi hôn nhau thật vội ở góc cột, trước khi người bồi tới hỏi uống gì. Nụ hôn của Hãn cho tôi cảm tưởng cơn mưa đêm qua, một lần nữa, bắt đầu lại, ở riêng, trong tôi. Mưa xót xa, không hiểu sao, bỗng dưng tôi liên tưởng tới Thiện. Thiện và những đứa con nàng có với Hãn. Những giây phút hình ảnh Thiện chợt đến là những giây phút tôi chết lặng. Chết lặng dù chỉ trong thoáng chốc thật nhanh. Sự lặng người của tôi, chẳng phải vì tôi nghĩ tới tội lỗi. Không. Tôi không hề nghĩ mình có tội khi đi yêu một người đàn ông có vợ. Điều giản dị và thành thật nhất của tôi, và có lẽ chỉ tôi mới biết với chính mình, rằng tôi không hề, hay chưa từng nghĩ tới việc chiếm đoạt Hãn cho riêng mình. Chẳng phải tôi cao thượng gì. Vâng, tôi không nghĩ tôi cao thượng hơn những người con gái khác, trong vấn đề này. Có điều tôi vẫn tự hỏi, có cần không, khi yêu một người và phải lấy người đó cho bằng được? Tôi không tin, khi người ta sống hẳn với nhau, ngày này qua tháng khác, người ta sẽ hạnh phúc hơn khi người ta chỉ được gặp nhau thoáng chốc. Với tôi, tất cả vấn đề là ở chỗ đó. Có cần thiết không? Phải lấy nhau và có phải chỉ có cách đó để chứng tỏ sự có mặt của mình? Tôi muốn làm khác. Có thể tôi là đứa con gái bướng bỉnh và tự tin đến kiêu ngạo! Mẹ tôi khuyên tôi đừng trèo cao kẻo rồi sẽ ngã đau. Tôi có trèo cao đâu để mà ngã đau. Tôi muốn sống, theo như ý mình. Tôi chỉ muốn sống lặng lẽ và bình thản với những cá biệt của tâm hồn mình. Hơn nữa, đã đôi lần tôi nói với Hãn tôi yêu (nếu có thể nói được như thế), những người đàn bà đã đi qua đời Hãn. Tôi nghĩ không thể phủ nhận họ. Không thể xóa bỏ họ, chỉ vì lòng ích kỷ và hẹp hòi. Bởi những người đó muốn hay không, cũng đã đóng góp, đã tạo dựng nên Hãn ngày nay. Thử tưởng tượng, nếu không có những người đó, cho tới khi gặp tôi, Hãn như thế nào, và liệu tôi có yêu được Hãn như tôi đang yêu Hãn đến xót xa đau đớn?

Trời sẩm tối. Quán có thêm vài người khách. Chúng tôi cùng nhìn ra. Gió hất tung những chiếc lá ướt nước. Một cơn mưa khác đã đến? Tôi nói với chàng. Hãn im lặng. Chàng hút thuốc và như đang bận với những lo nghĩ xa xôi. Không mưa đâu, em đừng mong, vô ích.

Sao anh biết? Hãn nhìn tôi cười. Nụ cười cùng tia nhìn thẳng, dữ dội bao giờ cũng đi đôi với nhau mỗi khi chàng chưa tìm được câu trả lời. Tuy nhiên tôi vẫn tin trời sẽ mưa. Sẽ còn một cơn mưa trong sáng này. Ít ra nó cũng phải mưa riêng trong lòng tôi. Tôi rùng mình nổi gai ốc với những tưởng tượng tiếp theo, ùa tới. Ai đó vừa bỏ đĩa nhạc: "Em Đến Thăm Anh Một Chiều Mưa". Và quả như tôi nghĩ, mưa đã ngậm ngùi từng giọt thánh thót trên đôi vai nhô xương của tôi khi chàng ghé môi hôn lên đó.

*

Tôi hát. Trương Chi. Tiếng hát buột ra, xuôi xuống và thoát đi ở ngoài dự kiểm soát của ý thức. Có lẽ bóng đêm và khoảng không gian ẩm lạnh đó gợi thức ở tôi nỗi ngậm ngùi xa vắng, không mặt mũi. Vòm lá tối, những đốm đèn yếu ớt từ phía xa, những chiếc xe lặng lẽ trườn trôi trong im ắng rạc rời, lả tả, khiến tôi thấy cô đơn, hiu quạnh. Làm như những vòm lá tối, những đốm đèn chới với trên những trụ điện cao đã thả xuống trước mặt tôi, đã bỏ lại trong từng bước chân tôi đi tới, những nhắc nhở buồn bã, những ám ảnh của một cái chết thật gần gũi, một chia lìa thật tan nát. Dĩ vãng, hiện ra trong trí tưởng như một nhắc nhở của những mũi dao nhọn thọc sâu vào phần u khuất nhất của hồn tôi nín lặng. Tuyệt vọng ở đó chảy tuôn, như máu. Ê chề ở đó thoát đi như suối, chan hòa. Hãn bảo: Em có nghe, mưa trên những ngọn cây? Tôi đáp: Không. Em chỉ thấy rừng thông xào xạc trên đồi Quần Ngựa. Con đường dốc xuống. Sương núi như khói dâng lên mỗi lúc một cao. Hãn choàng tay qua vai tôi: Em lạnh. Tôi lắc đầu, im lặng dầm mình vào khoảng tối sẩm của một bóng cây in đậm lề phố. Hồ nước hiện ra như đáy một thung lũng xanh đen. Bên kia hồ, dưới chân đồi Quần Ngựa, những đốm lửa bò sát mặt đường. Đó là những chiếc xe đang vòng quanh Sân Cù.

Tôi bỏ tay mình vào túi áo veste của Hãn. Trong túi áo Hãn tôi thấy bàn tay mình ấm hơn lúc được dấu trong túi áo manteau.

Xuống hết con dốc, chúng tôi đi ngang qua những luống cúc ở hai bên đường. Và phố mở ra nhiều ngõ với ánh đèn mờ yếu. Tôi thấy cây cầu nhỏ dẫn lối tới trại hầm, và tưởng tượng bên tay phải, phía sau tôi, là nhà thờ Chánh Tòa. Tôi không muốn nhớ những điều đó vì nó chỉ làm tôi thêm chùng thấp xuống mà thôi. Nhưng muốn là một chuyện, tôi luôn tự nhủ tôi vậy…

Hãn đã nói với tôi về những chuyến xe hàng cũ kỹ chất đầy người đi Trại Hầm. Hãn đã kể tôi nghe về ngôi nhà thờ có con gà ở trên chóp nóc. Đó là tất cả những gì chàng khó quên được trong thành phố này. Và, bây giờ tôi đang sống trong nó.

Chuyến xe đem chúng tôi ra khỏi bến vào lúc bảy giờ sáng. Khi Saigon còn ngái ngủ và ngơ ngác như những ngọn điện chưa kịp tắt nơi những hàng quán bao quanh khu bến xe.

Những cánh rừng đã bỏ lại, đèo tiếp đèo đi lên. Núi chập chùng ẩn hiện. Chuyến đó là một mơ ước được nói tới nhiều nhất từ phía tôi trong nhiều tháng liên tiếp và những tưởng đã không thể thực hiện. Ngay lúc Hãn chỉ tấm bảng chào mừng quí khách tôi vẫn còn ngỡ mình đang trong mơ. Ngay lúc đêm đã xuống quá sâu trong lòng phố, sương đã lên quá cao trên đầu những sợi tóc đã ướt, nhưng bước chân đã lạnh, những ngón chân đã cóng, tôi vẫn còn tự hỏi nhiều lần: Có thực chăng giấc mộng được sống với nhau, ở một thành phố khác. Có thực chăng khao khát được đi với nhau, trên những con đường không thấp thoáng rình rập, âu lo. Có thực không - đêm đầu tiên tôi được có Hãn ở bên cạnh - trọn vẹn - hoàn toàn. Có lẽ Hãn không thể hiểu rõ niềm khao khát điên cuồng của tôi, đến mức nào, về một đêm như đêm nay. Về một không gian như không gian này. Tôi nói: "Em không còn gì để ân hận. Nếu ngày mai chúng ta chia tay. Nếu ngày mai em chết".

Hãn khựng bước, nhìn. Tôi dướn người ôm lấy Hãn, và hôn. Thật vội. Tôi không để Hãn kịp nói lời quen thuộc: "Anh yêu em". Dù điệp khúc được lập lại đã cả nghìn lần và lần nào, tôi cũng chới với trong xúc động.

Đã quá đủ cho tôi - đã quá đầy cho cái tuổi hai mươi của một đời con gái. Đã quá thừa cho một cảnh đời mở ra, cho một ước mơ tận kiếp. Tôi không đòi hỏi gì hơn. Những vòm lá đen bóng. Những ánh đèn mù. Những còn đường dẫn tới những nơi chốn xa lạ. Bước chân, mùi hơi, da thịt, như những cửa ngõ dẫn vào hư vô, đưa về biệt tăm, bẵn bặt. Với tôi đó là những gì sẽ mang theo một ngày nào, về cõi khác. Với tôi, đó là vốn liếng của một thời. Đó là vết tích của một kiếp. Hương thơm cho một đời.

Càng bước gần tới hồ, càng lạnh buốt. Sương sa dày đặc. Tôi như muốn gắn liền vào Hãn. Chàng xiết chặt hơn, tôi bước nương theo chân Hãn. Cơn ho tới. Tôi ôm ngực. Chàng nói:

- Em muốn đau rồi đó.

Tôi gắng gượng:

- Không sao đâu anh.

Nói vậy, nhưng tôi cũng cảm thấy choáng váng xây xẩm. Sương lạnh làm mạch máu trong tôi muốn đông đặc. Hơi thở trở nên khó khăn, mặt tôi đang dần trở thành một tảng băng khi môi chàng nóng hổi áp tới. Tuy nhiên, tôi không muốn trở về phòng lúc này. Nếu tiếp tục đi để sẽ phải vào nhà thương trong ngày mai, hay trở về phòng ngay để tiếp tục sống thêm nhiều chục năm nữa, tôi vẫn chọn cách thứ nhất.

Dang xa Hãn một chút, lấy dáng điệu vững chãi, thẳng người đi một mình cho chàng thấy tôi không sao hết. Tôi khỏe lắm. Mà quả thực, tâm trí tôi sáng láng như mặt gương. Các giác quan lần lượt bật mở hết mọi cánh cửa của những ngõ ngách để đón nhận cái đời sống ẩn hiện trong tiềm thức đã hai mươi năm làm người.

Nhưng tội không rời xa chàng được lâu. Gió tạt, tôi lao chao. Sương cuốn tôi nghiêng ngả. Tôi dấu mặt vào ngực chàng. Hãn chỉ tay về một góc đường, ngôi nhà mái ngói đỏ, nằm giữa một vườn hoa. Tôi gật đầu. Lại húng hắng ho. Hãn lộ dấu lo ngại. Chàng muốn choàng phủ hết tôi. Bàn tay Hãn lần trên mặt tôi buốt cứng. Những ngón tay Hãn cuối cùng dừng lại nơi vết chàm giữa trán. Khi không, tôi nhói buốt bàng hoàng, như thể kẻ nào vừa khuấy động cái mặt nước ao tù che dấu niềm bí mật sinh tử của đời tôi. Cùng lúc hình như tôi lại thấy thương Hãn đến đau thắt cả các bắp thịt. Tôi nói qua tiếng rì rào của gió chạy trên những vòm thông trong thung lũng tối thẳm phía bên kia hồ xám. "Anh. Thương em". Hãn gật đầu miết cả bàn tay qua hai khóe mắt tôi. Tay Hãn cho tôi biết, mặt tôi có một vài giọt nước. Tôi khóc? Chắc vậy!

VỚI NHAU, MỘT NGÀY NÀO

Hãn đẩy cửa nhường tôi vào trước. Chiếc bàn góc sát cửa ra vào vừa được bỏ trống. Hãn dí tôi lọt thỏm xuống chiếc ghế trong tối. Tôi thu người và bỏ vào miệng ít sợi tóc ướt. Sương trên tóc tôi có vị lạ. Hãn gọi trà nóng và cà phê. Ở chỗ ngồi này, tôi không thể nhìn thấy mặt hồ, nhưng bù lại được nhìn đủ xe cộ, người ngợm từ nhiều phía. Vườn hoa phía cửa ngoài chìm trong lớp sương màu tro. Tôi nhận ra những bông cúc vạn thọ cánh lớn, vàng ối. Những thân mảnh cao vượt hẳn lên bàn những bông hoa, tôi phỏng đoán là thược dược nhưng không chắc lắm vì không nhận được màu sắc. Hãn đốt thuốc liền tay. Chàng xa vắng, cách biệt với những tia nhìn đăm đăm dành cho chung quanh và cuối cùng là hướng của cây cầu xi măng dẫn về trại Hầm. Phần, tôi muốn Hãn kể tiếp cho tôi nghe về người con gái đã tự chọn lấy cho mình những ngày quắt héo tại thành phố sương mù và giá buốt này. Phần, cử chỉ của chàng khiến tôi thấy nghẹn tức. Tôi nói: "Em muốn bỏ Saigon. Em muốn đến sống hẳn một thành phố khác. Nhưng đừng là thành phố này. Người ta không thể sống, một mình, giữa sương mù, gió buốt, và rừng thông". Hãn cười. Nụ cười thoạt tưởng vu vơ, nhưng thật ra, sau đó tôi mới nghiệm thấy Hãn đã dùng nụ cười để thay cho câu nói. "Vậy mà có người đã sống đấy". Tôi bỗng thấy như không còn bình tĩnh nữa. Cái bản chất phụ nữ, cái lòng tự hiềm, nhỏ nhen, ganh ghét trong tôi, thức dậy. Tôi im lặng, cúi mặt và nắm chặt chính bàn tay mình. Tôi thường có hành động tự nắm tay mình để dằn xuống hay để biểu lộ kín đáo một điều gì đau đớn. Hãn vẫn trầm ngâm. Chàng ngã người vào thành ghế. Ánh mờ từ ngọn đèn trên vách cắt ngang chóp mũi biến Hãn thành một người khác. Hung ác. Kỳ quặc. Tôi nghiêng người sang và đành phải đặt tay mình vào lòng Hãn. Có lẽ Hãn sực nhớ, giật mình. Chàng cúi xuống, nâng tay tôi lên. Cử chỉ chậm rãi, thánh thiện và tôn kính. Tôi chợt hối hận với những ý nghĩ vừa thoáng qua trong óc. Lẽ ra tôi không nên vậy. Tôi muốn trong mắt Hãn, trong ý nghĩ của Hãn, tôi là một người con gái khác hơn những người đã đến với Hãn. Tôi muốn chứng tỏ ngoài tư cách một người yêu, tôi còn là một người bạn. Một tri kỷ hay ít ra, một đứa em mà Hãn có thể tin cậy.

Nhớ lại, bắt đầu của cuộc tình, bắt đầu từ một đêm trên mặt sông, tôi đã làm được việc đó. Tôi đã để cho Hãn thấy tôi vững vàng và đáng yêu như một người bạn hay một đứa em. Tôi thành công. Và điều đáng nói hơn hết ở chỗ, tôi rất thành thật (với chính tôi) lúc đó. Tôi đã mong Hãn nói nhiều hơn nữa với tôi về những người đã đi qua cuộc đời Hãn. Vậy mà tôi, giây phút này, thật bậy. Không được. Tôi nói với mình.

VỚI NHAU, MỘT NGÀY NÀO

Hãn vắt những lát chanh mọng nước và tách trà, bỏ đường và bảo tôi uống thử xem vừa chưa. Tôi ngoan ngoãn làm theo. Mùi chanh nồng cay lẫn với mùi cúc thoang thoảng, rồi thở một hơi dài trước khi nhấp một ngụm nhỏ. Trong tách trà, tôi thấy gương mặt Hãn sóng sánh. Để tách trà xuống tôi nói đủ Hãn nghe "Em thương anh". Hãn cười, im lặng trong chờ đợi và tưởng tượng với đôi mắt khép hờ. Hãn biết tôi không thể hôn chàng trong quán nước. Những ngày vào sâu trong tình yêu, không hiểu có phải bị ám ảnh bởi một chia lìa tan nát, hay vì tình yêu tới một độ nào, sẽ không còn dè dặt, sẽ chẳng còn biên giới che đậy, hay bản chất tôi - cái bản chất liều lĩnh, với quan niệm sống như một đường gươm, để rồi được chết, như một chiếc lá, khiến tôi dạn dĩ hơn bao giờ. Đôi lúc tôi cũng phải kinh hoàng cho sự dạn dĩ của mình. Chẳng hạn như đi với nhau giữa đường, khi cơn yêu dấu như lửa nghiệt cháy run thân thể, tôi đã hôn chàng không suy nghĩ. Ngồi sau xe, tôi đã dám luồn tay vào ngực áo Hãn để nghe những ngón tay mình run nhảy theo nhịp đập của trái tim và mùi thịt da nồng khét.

Chưa một lần tôi dành thì giờ để suy nghĩ cặn kẽ nguyên nhân thúc đẩy tôi tiến đến mức liều lĩnh đó. Nhưng giờ đây, ngay phút này, nhớ lại tôi thấy ở xa, thật xa, lối của những nẻo đường dẫn tới hư vô, phía của những cánh rừng tiếp núi, núi tiếp chân mây, có lẽ, ám ảnh về những tháng ngày còn lại quá ngắn ngủi trong đời mình khiến tôi tự cho phép, từ tiềm thức, có những hành động ấy, mặc dù tôi còn quá trẻ để nói tới sự chết, sớm sủa gì để bây giờ đề cập tới lẽ sống. Có thể đó cũng là phản ứng vô thức của tôi, trả lời cho những tháng năm ấu thơ, cho những chuỗi dài niên thiếu rụt rè, co rút, ngu ngơ. Những tháng năm đã ở lại bên kia một phần đời là những tháng năm mù lòa, những tháng năm cây củi. Những tháng năm tôi sống né khô như vỏ chàm, cheo leo như đá dựng. Tôi không được trải qua cái thời sách vở và mọi người thường gọi là thời dậy thì. Tuổi thiếu nữ. Tôi như một người nào vụt biến mất, để một người khác vụt hiện. Tôi không có được trong tâm hồn khởi lớn của mình những mơ mộng về một người khác phái. Tôi không có được trong trí óc hoa niên của mình những tơ tưởng đem tới những rung động thẹn thùng, xấu hổ (nhưng quyến rũ) về những tưởng tượng đụng chạm, cọ xát. Những ngày đầu bước chân vào thế giới bảng đen phấn trắng. Nghi một học trò gần ngang bằng tuổi tôi đã phê bình một câu mà tới nay tôi vẫn còn nhớ. Nghi học trường tôi dạy, lớp cuối bậc trung học, Nghi không phải là học trò tôi. Nhưng không hiểu lý do nào. Nghi đã đón tôi nhiều lần ngoài cổng trường, chỉ để bảo: "Nếu em là cô, em sẽ khác. Cô có cái bề ngoài của một đam mê sinh tử, nhưng bên trong lại là một mặt ao phẳng lặng, và lãnh cảm. Nếu em là cô. Nếu em được là cô… " Thật tình, tôi không hiểu Nghi muốn nói gì và tại sao, tôi lại là người được Nghi chọn để nói ra những lời khó hiểu đó. Tôi cũng muốn hỏi lại dù có nhiều cơ hội thuận tiện. Nếu Nghi không là học trò của trường tôi dạy, chắc tôi sẽ thân quí Nghi lắm. Âu đó cũng là một điều đáng tiếc (hay không nên tiếc). Nhưng rồi tôi cũng hiểu. Tôi hiểu trong bàng hoàng, choáng váng của sự bật vỡ ý nghĩa một cách bất ngờ. Nghiệm ra mới thấy, đó là thời manh nha của tình yêu chúng tôi. Đó là khoảng thời gian Hãn đến thị trấn lần đầu. Và lần đầu, đến với tôi một ánh mắt nhìn buồn, từ dưới thấp trông lên hay nghiêm nghị trách móc, từ trên cao ngó xuống. Đó là những lần Hãn đến đón tôi ở cổng trường và Nghi, có thể đã rơi vào con trốt xoáy của những lần đăm đăm, Hãn đứng.

Tôi cười một mình khi hình dung Nghi trong trí nhớ. Hãn nói: "Em có gì vui". Tôi đáp: "Nghi", chàng hỏi: "Nghi là gì?" Tôi kể chuyện Nghi. Hãn chăm chú và suốt câu chuyện vẻ mặt Hãn không biến đổi. Cuối cùng, Hãn bảo: "Nếu anh gặp được cô ta… " Tôi không buộc Hãn phải nói ra hết câu vì thấy không cần thiết. Bởi trong óc tôi đã có ngay cái phần tiếp cho ba chấm kia đó. Tôi nói: "Anh". Hãn nắm tóc tôi kéo lại gần. Thoáng lo sợ viển vông như một đám bụi đỏ, tan nhanh.

Chúng tôi ra về vào lúc quán đông nhất. Khói thuốc bưng bít khoảng không gian nhỏ hẹp. Tôi cay mắt và tức thở. Những rời rã mỏi mệt của gần sáu tiếng liên tiếp ngồi xe, giờ mới thực sự tác động trong thân thể tôi.

Đêm rét ngọt. Những bước chân dẫn ngược lên cao. Phố chợ chìm trong yên lặng. Chỉ còn những chùm đèn sáng, thật sáng và rạng rỡ. Sức sống mãnh liệt dẻo dai như tụ tập lại chung quanh vùng ánh sáng đó. Hãn hỏi tôi có muốn đi ăn khuya. Tôi đáp: "Em không đói, nhưng nếu khoan về phòng lúc này thì vẫn hơn".

Ngược dốc, thêm gió tạt, tôi muốn bật ngã về phía sau. Hãn đỡ lấy lưng tôi. Tôi phân biệt được thật rõ ràng tiếng giầy của hai đứa. Lên tới lưng đồi, Hãn quay lại, nhìn vào lòng hồ nước. Chàng thở ra trước khi bảo tôi: "Em hát đi". Trên lưng chừng đồi, tôi như rơi vào khoảng chân không mất hút theo lời Hãn. Tôi nói: "Hát gì?" "Gì cũng được". Hãn đáp. Và tiếp: "Tại sao không trở lại với Trương Chi". Tôi nói: "Anh không thích bài này mà". Hãn bấu những ngón tay cứng trên lưng tôi. "Ai bảo em?" Tôi đáp: "Em nghĩ thế". Và tôi hát. Một mình, Trương chi. Tiếng hát yếu và nhỏ. Gió tạt ngược, vừa hát, tôi vừa lo gìn giữ cơn ho đang lùng bùng trong ngực.

VỚI NHAU, MỘT NGÀY NÀO

Tôi đứt ngang bài hát trước khi vào điệp khúc lên đến đỉnh dốc. Hãn chỉ phía những chiếc xe bên lề đường với mấy ngọn đèn đốt bằng khí đá. Tôi bước theo hướng tay Hãn. "Xôi nghe". Hãn hỏi cho có lệ. Tôi cũng đáp cho phải phép "gì cũng được, anh". Tôi không thấy đói. Thực vậy, dù dĩa cơm chiều trong nhà hàng Singhai phải bỏ lại quá nửa. Tôi không biết lúc này tôi muốn gì. Sự quá đầy đủ trên (phương diện tinh thần) phải chăng đã làm sai lạc mọi cảm giác sinh lý. Tuy nhiên dĩa xôi được bày ra với khói bốc nóng hổi và những lát hành xanh thơm, bóng mỡ đã quyến rũ tôi như một trái mơ xanh. Tôi ăn ngon lành, hết dĩa. Hãn tỏ dấu hoan hỉ. Bây giờ đến lượt tôi đề nghị Hãn đi uống sữa đậu nành. Hãn vui với những bước chân nhảy nhót như chim và cánh tay choàng qua cổ tôi, như kéo lôi một người bạn trai.

Chúng tôi về phòng trước giờ giới nghiêm mười lăm phút, căn phòng trên lầu chót. Chiếc cầu thang cao, những hành lang mở ra thăm thẳm. Tôi yêu những dãy hành lang này, như yêu tội lỗi mà thêm một lần với chàng, tôi tái phạm.

*

Đêm, bóng tối, đối với tôi là một điều thật tuyệt diệu. Từ ngày yêu chàng luôn luôn tôi khao khát được đi chơi với chàng dưới những ngọn điện trong những hàng cây rũ bóng, khi bầu trời tím thẫm ở trên cao. Tôi ước ao được nghe tiếng giầy của hai đứa rớt trên những hè đường đẫm ướt sương đêm. Tôi ước ao được đi nép bên chàng ngang qua những công viên mà ở đó, những cặp tình nhân chụm đầu nhau, che khuất nhau cả thế giới bên ngoài, ngay cả những vì sao long lanh nhất, cũng không còn chỗ để lọt vào đôi mắt kín. Tôi mơ được ngồi thu mình trong những ngôi quán có những chùm đèn như hoa thả xuống. Những chiếc bàn sạch bóng. Những lưng ghế kê ngay ngắn, thành lối. Đêm tối với hơi mát của gió, với hương thoảng của cỏ cây mục nát cựa mình lớn dậy. Đêm tối, với những bóng người lầm lũi bước chậm trên những đường lộ thênh thang, gót giầy nện mạnh, cổ áo kéo cao, bàn tay dấu cất, và chỉ có thể thấy đóm lửa lập lòe là điếu thuốc cháy trên môi họ. Đó là hình ảnh không thể nhìn thấy ở ban ngày, ở giờ tan đường phố nghẹt xe. Trăm ngàn thứ còi cùng nổi lên một lúc. Hàng chục thứ mùi tỏa bay vào khoảng không gian hâm hấp những cơn sốt vội vã, âu lo, thảng thốt.

Và tôi chỉ có một cách để trở về sau khi thành phố đã lên đèn, khi xóm giềng đã chìm vào giấc ngủ sớm. Đó là sự nhân danh, mượn cớ sinh nhật Mậu. Đám giỗ ở nhà Tứ. Tang chế của ngoại cô giáo Trí. Hiếu hỉ nơi gia đình Ngọc...

VỚI NHAU, MỘT NGÀY NÀO

Tôi không thể diễn tả trọn vẹn cái cảm giác lâng lâng, như hồn đầy gió lớn, như lòng ngập nước sông, như tay chân tháp cánh lúc được phép ra khỏi nhà trước bữa cơm tối. Đó là sự trộn lẫn của nhiều thứ cảm giác như hoa bướm, như đã biến thành chim của tôi. Và chúng tôi đã quấn lấy nhau với những xiết tay đau đến chảy nước mắt. Và chúng tôi đã hôn nhau những cái hôn muốn bật máu môi tham. Chúng tôi rời xa, thật xa ngôi nhà tôi vừa thoát như sợ nếu quanh quẩn, lập tức sẽ bị tóm lại. Nhưng nếu không đi xa khuất, sẽ bị phát giác mưu gian. Đó là những buổi tối hiếm hoi và quí báu. Đó là những buổi tối như những ngọn nến không bao giờ bắt được trong hồi tưởng, trong ký ức, trong cơn mê, mỗi khi tôi một mình, một mình trước những trang sách nặng chịch chữ nghĩa.

Những cuộc đi chơi kia, sự thực không hẳn gồm toàn những rung động, những cảm xúc chất ngất đến thế, nếu cả hai đều không thấy rõ một điều: Hạnh phúc có được phải tính bằng phút giây. Sự sống có được chỉ là thoáng chốc. Những đám mây đe dọa, những thước đường đi tới trong từng lượng khí thở vào. Nhớ tới nó, tôi lại ngậm ngùi. Nghĩ tới nó, tôi lại muốn khóc. Nhưng cách nào, tôi cũng chẳng thể đòi hỏi hơn. Không. Tôi biết lắm giới hạn của mình. Tôi hiểu lắm ranh mức đòi hỏi và quyền được hưởng. Có thể, chính Hãn, Hãn cũng tự biết chàng không thể dành lấy cho chàng nhiều quá. Chàng còn có bổn phận đối với Thiện. Chàng còn có trách nhiệm với các con, và với cả những người đàn bà trong rừng khói sương dĩ vãng chàng nữa.

Hãn. Em hiểu. Em không ghen tuông, không tự hiềm với những ràng buộc và liên hệ quanh đời sống anh. Chính những thứ đó (có thể) để khiến em yêu anh hơn. Anh tin không? Em đang cố gắng đây. Cố gắng nhiều để xứng đáng với tình yêu (và với chính em), đồng thời, để chờ đợi nhục nhã, để chào đón tang thương mà cả hai đứa đã cùng nhìn thấy. Và hơn thế, Hãn vẫn hoài nhắc nhở em, như nhắc em nhớ những tháng ngày còn lại của đời em ngắn ngủi.

Đêm mưa luôn là đêm tối của tôi, thức trắng. Đêm của tôi sáng láng trong nỗi tuyệt vọng êm đềm. Tôi như đếm ngược từng mũi kim thời gian khâu trên thân thể. Mỗi vết kim là một tháng năm đó sống. Mỗi dấu kim là một vết thương chỉ cần chạm nhẹ cũng nhói buốt cay chua. Thuốc ngủ valium. Có chứ? Nhiều lắm. Tôi luôn nghĩ đến thuốc ngủ trong những đêm mưa như vậy. Tôi có nguyên một hộp dấu giữa những quyển sách trên giá. Nhưng "cũng như anh, thuốc ngủ quyến rũ em. Cũng như anh, em không thể cưỡng chống được, nếu em sờ tới một viên thuốc. Một viên là một vỉ, một vỉ là trọn hộp… " Không. Tôi còn muốn sống. Tôi còn khao khát lắm. Đây là lần thứ bao nhiêu rồi, tôi van nài đời cho tôi được sống!

Mưa, buổi sáng muộn. Nhưng muộn mấy thì tôi cũng phải đến trường dù không có giờ. Ở thư viện, có lẽ tôi học được nhiều hơn, hay ít ra thì đó cũng là điều tôi tưởng thế. Mưa, ngồi trong thư viện, nhìn ra khoảng sân cát ngổn ngang gạch đá, tôi thấy gần gũi và như cũng từ chỗ ngồi quen thuộc này, sao sớm nay, mưa chỉ khiến tôi nghe bồn chồn trong ruột. Lòng cồn cào một nỗi âu lo mờ mịt. Trang sách mở ra, nguyên vẹn. Tôi không thể nhét vào óc lấy một chữ. Tôi không thể giữ im mắt mình được một giây. Trực giác không loan báo cùng tôi một điều gì không thường. Một điều mà dẫu cố gắng mấy, tôi cũng không thể mường tượng được.

Mưa vẫn đều đặn ném xuống những hạt nước bạc, sáng. Thỉnh thoảng gió lại vật vã những cành phượng. Và cứ mỗi lần như vậy, những chiếc lá lăn tăn lại có dịp trút xuống hàng loạt những hạt nước xanh, lớn. Nhắm mắt lại, tưởng như biển đang động, ở phía nào, thật mạnh.

Hiến chưa đến. Một ông thầy tu trẻ đã ngồi vào của cô nhỏ. Không biết ông ta đọc gì nhưng chốc chốc, ông lại lấm lét nhìn trộm tôi. Hành vi này làm tôi bực dọc thêm. Đã có lúc tôi muốn xô ghế đứng dậy, hỏi ông có thấy trên mặt tôi vết nhọ bẩn nào chăng? Nhưng tôi dằn được mình. Không thể lỗ mãng thế. Tôi nghĩ. Bề gì, ông ta cũng mặc áo tu hành. Tôi chọn một thế ngồi khác. Từ lúc nào, tập giấy nháp trắng tinh đã đầy tên Hãn cùng với một đoạn nhạc trong bài Trương Chi. Tôi lắc đầu chán ngán. Chẳng biết có khi nào Hãn chán tôi không. Sao thỉnh thoảng tôi lại thấy chán mình, như chán một vật gì đã trở nên ù lì, thừa thãi và vướng mắt.

Cố gắng lắm tôi mới ngồi được cho tới lúc chuông reo báo giờ học thứ ba chấm dứt.

Tôi xếp sách vở, ôm áo mưa đi ra. Ngang qua bàn ông thầy tu, tự dưng tôi gật đầu chào. Mặt nhà tu bừng đỏ. Chắc ông lúng túng hay vì sung sướng. Bất giác tôi cười vu vơ. Lòng nhẹ như vừa trút được một mối hận.

Dọc theo hành lang, gió tạt với những lớp mưa mỏng đan kín một khoảng sân nước sũng. Vừa hát nhỏ tôi vừa chợt thấy mình sao quá tàn nhẫn. Lần này, tôi bật cười thành tiếng. Tuy nhiên, chút vui thoáng nhẹ vẫn lập lờ trong tôi, như chút vàng hanh của nắng đã thoáng thấy trên bờ tường hàng rào.

Chân sáo, tôi ngang qua và liếc mắt vào một lớp học còn tụ lại từng nhóm các bà, các cô. Những "đại sinh viên" đi học để làm cảnh và chờ...

chồng. Thật tình, tôi không thể nào gia nhập cái tập đoàn… tổng trừ bị đó. Sự cách biệt không tránh được đã khiến tôi trở thành cái gai đối với họ.

Bỗng tôi run lạnh toàn thân. Đôi chân muốn khuỵu xuống. Tim thắt nghẹn. Máu dồn căng ngực thở. Loáng thoáng đâu đó, tiếng xì xầm, từ những đám người này. Tiếng lào xào đuổi theo như cố ý bắt tôi phải nghe. Một giọng kim nhọn hoắt: Đó. Phiến đó. Con nhỏ đó đó. Một giọng thở ồ ề: Cái mặt làm bộ thấy rõ. Đôi ba tiếng cười khúc khích. Mồ hôi vã ra trong thoáng chốc, tôi hiểu họ nói gì. Ôi thật tồi tệ. Họ muốn gì nơi tôi nữa. Hận thù gì? Tranh chấp nào đã có giữa chúng tôi khiến các người phải dành cho tôi những mai mỉa, những dè bỉu kia? Tôi có phải được sinh ra để làm tấm bia cho những mũi tên tẩm độc? Họ muốn gì nơi tôi? Họ muốn gì khi bắt tôi phải nhìn những tấm ảnh chụp từ phía khác của tình yêu tôi cay đắng? Không lý họ ghen với cả những nhục nhã tôi chịu? Hay họ cho rằng tôi đang quá hạnh phúc?

Đây chẳng phải là lần đầu tiên tôi nhận được những lời mai mỉa dèm xiểm của chung quanh. Lâu rồi, ngay trong lớp học, tôi đã được nghe nhiều lần những lời tương tự. Thoạt, tôi không để ý, sau họ cố tình nói rõ hơn với những chi tiết khiến tôi không thể nghĩ lầm sang chuyện khác.

Điều phiền nhất cho tôi ở chỗ có khá nhiều người biết Hãn. Biết Hãn, nhưng họ lại chẳng hiểu một chút gì về đời sống riêng của chàng. Chính vì thế, những lời đồn đãi về Hãn ngày càng nhiều hơn. Chẳng hạn người ta nói Hãn là một tay sở khanh có hạng. Trong suốt cuộc đời Hãn chưa hề yêu ai thành thật. Đàn bà con gái với Hãn chỉ có ý nghĩa như một cái cớ để chàng đạt tới một mục đích riêng. Có người lại bảo Hãn bị bệnh. Một thứ bệnh thuộc về tâm lý. Có người cho Hãn tán tỉnh ai đó chỉ để thỏa mãn tự ái và để dài thêm cái danh sách thành tích của Hãn mà thôi. Dư luận còn xầm xì nhiều nữa, tuy trong số cũng có đôi ba nhận xét rất tốt dành cho chàng. Tựu trung chẳng ai có được một cái nhìn bao quát về Hãn. Kẻ thương Hãn, bảo Hãn là một loài cây hiếm quý. Kẻ ghét Hãn, bảo đây là một thứ ma dơi hút máu...

Có dự bị tinh thần, nên tôi chỉ lặng lẽ mỉm cười trong mọi trường hợp đã xảy ra như thế. Tôi sẽ chẳng chút quan tâm nào, nếu Hiên, nếu Ngọ không thỉnh thoảng tìm tôi để lập lại những điều tiếng kia và muốn tôi phải lên tiếng. Thái độ hốt hoảng, bàng hoàng đến tức giận của những người bạn, nhất là Hiên làm tôi cảm động. Một lần tôi đành phải trả lời Hiên "Em đừng kể những chuyện đó nữa. Chị không có gì để cải chính hết. Bởi quá nửa những điều họ xì xầm và đến tai em là sự thật. Chỉ có một điều duy nhất không thực, đó là sự họ chẳng hiểu chút gì về anh ấy và hơn nữa, họ chẳng bao giờ hiểu được chị. Chị cũng không mong họ hiểu gì khác hơn những điều họ đã nói". Hiên tròn xoe đôi mắt dại, đôi cánh mũi rung động và mồ hôi lấm tấm ở chóp mũi. Hiên thường bị như vậy mỗi lần ngơ ngác hay kinh ngạc. Vẻ mặt Hiên lúc đó thật đáng yêu và cũng thật tội nghiệp. Tôi khỏa lấp bằng cách vuốt tóc Hiên "Thôi hai chị em mình đi kiếm ô mai ăn đi. Chẳng có gì đáng phải bận tâm đâu ngoài viên ô mai của mình". Hiên cười được ngay. Những lúc ấy, tôi chỉ muốn ôm Hiên vào lòng mà nói: Ôi bé bỏng của chị Phiến.

Nhưng lúc Hiên quên được chuyện ấy, lại là lúc tôi nghĩ ngợi về nó nhiều hơn bao giờ. Tôi thấy rõ bước chân mình lao chao trên những bậc cấp dẫn xuống sân. Tôi thấy rõ cảnh vật đang từ từ lộn ngược và quay những vòng thật chậm. Tôi lấy xe, quyết định đi tìm Hãn. Tôi không biết tôi muốn gặp chàng lúc này để làm gì? Tôi sẽ nói gì với chàng? Chúng tôi có giải quyết được gì cho nhau không? Câu trả lời: Không biết. Và tôi cứ chạy.

Mưa đẫm ướt. Bắt đầu là tóc, mặt mũi rồi tới cổ, ngực và quần áo bên trong áo mưa, tôi nghe gây lạnh như đang bắt đầu một cơn sốt. Người ta trả lời Hãn mới đi khỏi. Tôi lên xe, và tiếp tục dầm mưa. Những giây phút chìm lắng trong mưa giúp tôi bình tĩnh và tỉnh táo trở lại. Tôi không cần thiết phải gặp Hãn. Nhưng đầu óc thì lại rơi vào tình trạng rỗng không. Trắng xóa. Như mưa, từng lớp, trước mặt. Như bị ép buộc bởi một mãnh lực nào đó từ vô thức, tôi cất tiếng hát. Tiếng hát chìm lẫn vào cơn mưa. Tiếng hát như cũng trôi tuột đi, để lại cho riêng tôi một nỗi hoang lạnh: "Ngoài song mưa rơi trên bao cung đàn - còn nghe như đâu đây ai kia oán trách gào than. Hòa với tiếng gió… chìm xuống đáy nước lấp lánh in bóng đò xưa… "

Giọng tôi yếu dần, nhỏ đi, cho đến khi tôi không còn nhận ra tiếng hát hay hơi thở tôi hào hển. Về đến nhà, mẹ tôi cho biết đôi mắt tôi hoe đỏ. Tôi không muốn nghĩ vì mưa, mà muốn nói thật là tôi đã khóc. Phải, tôi đã khóc suốt, trên những con đường chạy qua.

Tôi im lặng đẩy xe vào, cởi áo mưa, giũ nước ngoài hiên.

Tôi nghe tiếng cuốn truyện rơi khỏi tay bố xuống mặt đi văng và tiếng nói bâng quơ của ông cụ "mưa hoài".

Tôi bước vội xuống nhà bếp, mặc mẹ tôi ngơ ngác nhìn theo với ánh mắt đầy nghi ngại.

Trong bữa cơm, bố nói anh Hữu bảo gặp tôi đi chơi nhiều lần với một người đàn ông có râu.

Tôi đáp.

- Con đi với Hãn.

- Cái thằng thỉnh thoảng lại đây đó phải không? Mẹ tôi hỏi.

Tôi vẫn trên đà phóng theo mũi lao đã lỡ.

- Vâng.

- Nó thế nào? Sao tao và mẹ mày không nghe mày nói gì hết vậy?

Vẻ nghiêm trọng với nhiều khó chịu được báo trước trong giọng nói của bố.

Tôi nuốt chửng miếng cơm khô và nhạt thếch.

- Tại chưa đến lúc.

Đến lúc đó bố tôi bắt đầu mất bình tĩnh, ông cụ buông đũa và đặt bát xuống đàn.

- Thế nào mới là đúng lúc? À, con này lúc sau này giỏi gớm há.

Mẹ tôi cắt ngang:

- Ông, thật hay. Muốn hỏi gì con thì hỏi cho nó từ từ tốn tốn. Chưa gì ông đã quát như vậy nó sợ, nó cuống làm sao trả lời được.

Bà quay sang tôi, định nói. Nhưng tôi đứng lên.

- Vô phép cơm bố mẹ. Con no rồi.

Tôi rời bàn ăn. Đâu thể nào tha cho tôi một cách dễ dàng vậy được, ông cụ gần giọng hơn:

- Con kia. Ngồi lại đây tao hỏi đã.

Tôi ngập ngừng giây lát trước khi quyết liệt:

- Con đã thưa với bố, chuyện đó chưa tới lúc. Nếu thấy cần con đã thưa chuyện với bố mẹ, đâu cần chi bố mẹ phải nhắc. Con lớn rồi. Con có thể lo lấy một mình.

Tôi nói câu sau với những bước chân nhanh trên lầu. Tôi biết sự giùng giằng sẽ làm câu chuyện bị xé to ra và mẹ tôi lại có thêm một trận khóc giữa bữa.

Tôi cố không nghe những lời mắng tiếp theo của ông cụ và lời can gián dịu dàng của mẹ tôi.

Tôi khổ quá rồi. Tôi chỉ muốn yên thân thôi. Tại sao ai cũng chỉ chực nhắm tôi để dày vò, để dằn vặt. Tôi chẳng còn sống được bao lâu nữa. Hãy thương xót và đoái hoài tới tôi một chút chứ. Ôi, có ai thương con nhỏ này không? Đứa con gái hai mươi mốt tuổi với vết chàm trên mặt, như dấu vết của lầm than tủi nhục một đời.

Tôi gọi tên Hãn rất khẽ lúc ngồi vào bàn học.

*

Trời oi, lặng gió. Mây trì xuống kín cả bầu trời. Tôi mang chiếc ghế xếp lên sân thượng. Đêm mới buông. Phố xá ở dưới thấp rộ lên. Sinh hoạt ồn ào.

VỚI NHAU, MỘT NGÀY NÀO

Cái sinh hoạt đặc biệt chỉ bắt đầu khi bóng tối đã bôi đen mọi vật và những hàng đèn màu bật lên nhảy múa.

Tôi nghĩ không thể mưa được. Kinh nghiệm của bao nhiêu năm đợi chờ những cơn mưa tưới ướt như đợi chờ một tình yêu, chào đón một hạnh phúc đã cho những phỏng đoán khá chính xác về thời tiết. Kinh nghiệm này ở tôi đã đến mức chỉ cần nghe gió có thể đoán biết có mưa không, và nếu có thì bao lâu nữa. Cũng như chỉ cần nhìn những đám mây hay những vì sao, tôi cũng đã có thể nói ít khi sai và những ngọn gió mang hơi nước, những vì sao lu, những tầng mây thấp đã thiết lập được với nhau một giao ước nào đó. Tôi mong mưa để đêm nay dễ ngủ hơn nhưng tôi biết chắc sẽ không có một đám mưa nào đến trước bình minh ngày mai. Cũng như tôi không hy vọng gì được gặp Hãn trong tối nay. Sự biết chắc khiến tôi không còn chút tinh thần dành cho bài vở? Sự biết chắc khiến tôi phải tự nhủ: "Mày hư quá, hư quá lắm rồi đó Phiến. Có đời thuở nào mới một ngày không gặp nhau mà mày đã điên cuồng, đã quắt quay như vậy. Rồi lỡ phải xa nhau một tuần một tháng, hay một năm, một đời, thì làm sao mày sống? Không một đứa con gái nào hư hỏng đến thế đâu Phiến. Nhất là một khi mới đó, mới hôm kia, những giờ vàng hưởng trọn. Những phút ngọc của riêng, những đêm bên Hãn, mày đã tận cùng nghĩa sống. Mày đã bay bổng đến chín tầng quên lãng. Đừng đòi hỏi hơn, đừng ham muốn nhiều hỡi Phiến. Mày đã quên trước sau, mày chỉ là một con nhỏ mang trên mặt cái định mệnh thảm khốc. Mày đừng quên, mày trước sau, mày chỉ là con sâu, cái kiến giữa một rừng đời lay tạt… "

Mấy ngày sống với Hãn qua nhanh như một cơn mưa bụi bất ngờ, và tan biến như một mùi hương. Lẽ ra chúng tôi còn có thể ở lâu hơn với số tiền hai đứa dành dụm được, nếu không vì ngày thi của tôi đã cận kề. Đúng hơn tôi chỉ còn chín ngày nữa để sửa soạn cho kỳ thi. Tôi thi nhưng Hãn lại là người lo lắng và hơn ai hết, áy náy. Sự áy náy của Hãn cũng dễ hiểu. Hãn muốn tôi phải thi đậu, trước là để mẹ tôi vui lòng, thứ để tôi khỏi phí một năm học và sự bỏ dạy trở về của tôi có được một ý nghĩa nào đó đối với chung quanh. Thật sự đấy chỉ là những lớp sơn bóng phía ngoài, đậy che cho một chuỗi những mặc cảm và những toan tính khác.

Cả hai đều hiểu rằng, chẳng đời nào bố mẹ tôi cho phép tôi lấy Hãn, dù sự thể đó diễn ra như thế nào. Làm sao có được cái chuyện có vẻ phản luân lý như vậy, khi Hãn đã có gia đình. Vợ Hãn còn đó. Con Hãn còn đó. Nhất là gia đình tôi không phải là thứ gia đình dễ dãi. Cốt cách nho gia, mô phạm của bố tôi đã thấm nhập gia đình tôi như một truyền thống trải qua nhiều đời. Đó cũng chính là lý do buộc mẹ tôi phải đau đớn đứt ruột tuyên bố không nhìn anh Hữu, vì anh Hữu đã tự quyền trong việc lấy vợ.

Hãn bảo ngày nào còn ở trong gia đình, tôi phải làm cho được bằng mọi cách, những gì mà mẹ tôi mong muốn thấy ở tôi (dĩ nhiên, trừ chuyện tình yêu của hai đứa). Chẳng hạn như chuyện học hành thi cử, chuyện đi dạy thêm kiếm tiền biếu mẹ. Hãn bảo đấy là một trong những cách bày tỏ lòng hiếu để, sự tôn kính và yêu thương người sinh thành. Hãn hạn định cho tôi phải duy trì nỗ lực đó, trong vòng năm năm, và sau hạn kỳ kia, tôi sẽ chính thức bước chân ra đi. Tôi sẽ sống cái đời sống phải sống. Đó là lúc tôi sẽ đứng một mình như núi - sẽ chịu một mình như cây. Đó là lúc tôi sẽ tạo riêng cho tôi, một nơi chốn để đi về - một mái hiên cho mưa - một ngọn đèn cho những đợi chờ thăm thẳm. Đó là lúc tôi sẽ có với Hãn một đứa con (một thôi. Hãn nói thế). Ôi, đứa con, niềm khát khao lẫm liệt và chua xót nhất, thắp lên lần đầu trong tôi, từ ngày yêu Hãn.

Có muốn sớm hơn cũng chẳng được. Hãn bảo vậy, chàng nói tôi còn quá non nớt để có thể chịu đựng nổi những lát rìu thâm hiểm của dư luận. Chàng nói tôi còn quá mỏng manh trước những độc dược của đời sống. Người đàn bà sinh ra không để sống một mình. Nhưng đời sống thực tế, đã cho thấy những người đàn bà được sinh ra để sống một mình, có phần còn nhiều hơn những người đủ đôi lứa. Tôi đã đôi lần nói thẳng với Hãn quan niệm của tôi, chung quanh những vấn đề như hôn nhân, như hạnh phúc. Tôi không cố tình làm khác hay sống khác cái đời sống đã thành nếp từ bao đời. Tôi muốn được sống một đời sống của người bình thường. Nhưng mới khó làm sao! Cách nào để tôi hưởng được bình thường như kẻ khác? Tôi muốn nói đến vết chàm giữa trán. Vết chàm. Đó là cái gì mà tôi không thể tự giải thích. Nhưng tôi nghĩ nó đã là một dấu hiệu, báo trước tôi sẽ phải nhận lấy cái phận đời oan nghiệt nhất của phận số. Vết chàm, phải chăng, nó chính là sứ giả mang đến tôi cái thông điệp không lời của định mệnh nghiệt ngã ấy? Với sự trưởng thành dần dần của cảm quan, của ý thức và vào những lúc vô hồn nhất, tôi đã nghe được ở đâu đó thấp thoáng trong những hạt mưa, dưới những bước chân đi, trên những cành lá động, hay trong cái im vắng lạnh lùng bí mật của bóng đêm, những đe dọa, những cảnh giác nghiêm khắc và nặng nề về một tai họa sẽ đến với tôi trong những ngày tháng tới.

Lần đầu tôi không còn hốt hoảng khiếp ngất với những tiếng thì thầm gợi lên những hình ảnh hãi hùng. Tôi đã quen. Tôi đã cam đành phận chịu. Tôi đã tìm được cho mình cái thảnh thơi trong tuyệt vọng. Nhưng mỗi khi vô tình chạm tay tới vết chàm, hoặc ngắm nhìn nó trong gương, người tôi lại nổi gai ốc. Lúc đó, tôi chợt thấy như mình vừa chạm tới, vừa giáp mặt với định mệnh, với cái phần ưu uất, với cái ám ảnh đe dọa của một tai họa vẫn âm thầm đeo dẳng. Những lúc đó, tôi thường lặng người. Mặt mũi tôi nhợt nhạt, mồ hôi tươm ra, ngực tôi nghẹn lại. Gia đình đã đôi lần bắt gặp tôi trong trạng thái này, mọi người đồng ý với nhau là tôi có gốc động kinh. Bố tôi còn nói rõ hơn, với dẫn chứng cụ thể là ông nội tôi, ngày xưa cũng đã bị chứng đó.

Tôi im lặng trước quả quyết của mọi người. Vì có nói ra, tôi nghĩ, mọi người cũng không thể hiểu được. Hơn nữa, dễ gì tôi có thể diễn tả mạch lạc cảm giác mơ hồ nhiễm nhiều huyễn hoặc kia.

Vết chàm mỗi ngày một ăn lan trên mặt tôi. Nó đã vượt quá đường ranh lông mày đi xuống sống mũi. Nó ăn lan nhanh hơn bắt đầu từ ngày tôi yêu Hãn. Theo lời một bà thầy ở núi gió, khi vết chàm ăn xuống quá đôi mắt, tôi sẽ chết. Một ông thầy khác lại quả quyết tôi sẽ thọ đến tám mươi tuổi, nhưng vết chàm sẽ ăn kín mặt như đeo chết một cái mặt nạ xám và tôi sẽ giàu có khi vết chàm ăn không còn phân vuông da mặt nào. Tôi biết được chuyện này nhờ nghe lóm chuyện giữa bố mẹ tôi. Tôi không nghĩ Hãn đến với tôi để rút đi mau chóng cái thời gian hạn định vắn vỏi của sự sống.

Chẳng lẽ Hãn chính là hiện thân của định mệnh thảm khốc ấy? Nhưng thâm tâm tôi vẫn mơ hồ nghĩ mình sẽ chẳng còn sống được bao lâu. Tôi không tiếc sự sống, thật tình thế. Nhưng tôi sợ không kịp có một ngày vui, khi hạn kỳ năm năm chấm dứt. Tôi sợ tôi sẽ không được nhìn mặt "chú Hãn nhỏ", niềm khao khát lẫm liệt và chua xót ra đời. Nếu có một sự gì không toại nguyện trong phút lâm chung, thì đứa con, là điều duy nhất đó.

Trời chuyển gió lớn. Những đám mây dữ tan đi. Da trời sáng hơn nhưng gió lại mang theo quá nhiều bụi phố. Tôi nghe lạnh ớn xương sống. Cảm giác đẩm ngất đứng trên những đỉnh đồi gió lộng, những ngày qua, trở về. Tôi nhắm mắt, ném thả mình sâu xuống nữa trong hồi tưởng cùng cảm xúc vỡ bờ, xô dạt.

Tôi ngóc đầu dậy khi nghe một tiếng động vang dội mạnh ở phía cầu thang, mẹ tôi xuất hiện với mớ tóc bạc đốm. Bà ló nửa người trên mặt sân thượng, giọng nói bà không biểu lộ một tình cảm nào rõ rệt:

- Có Hãn tới đấy.

Tôi bật dậy như vừa được hất lên từ một chiếc cầu nhảy. Mẹ tôi nghiêm khắc nhìn. Tôi bối rối nói bâng quơ:

- Mỏi người quá. Gió nhiều. Con cũng đang định xuống.

VỚI NHAU, MỘT NGÀY NÀO

Từ ngày Hãn đến nhà, tôi biết mẹ tôi chỉ chờ cơ hội để bắt phải trả lời những hạch hỏi liên quan tới chuyện của hai đứa. Nhất là về đời sống riêng của Hãn. Và đó lại chính là điều tôi muốn né tránh. Không biết tôi lẩn thoát được những câu hỏi của mẹ tôi như: Hãn làm gì, ở đâu? Con cái nhà ai? Chuyện gia đình sao? Tới bao giờ. Đến lúc nào, tôi không thể tự trả lời, nhưng tôi mong sẽ kéo dài được chừng nào hay chừng đó.

Mẹ tôi nói:
- Xếp ghế lại, đem xuống chứ.

Tôi cố gắng kềm hãm náo nức bằng cách chú ý tới… cái ghế.

Vừa xuống, Hãn đưa một miếng giấy nháp mà tôi viết lăng nhăng đủ thứ trong đó. Chàng nói, thế này làm sao học? Tôi đón tờ giấy và ngước nhìn. Hãn thường tỏ ra nghiêm khắc với công việc học hành của tôi. Hãn tiếp dồn dập: học được nhiều không? Hết chưa? Tôi nói dối:

-Gần hết rồi anh. Chỉ còn một cour nữa.

Hãn ngồi xuống. Tôi chọn chiếc ghế sát tường khuất góc trời với tấm bình phong ngăn giường nằm của bố.

Tôi muốn nói với Hãn, tôi đang mong và thèm được gặp chàng đến nôn nao cả người.

Tôi đặt tay lên đùi mình chờ đợi. Hãn ngắm tôi lặng lẽ như ngắm nhìn một đứa em nhỏ. Tôi giữ nụ cười trên môi che ngượng ngập và dấu luôn nỗi hân hoan. Tôi nghe tiếng lách cách của ly tách chạm nhau. Tiếng mẹ tôi gọi khẽ "Phiến". Chân trần, tôi đi như chạy lướt vào nhà trong. Chắc chắn là tôi đã không thể dấu hết được nỗi vui mừng của mình trong mắt nhìn đầy kinh nghiệm của mẹ. Tôi nói cho có chuyện.

- Khỏi nước đi mẹ, Hãn chứ ai đâu.

Mẹ tôi hừ một tiếng:
- Bưng ra.

Tôi liếc nhìn bà âu yếm. Những lúc có Hãn đến, hình như tôi thấy yêu mẹ nhiều hơn bình thường.

Hãn hỏi:
- Lúc nãy, em ở đâu mà lâu vậy?

Tôi chỉ trên trần nhà:
- Sân thượng, anh.

- Làm gì trên đó?

Tôi đùa:
- Ụ…

Hãn cười:
- Thi đến nơi rồi mà mới giờ này đã ngủ sao? Phải ráng lên chứ. Chuyện đậu rớt không quan

trọng. Vấn đề là có cố gắng và cố gắng hết sức mình cho tới lúc vào phòng thi.

Tôi vẫn giữ giọng đùa cợt để đáp lại cái vẻ nghiêm trang của Hãn:

- Thì em ngủ là để lấy sức mà cố gắng đấy chứ. Ngủ để rồi thức là tích cực triệt để đấy.

- Giỡn hoài.

- Thật mà. Tôi đáp và cười cười, mái tóc Hãn dài thậm thượt.

Hãn luôn sửa soạn sẵn cho mình một dáng điệu nghiêm chỉnh với những vấn đề thật người lớn để có thể nói to giữa nhà. Điều này chẳng đúng một chút nào với những lúc hai đứa dong dong ngoài phố. Chính thế tôi lại càng khó giữ được nghiêm trang. Tôi thích nhìn Hãn lúng túng ngơ ngác bên ngoài tiếng cười của tôi.

Cuối cùng, Hãn hỏi:
- Em cười chi vậy?

Tôi đưa một lọn tóc lên môi. Lắc đầu. Hãn tiếp:

- Tình hình sao.

Tôi ngơ ngác:
- Gì cơ ạ?

Hãn nhắm mắt:
- Chuyến đi.

- À. Không sao hết. Ngọc đưa em về. Mẹ yên trí em về quê Ngọc. Mẹ còn hỏi Ngọc sao đi ít ngày vậy. Ngọc đóng kịch khéo lắm.

Hãn ra dấu cho tôi nói nhỏ và chỉ tay vào phía nhà trong. Tôi nói:

- Mẹ không nghe đâu.

Tôi nhấc cái gạt tàn thuốc bằng sắt ở góc nhà ra gần ghế của Hãn. Chàng liều lĩnh nắm lấy bàn tay tôi. Tiếng quạt trần quay trên đầu buồn, lạnh. Tôi thì thào:

- Em nhớ anh. Hãn gật đầu: Anh cũng vậy. Đôi mắt Hãn tối hơn. Tôi muốn được chàng ôm giữ trong tay. Tôi sống lại (chẳng biết lần thứ bao nhiêu) những ngày hai đứa ra khỏi thành phố.

Lúc mở mắt, tôi thấy Hãn đã ngồi ngay ngắn và chiếc gạt tàn được kéo hẳn về phía chàng. Lát sau, Hãn đứng dậy, Chàng xốc lại quần áo. Tôi nói như thốt kêu:

- Anh về sao?

Hãn gật đầu:
- Để em học!

Tôi năn nỉ bằng mắt nhìn của mình:
- Ở với em chút nữa.

- Anh sợ mẹ nói.

VỚI NHAU, MỘT NGÀY NÀO

Hãn vẫn lo lắng một ngày nào không thể đoán trước, mẹ tôi sẽ nói thẳng với chàng những điều bà muốn nói. Và sau đó, có thể là không bao giờ Hãn còn đến đây được. Hãn nhiều tự ái lắm. Đôi khi chàng có những ngay thẳng không cần thiết và không đúng lúc. Tôi hiểu tính Hãn như vậy. Chính thế mà tôi thường xuyên áy náy, tuy biết chẳng cách nào khác hơn khi mùa hè đã tới. Lớp học đã nghỉ. Tôi đâu còn có lý do để ra khỏi nhà. Nhưng mặc kệ. Tới đâu thì tới. Miễn là thỉnh thoảng tôi còn được nhìn Hãn. Còn có lúc được đi bên nhau - được sống trong vòng ôm, trong hơi thở chìm lẫn…

Hãn ngập ngừng. Tôi cũng đứng lên. Chàng ngỏ ý muốn chào mẹ. Tôi lắc đầu và theo chàng ra hiên.

Đêm bị những ngọn đèn cắt nát thành từng miếng thẫm ẩm trong lòng ngõ và trên vách tường đối diện. Những trận mưa liên tiếp, trong nhiều ngày qua, để lại những vũng nước bùn. Đục sệt. Tôi dựa lưng vào thành hàng rào. Hãn lại sát gần. Tiếng radio của nhà bên cạnh nghe thật rõ một bài vọng cổ. Tôi nhắm mắt lại. Hãn như được khuyến khích. Chàng chụp lấy mặt tôi. Hôn vùi. Hãn thường có những trận mưa hôn táo bạo như thế. Và bây giờ đến lúc tôi phải đẩy chàng dang ra. Dưới mái thấp tôi thấy đôi mắt chàng long lanh.

Hơi thở trong ngực tôi cũng dồn dập. Một ngón tay nào đó của tôi còn nằm gọn trong bàn tay chàng. Hãn kéo tôi từ từ. Tôi nép vào chàng. Một lần nữa, tôi thở đầy ngực hơi hướm Hãn. Sương mù, những con dốc, những chòm lá, những ngọn đèn lu, bước chân, và tiếng hát trở về cùng lúc. Tôi lập lại lời chàng: "Hình như mưa trên những vòm lá tối… " Hãn cuối xuống nhìn. Cái nhìn đăm đăm với nhiều vẻ thương yêu lẫn tội nghiệp. Chàng nói: "Rồi có ngày chúng ta sẽ trở lại nơi chốn đó".

Tôi nhớ, trên xe đò trở về, Hãn cũng đã nói với tôi như vậy. Tôi không dám mơ tưởng trở lại kia. Với tôi, tình cảm này, chỉ có thể cho tôi những ngày gần gũi với những phút ngắn. Tương lai, tôi e ngại lắm. Đành từ nay: Tương lai là ánh sáng của kẻ khác, và bóng tối mới chính là tương lai của đời tôi. Gió đập tấm màn cửa. Chuông đồng hồ thánh thót từng tiếng trong suốt. Chiếc radio phụt tắt. Cậu nhỏ ở gian bên cạnh vào nhà, khép cửa và tắt đèn. Bóng tối chiếm nguyên một khoảng hẹp sâu của ngõ. Tôi đứng lặng nghe vọng tiếng xe ngoài lộ xa.

Hãn cúi mặt men theo bờ tường trở ra phía đường cái. Tôi nhìn theo cho tới khi Hãn bước vào và tan nhòa trong vùng ánh sáng.

*

VỚI NHAU, MỘT NGÀY NÀO

Tôi rút lên gác, trước khi anh Hữu nhìn thấy. Bao nhiêu năm sống quanh quất trong ngôi nhà này, tôi đã quá quen thuộc với độ nhàm chán và lợm giọng trước những sự việc xảy ra. Tất cả, chỉ chừng đó. Chỉ chừng đó. Không gì mới lạ. Anh Hữu trở về. Mẹ hỏi thăm năm ba câu về những đứa cháu mà lâu lắm rồi bà không được gặp. Rồi mẹ nhắc tới chị Liên. Tới chị Hạnh, người con dâu trưởng và đầu tiên của gia đình do chính tay bà chọn lựa. Sau rốt tới chị Thiếu. Bao giờ bà cũng ngừng câu chuyện ở chị Thiếu và những đứa con của hai người.

Tôi không muốn nhìn thấy những giọt nước mắt nhọc nhằn vắt ra, chảy xuống từ đôi mắt đã mờ đục của bà. Tôi càng không thể chịu đựng được những giọt nước mắt nơi anh Hữu. Buổi họp mặt này lại có chị Hồ. Ôi, đó là ban hợp ca đồng điệu của những người mau nước mắt nhất trong ngôi nhà này? Mỗi lần gặp nhau như vậy họ không thể không cùng khóc với nhau! Làm như nếu không có những giọt nước mắt được chảy xuống thì đó là một thiếu sót không thể chấp nhận được.

Tôi không thể phân tích tỉ mỉ trạng thái tâm hồn tôi mỗi lúc phải chứng kiến cảnh đó. Có lẽ một mặt tôi thấy thương mẹ, nhưng mặt khác lại khó chịu và bực dọc với anh Hữu. Tại sao anh Hữu lại phải khóc khi chính anh là nguyên nhân của tất cả mọi sự. Chính anh làm bà cụ đau buồn tới già đi. Chính anh bỏ chị Hạnh để lấy chị Thiếu. Chính anh với thời mới lớn của mình gạ gẫm chị Liên để rồi xô đẩy chị vào con đường trôi dạt với mặc cảm tội lỗi, xấu hổ và u uất một đời.

Tôi không chịu được những người đàn ông vô trách nhiệm. Và càng không thể chấp nhận một người đàn ông dùng nước mắt như tẩy rửa thanh thỏa, một hình thức phủi tay. Nước mắt đã cho anh Hữu những tháng ngày an ổn sau đấy. Có lẽ anh nghĩ với những giòng nước mắt mau mắn của mình, anh đã tròn bổn phận, một cách nào đó, đối với chị Liên, đối với bé Ly.

Trên căn gác này, trong cái giang sơn tối tăm với một tấm nệm mỏng trải trên sàn gỗ, một bàn gỗ mộc, một kệ sách, một chiếc ghế ọp ẹp và một miếng trời vuông vứt trên đầu, được nhìn thấy qua khoảng kính mờ, tôi đã sống những ngày bề bộn sách vở. Những ngày ngổn ngang trăm ngàn ý nghĩa mâu thuẫn dằn vặt. Và thật gần gũi, những viên tranquanil, những vỉ varium. Cái chết lởn vởn, chập chờn trong từng thước không khí ẩm mốc. Đã có những lần tôi nằm thiêm thiếp nhiều ngày với tấm chăn mỏng, với cơn sốt vật vờ cùng ý nghĩ tự tử nung nấu từng chập. Đó là khoảng thời gian của mùa mưa năm nào. Những ngày mùa hè, trước khi tôi quyết định ra đi. Đó là khoảng thời gian của những trống trải tiếp tiếp, của những thất vọng trùng trùng. Đó là khoảng thời gian tôi vừa mới vật lộn xong cái bằng tú tài hai. Tôi hăm hở ghi tên bất cứ đâu, với hy vọng sẽ tìm được cho mình một tương lai. Một lối thoát. Nhưng không một cánh cửa nào mở ra cho tôi, trong khi chút ánh sáng mù mờ lần lần ngúm tắt ở chung quanh. Bố tôi nghỉ việc và chỉ còn trông vào đồng lương hưu trí. Anh Hữu tuyên bố không về nhà nữa, vì mẹ không muốn nhìn nhận chị Thiếu. Anh Long đem chị Thắm về với hai đứa con, giao cho mẹ để theo một khóa học tại ngoại quốc kéo dài hai năm, với hy vọng trở về sẽ có đồng lương cao hơn, khả dĩ đủ nuôi vợ con. Đó là khoảng thời gian tôi ra khỏi nhà khi mọi người còn say ngủ và chỉ trở về vào lúc thành phố đã lên đèn.

Tôi không thể ở trong ngôi nhà sặc mùi hơi người, với những bữa cơm tẻ ngắt. Những con mắt lặng lờ, nín câm như những chiếc bóng. Ngay cả mấy đứa cháu, hình như cũng bị cái không khí âm u của nơi ở làm thui chột bớt tiếng cười. Đó là khoảng thời gian rất nhiều lần tôi đã ứa nước mắt khi dắt xe ra khỏi một ngôi trường, một công sở với kết quả não nề: Không có tên. Hết chỗ. Rất tiếc. Hay cảm phiền chờ dịp khác. Và xe thì hoặc hết xăng hoặc hỏng. Tôi thất thểu đẩy chiếc xe như vần lăn một tảng đá khổng lồ đi dưới những hạt mưa tơi tả và thấy những đứa con gái cùng tuổi, áo quần, son phấn, cợt nhã với những thằng con trai phóng xe qua lại vun vút. Bùn nước tóe bắn lên mặt, tôi không ghen tỵ với những đứa con gái kia. Tôi không ước mơ một chỗ ngồi nơi yên sau của những chiếc xe bóng nhoáng đó. Nhưng tôi cũng vẫn cứ buồn, vẫn cứ tủi thân. Đó là những lúc tôi tự hỏi, tại sao mình được sinh ra? Tôi có đây để làm gì? Để được gì? Trước sau, tuổi thơ tôi chỉ có những ngày cháy nám trong rừng cao su và trên những bờ thành rêu xám của trường đua Phú Thọ. Đó là những lúc tôi khát khao một chỗ ngồi khuất kín, êm ái, trong một ngôi quán có cửa kính để nhìn ngắm những hạt mưa gieo xuống một mặt phố. Đó là lúc tôi thèm thuồng một chỗ nằm với ngọn đèn đủ sáng, soi vào một trang sách mở rộng. Đó là lúc tôi mơ ước có được một chiếc áo mưa tử tế, hai túi nhóc đầy những hạt lạc rang nóng hổi, những mơ ước, những thèm khát nghĩ thật nhỏ, tầm thường và vô nghĩa đối với những người con gái khác...

Rồi những ngày mùa hè qua đi, với những trận mưa mỗi ngày một thêm tầm tã. Ngọc thi đậu chân thư ký trong một cơ quan nghiên cứu của chính phủ. Từ làm hướng dẫn viên cho một hãng du lịch tư, Mậu chính thức gia nhập ban hợp ca của nhà thờ Đức Bà. Những con bạn thân nhất lần lượt có việc làm. Cuộc sống mới làm chúng xa tôi. Thỉnh thoảng gặp nhau, tôi cũng chỉ còn nghe được ở nơi Ngọc những than phiền về cảnh đời công chức... Từ khổ sở nhục nhã kể chuyện bao lần nếu không khéo léo chắc đã rơi vào tay ông giám đốc, ông chủ sự. Và, bà giám đốc này, chị giám đốc kia thỉnh thoảng lại đến chỗ Ngọc lườm nguýt, đe dọa. Mậu say sưa với những bài thánh ca, muốn bỏ học đi tu luôn để đỡ phải lo cơm áo.

Rút lại, cuối cùng chỉ còn có mình tôi châng lâng. Mình tôi chao qua chao lại trên những con đường mưa mù mịt. Những con đường lạnh lùng ném trả cho tôi chiếc bóng còm cõi và những bước chân rời rã, cô quạnh.

Những trận mưa cuối mùa đến với những ngày khai giảng niên học mới. Tôi không còn cách nào khác: Làm quen với giảng đường với cours, với bài. Những ngày đầu của đời sống sinh viên bất đắc dĩ, tôi ném thả tôi vào các sinh hoạt nhào nháo của một đám thanh niên mới lớn, cùng tuổi. Tôi theo chúng nhảy cửa sổ. Tôi theo chúng lê lết từ hội quán qua câu lạc bộ. Tôi tiêu phí thời gian vô vị trống rỗng của mình trong một nhịp sống mới, nhịp sống của con trai. Tôi như một đứa con trai. Khô trân. Cứng trơ và nhâng nháo. Bách, Cự, Kim, Sang, Tuấn, Thạnh... Tôi sống không suy nghĩ, chẳng lựa chọn. Tôi sống với ảo tưởng đã quên được mình, quên được ngày tháng. Quên quá khứ, quên tương lai và cũng chẳng chút ý niệm về hiện tại. Đây là khoảng thời gian tôi tưởng mình đã tạo được một thứ tình bạn mới. Thứ tình bạn không có những thắc mắc, dè dặt, ràng buộc. Chúng tôi như một đám bèo trôi lêu bêu trên một giòng nước đục. Tôi sống mù lòa như vậy đến hết niên học. Tôi cũng đi thi và thật không thể ngờ, tôi cũng đậu. Tôi cũng chen lấn giữa đám sinh viên lâu nhâu, đi coi bảng, đi lãnh chứng chỉ. Và chỉ khi rời Saigon lên ở với chị Quyến trên phố núi, sự tách mình ra khỏi giòng cuốn trôi vô nghĩa kia, tôi mới có dịp nhìn lại và nhận ra trong suốt khoảng thời gian đó, bắt nguồn từ vô thức, tôi đã muốn chống lại cái đời sống con gái của mình. Tôi muốn thoát khỏi những ràng buộc của một kiếp con gái. Chỉ khi đó, nhìn lại, tôi mới thấy tôi thật chẳng thành người. Tôi chỉ là một con rối, quay cuồng. Tôi chỉ là một con vụ quay quanh chính mình mà cứ ngỡ mình đang được sống một đời sống khác. Những ngày ở với chị Quyến như tôi đã nói, cũng chẳng hơn gì. Khung cảnh có khác đi, đời sống có khác đi, nhưng tôi, tôi vẫn không chạy thoát khỏi tôi. Tôi vẫn lùng bùng trong một lưới vô hình. Cái màng lưới của định mệnh tồi tệ, nhơ bẩn và tuyệt vọng. Ở đây, có phải chăng, tôi bắt đầu nhận được từ chung quanh, từ đám đông tối tăm những ngắm nhìn, tán tỉnh của những anh giáo (đồng nghiệp đấy) từ những con mắt tráo trâng của những "ông sĩ quan" tuổi còn non choẹt mà mắt mũi, dáng điệu, cử chỉ và cả cách ăn nói lại già chát, ngố nghế, nhăn nheo, hôi hám. Nhưng không hiểu có phải vì cảnh tượng tù túng, nhạt chán của thị trấn khiến tôi không còn chút hy vọng tương lai nào hay vì sự trống rỗng và cô quạnh như núi, mịt mùng như rừng, khiến tôi một mặt vẫn khinh bỉ, một mặt lại hoan hỉ đón nhận những tán tỉnh săn đón kia như một trò chơi giải khuây, một thứ tiêu khiển đôi khi cũng làm cho thời gian bớt đằng đẵng.

Ở đấy, đều đặn một tháng hai lần, viết thư trả lời cho mẹ luôn luôn tôi phải dối gạt và bằng những câu không thể quên như: "Con thấy con thích hợp với không khí ở đây lắm. Con ăn ngủ được hơn hồi ở nhà. Con lên cân. Con vui vẻ. Con hoan hỉ… ." Tương ứng với cái điệp khúc hoài hoài giống như cái kim mòn trên một rãnh đĩa nhựa cũ của bà. "Con thấy thế nào? Ở được không? Hay con về với mẹ? Nhà ta giờ cũng chẳng còn ai! Các anh các chị và cả em con nữa, cũng đã đi rồi! Thôi thì có gì ăn nấy, hơn là để con gái mẹ mới chút xíu tuổi đầu đã phải lo kiếm ăn… " Quả thực, đôi lúc tôi cũng thấy khó lòng kham nổi cái đời sống bon chen đó. Tôi chưa đủ già dặn để tham dự vào trò chơi giành giựt miếng cơm manh áo. Lần đầu tiên, khi ông hiệu trưởng của ngôi trường tôi dạy gọi tôi xuống văn phòng, đưa cho một phong bì mỏng dính với mắt nhìn gia ơn ban phước: Lương tháng của tôi. Thiếu điều tôi ném trả ông để bưng lấy mặt xấu hổ với những giọt lệ tủi nhục. Nhưng rồi tôi cũng qua được. Tôi đã cầm lấy và lủi thủi ra về. Tôi đã cúi gầm trên suốt đoạn đường về nhà chị Quyến. Tôi đưa nguyên phong bì cho chị mà không thể nói được một lời. Và tôi vào phòng mình trước khi chị Quyến kịp thấy những giọt lệ long lanh trong khóe mắt.

Chiều hôm đó, thác mệt, tôi không ăn cơm. Chị Quyến nấu một bát cháo trắng đem vào phòng lúc tôi đang viết ít giòng cho mẹ: "Mẹ cứ yên tâm. Ở đây, con sung sướng lắm. Con ăn được và ngủ được hơn hồi ở Saigon. Chắc là con sẽ lại lên cân nữa cho mẹ coi. Mai mốt con về, có khi mẹ không nhận ra con đâu. Áo dài của con bắt đầu chật hết rồi đấy mẹ". Chẳng hiểu mẹ tôi có nhận ra đó là điệp khúc mà chẳng lá thư nào thiếu vắng? Tôi nhớ có lần đã nói với Hãn "Mọi người có chung một niềm tự hào, đó là khả năng tự gạt mình và gạt những người chung quanh. Có lẽ đó là điều duy nhất được lập lại nhiều lần trong suốt một kiếp sống".

Hãn lừ mắt nhìn tôi. Tia nhìn đăm đăm nghiêm trang có ý cảnh cáo, hay khiển trách. Lát sau, chàng nói: "Anh hy vọng tình yêu sẽ cho em thấy, đời sống còn nhiều ý nghĩa khác hơn. Và người ta sống vì thế".

VỚI NHAU, MỘT NGÀY NÀO

Khi ấy, chúng tôi đang nằm bên nhau. Tôi dấu mặt mình trong cạnh sườn chàng. Giọng tôi chùng lại: "Em già rồi phải thế không anh?" Hãn lúc lắc cái đầu làm rung động đôi vai: "Những người như em chẳng bao giờ già hết". "Tại sao?" "Tại em thiết tha với đời sống. Chính những kẻ chán đời là những kẻ yêu đời hơn cả. Do đó, một ngày nào, tìm thấy ý nghĩa đời sống, họ sẽ hưởng được hạnh phúc, những hạnh phúc mà kẻ bình thường không hưởng được".

Tôi nghĩ Hãn nói để an ủi, cũng như để dập tắt ngọn lửa hoang mang giao động thường xuyên bùng cháy trong tôi nhiều hơn là một lời nói thật.

Tôi không dám nói ra ý nghĩ của mình, tôi im lặng chìm rơi trong bàn tay vỗ về êm đềm của chàng, như những cơn sóng nhỏ lăn vờn đều đặn một dãi cát ấm. Những lúc đó, tôi thực sự cảm thấy mình được nương tựa, được che chở, được trú ẩn. Anh, liệu anh có mãi là một mái nhà cho sự trú đụt của trái tim, của đời sống em?

Tiếng mẹ tôi nói lớn từ dưới nhà:

- Phiến ơi? Làm gì trên đó vậy, có anh Hữu đến này.

Tôi giả tảng không nghe, tắt ngọn đèn bàn, lăn mình trên tấm nệm tắm đẫm mùi mốc ẩm.

Mưa trên mái ngói. Tôi nhìn thấy những giòng nước ngoằn ngoèo trên miếng kính mờ. Trong bóng tối, với hơi nước phà qua hai vách tường, tôi nghe lạnh ở chung quanh chỗ nằm. Xương cốt được dịp dãn ra sau một ngày dồn cứng. Đưa tay vuốt dọc thân thể mình, một nỗi buồn pha lẫn chua chát mọc lên trên từng tấc da thịt khi bàn tay đi qua, tôi bỗng thấy nhớ Hãn như nhớ tới một phần thân thể vừa mất đi. Một quãng đời rực rỡ vừa rơi, khuất. Nỗi nhớ đớn đau và nghẹn xát. Nỗi nhớ quặn thắt xen lẫn cảm giác ngậm ngùi, tủi tủi, như thể cuộc chia tay buổi chiều mới đây là một vĩnh quyết. Quả thực tôi không dám nghĩ đến một lần gặp khác. Dù có thể ngay ngày hôm sau, chúng tôi sẽ gặp nhau chưa chừng. Tôi thường có những phút giây giao động như vậy, mỗi khi xa Hãn. Có lẽ tại tình yêu của chúng tôi mong manh quá. Có lẽ đôi khi tự thâm tâm, tôi tự thấy mình không xứng đáng với tình yêu đẫm ngất của chàng, Và cũng có thể vì ám ảnh tội lỗi, mặc cảm của một đứa con gái mới lớn, yêu người đàn ông đã có gia đình, đã đem đến cho tôi những đe dọa thường trực, những thao thức ngày đêm. Nhưng phải chăng cũng chính vì sự mong manh, cái non yếu rớm máu của cuộc tình mà những giây phút ở bên nhau, bao giờ cũng là giây phút chúng tôi sẵn sàng để làm tất cả mọi việc, bất chấp đám đông. Bất chấp hoàn cảnh. Ngồi giữa quán, tôi vẫn có thể luồn tay vào ngực chàng. Đứng giữa nhà tôi vẫn dám nói với chàng "hôn em đi". Tôi biết như vậy là quá quắt. Như vậy là không được. Không được một chút nào hết, nhất là chúng tôi đang sống giữa xã hội đông phương, xã hội Việt Nam. Một xã hội đã bị chiến tranh đục ruỗng...

Tôi biết, nhưng tôi cứ làm. Tôi không cần. Bởi tôi thấy tôi, rõ hơn ai hết. Với hai mươi năm làm người, tôi đã được sống bao ngày? Với hai mươi năm làm người tôi đã được hưởng những gì? Không. Không gì hết. Kể cả cái mà người ta thường ngợi ca: Tuổi thơ. Tôi không có tuổi thơ. Dĩ vãng tôi chỉ còn là những ngày ầm vang tiếng súng, những ngày chạy loạn, những ngày tản cư. Tôi không phải là người dễ bị đánh lừa với những thêu dệt hoa bướm về tuổi thơ. Nhưng khi cần, tôi lại có khả năng tự đánh lừa mình, đánh lừa chung quanh. Chẳng hạn như tôi đã đánh lừa mẹ tôi: Những ngày sung sướng ở phố núi. Tôi đã tự đánh lừa mình khi mặc khoác cho việc vào đời kiếm sống quá sớm bằng những viện dẫn ý nghĩa cao cả, thiêng liêng...

Nhưng bây giờ, tôi đã mất cái khả năng đó. Tình yêu đã tước bỏ ở tôi những chiếc áo ảo tưởng. Tình yêu đã cuốn trôi và phủ sạch tất cả mọi lớp son phấn mà tôi tự thoa sát trên mặt nổi của đời sống mình.

Đã đến lúc tôi muốn và tôi phải, bằng mọi cách sống với ước muốn, với khao khát tự nhiên của trái tim. Dù đời sống tôi chọn lựa, có là một đời sống nhìn thấy trước, khốn quẫn, nói được ngay, là oan nghiệt. Con đường trước mặt là con đường dẫn sâu xuống một đường hầm tăm tối. Đó là điều tôi đã nhìn thấy trước. Trực giác đã gióng hồi chuông báo hiệu ngay từ gặp mặt đầu tiên, khi chúng tôi chưa có dịp để nói với nhau một lời gì. Tôi nhớ, khi chàng rời thị trấn, tôi viết thư về cho Ngọc, rằng tôi linh cảm định mệnh đã chính thức bủa lưới xuống đời tôi. Người một đời đã đến, giông bão một đời đã chờn vờn trên đường bay oan nghiệt. Tôi cũng nói với Ngọc đó chỉ là linh cảm. Nhưng thường thì ít khi tôi linh cảm sai. Dù trước khi chàng đến, tôi như một tảng băng - trơn tuột, lạnh lùng và vô giác. Rồi cũng chính tôi đã tự tay mở lấy cho mình cánh cửa định mệnh, cánh cửa mở xuống đầu đường hầm tăm tối. Đó là lá thư được viết trong một buổi chiều cuối cùng của tuổi hai mươi. Đó là thời gian cho những hạt mưa cuối cùng của một mùa rơi nốt. Đó là lúc tôi chợt nhìn thấy mình, như một người xa lạ, hay đúng hơn một người thân yêu thất lạc trở về.

VỚI NHAU, MỘT NGÀY NÀO

Tôi đã sống những ngày đầu của chọn lựa như tự tay ném đi những gói chất nổ, những quả mìn bộc phá, tôi ngang nhhiên đi chơi với chàng giữa thị trấn. Thị trấn của tiếng đồn, của dị nghị, nhỏ nhen, hẹp hòi và ác độc. Nọc rắn đã lần lượt được phun ra phía sau, những nơi chốn chúng tôi đi qua. Thị trấn như lên cơn sốt. Phụ huynh học sinh bàn tán. Đồng nghiệp lao xao. Chỉ có học sinh, những em bé với tâm hồn và trái tim chưa bị tẩm độc, còn nhìn tôi, nhìn sự kiện xảy ra như một cái gì vừa hoang đường, vừa uy nghiêm rực rỡ. Những ngày chàng trở lại, một lần thêm với phố núi, cùng với những đám mây mù chứa đầy hơi nước ẩm bốc lên từ những thung lũng đen, phả xuống từ những chóp núi xám, là những ngày tôi liên tiếp bỏ lớp, bỏ trường. Những giờ học được dạy vội. Những bảng đen, phấn trắng trở thành tượng trưng của một ràng buộc, giam nhốt giết lần mòn sinh lực, tuổi trẻ. Tôi bứt phá mọi hàng rào câu thúc. Tôi bước qua, và bước đi trên tất cả những thứ đó bằng những bước chân sóc, nhẹ nhàng, vui tươi, không vướng bận. Chàng đến ở cửa trường, tôi chạy ào ra, như một đứa trẻ nhỏ. Chàng đợi tôi ở một đầu dốc, tôi phóng tới như một chiếc lá. Chàng đợi tôi ở đầu ngõ, tôi trốn thoát khỏi nhà, như bay bổng, được dắt đi bởi bàn tay của một bà tiên có quyền phép nhiệm mầu. Chàng đưa tôi tới những nơi tôi chưa hề đặt chân. Chàng đem tôi đến những chốn tôi đã quen thuộc. Nhưng ở đâu cũng cùng có chung một xúc động nồng nàn, đẫm ngất. Thị trấn càng mở to những đôi mắt cảnh cáo nghiêm khắc, tôi càng nhởn nhơ bay múa. Thị trấn càng muốn chụp xuống những móng vuốt cắn xé, tôi càng ngông nghênh ngửa mặt mỉm cười. Tôi hiểu đó là những hành động nguy hiểm ngông cuồng. Tôi hiểu từ phút đó, tôi đã thách thức đám đông, tôi đã bỡn cợt dư luận. Và tôi cũng hiểu đám đông, dư luận chẳng bao giờ buông tha cho một kẻ dám khinh thường, dám ngạo nghễ đứng trên chúng. Nhất là kẻ đó lại là tôi. Một con nhỏ đến với thị trấn như một cái gai, cần phải nhổ. Một cô giáo đến với lớp học như một luồng gió, hay một con sóng lớn cần phải để mắt, dè chừng, phải lánh xa trong ý nghĩ của đồng nghiệp, của ban giám đốc.

Nhưng làm sao họ hiểu, nếu tôi sống đến ngày đó, cũng chỉ là để chờ đợi cơn giông định mệnh ập xuống đời mình. Làm sao họ hiểu, nếu không vì chờ đợi đớn đau và cay nghiệp kia, tôi đã giã từ tất cả, giã từ cơm áo, giã từ bổn phận, giã từ chữ nghĩa…. Và đám mây khổng lồ của cơn giông đã tới. Những trận cuồng phong đầu tiên đã nổi. Tôi lao đao, tôi quay đảo. Nhưng đó là cái chới với lao đảo mà tôi mơ ước. Nhưng đó là cái quay đảo tối tăm mà tôi chờ đợi. Hạnh phúc và ngay cả sự đau khổ, chỉ dành riêng cho những kẻ nào có đủ kiên nhẫn đợi chờ, có đủ thẳng thắn và cam đảm bước tới.

Tôi là kẻ đã chờ đợi nó - những đớn đau nhìn thấy trước - bằng hình ảnh mơ hồ của vô thức u mê. Và có lý gì, tôi quay đi. Không. Tôi sống, chỉ để chờ đợi chừng đó. Hãn, ôi anh. Người mà đám đông lên án. Hãn. Ôi anh, người của một mái nhà. Người chính thức của một người đàn bà và những đứa con. Nhưng, anh lại chính là người một đời của em.

*

Tôi chợp mắt khi không còn nhìn thấy khoảng trời đục qua tấm kính vuông trên mái ngói. Tôi đem vào giấc ngủ mệt, Hãn và những đe dọa chập chờn.

Lúc mẹ tôi lên lay tôi dậy, ở dưới nhà đèn đã bật sáng và cơn mưa đã dứt. Có thể từ lâu. Có lẽ tôi chợp mắt tới hơn hai tiếng đồng hồ.

Mẹ tôi dịu dàng với chút âu lo qua bàn tay nắm lỏng cổ tay tôi, kéo dậy:

- Dậy con. Xuống nhà ăn cơm. Con muốn đau sao?

Trong ánh sáng nhờ nhờ, gương mặt sát kề của mẹ tôi lay động thấp thoáng như mảnh khăn lụa mỏng.

*

Phải thu dọn bếp núc cho sạch sẽ, tôi luôn nhớ và làm theo lời mẹ dặn, nên lúc tôi trở lên mọi người đã cầm đũa. Không có anh Hữu. Tôi bằng lòng về sự vắng mặt này. Bố cũng vắng mặt. Chắc ông cụ đi với anh Hữu. Tôi tự hỏi vì đâu ông cụ lại có vẻ hợp với anh Hữu hơn anh Long? Chẳng biết có phải vì anh Hữu là con cả? Bố vẫn giữ cái truyền thống trọng con cả hơn con thứ, dù anh Hữu đã bị mẹ tuyên bố từ bỏ trong một bữa giỗ có đủ mặt họ hàng. Anh Hữu không còn là người của gia đình từ ngày đó. Nhưng thỉnh thoảng anh Hữu vẫn về thăm mẹ hoặc đón bố tới ở với anh. Tôi không hề có ý định tìm cho ra lẽ cái quyết định ghê gớm kia. Nhưng sự bất kính ở nơi tôi, đối với anh Hữu, chẳng hề bắt nguồn từ việc này. Có lẽ nó bắt nguồn từ lúc anh Hữu từ chối lo tiền cho bố mẹ. Tôi nghĩ đó là một hành động bất nhẫn, không thể tha thứ. Trong số mấy anh em trai, Ích còn quá nhỏ và mới tình nguyện đi lính. Anh Long lấy vợ sớm, nhiều con. Rút lại, chỉ có anh Hữu, không những là con cả, anh lại còn là người có khả năng giúp đỡ thêm cho bố mẹ, nhưng anh đã không làm, lấy lý do mẹ không công nhận chị Thiếu. Người hiện đang sống với anh và do anh chọn lấy. Sự tôi tự ý đi dạy học cũng là một hình thức phản kháng, cảnh cáo gián tiếp dành cho anh. Tôi hy vọng hành động của mình là một lời thống trách, một bày tỏ bất mãn, khinh khi nặng nề nhất. Nhưng anh Hữu đã lơ đi, hoặc thực sự không nhìn thấy cái tinh thần phản kháng tiêu cực đó trong việc làm của tôi. Như mới đây, được đi phép, Ích tỏ dấu muốn ở nhà để đi học lại, vì Ích chưa đến tuổi động viên. Nó còn ít nhất một năm để học thi tú tài. Bố nói đi mời anh Hữu để anh cho ý kiến. Tôi phản đối ngay lập tức. Tôi nói thẳng ý của mình rằng anh Hữu không còn quyền gì trong nhà này nữa dù chỉ ý kiến. "Nhà này giờ chỉ có con và thằng Ích. Chúng con chỉ còn trách nhiệm đối với mẹ, đối với bố mà thôi. Ngoài, ra, chúng con không có trách nhiệm đối với ai hết". Chắc bố không ngờ đứa con gái chỉ quen làm nũng lại có thể đứng ra cãi phăng lời ông như vậy. Hình như bố đã lặng người trong giây lát, trước khi chống gậy xuống đất, run rẩy đứng lên, hướng cặp mắt lòa về phía tôi. Tôi chờ đợi cơn thịnh nộ với những lời chửi mắng thậm tệ. Nhưng cuối cùng ông cụ lại dịu dàng như một tiếng thở dài ngao ngán: "Tao không ngờ cái gia đình này ngày thêm bấy nát. Chúng mày không còn biết anh biết em là gì nữa..." Bố tôi run rẩy muốn ngã. Anh Long hốt hoảng đứng lên đỡ ông cụ ngồi xuống. Tôi ân hận về lời nói quá thẳng của mình. Ích cúi xuống nhìn đôi bàn tay đen đúa khẳng khiu. Mẹ tôi bưng mặt khóc, Tiếng khóc của bà mỗi lúc mỗi lớn với những cơn nấc nghẹn ngào. Tôi nghĩ mình đã làm khổ cùng lúc, cả bố lẫn mẹ. Và có thể chính mẹ tôi mới là người đau khổ hơn cả. Bởi vì bà thương tôi đồng thời, luôn anh Hữu.

Những tiếc nấc nghẹn của mẹ khiến anh Long và Ích cũng không cầm được nước mắt. Như tôi đã nói, những người con trai trong gia đình này mỗi người có cả một hồ nước mắt. Còn nhiều hơn cả đàn bà.

*

Ngày thi tới làm sự gặp gỡ giữa tôi và chàng thưa thớt hẳn. Trước đây hình như ngày nào chúng tôi cũng phải gặp nhau ít nhất một lần, trong khi bây giờ có bận bốn năm ngày tôi mới lại được nghe tiếng nói của Hãn hay trông thấy mặt chàng trong thoáng chốc. Lúc này mưa thường xuyên hơn với những trận như thác trút. Tôi cũng đã thấy nhiều hơn những cành phượng ối đỏ, bắt đầu tan tác rơi trên những đường đi trong thành phố. Tiếng ve và tiếng dế cũng đã nhiều hơn trong khuya, khi cơn mưa vừa rút đi. Đây là thời gian tôi thực sự phải đương đầu với rất nhiều thử thách cùng lúc.

Những ngày sôi bỏng nhất của tình yêu đang chìm lắng để tự nó tìm lấy cho nó những ý nghĩa tồn tại, bền bỉ. Tôi hiểu đã đến lúc tình yêu không còn là sóng nổi. Nó phải có chiều sâu. Nó phải có bề dọc sau khi chiều ngang đã bát ngát.

Lý do chính chàng muốn chúng tôi bớt gặp nhau là để cho tôi có nhiều thì giờ lo bài vở. Nhưng nó còn có những nguyên nhân khác, chẳng hạn như cả hai không thể quấn quít, không thể quay cuồng hoài hoài bên nhau, ngày này nối tiếp ngày khác. Hãn còn phải làm việc. Hãn cần thiết thì giờ để lo tới những thực tế của đời sống. Cũng như tôi, tôi cũng phải nghĩ tới những khó khăn, cái thiếu hụt gây ra từ sự bỏ dạy không dự trù trước của mình. Đây cũng là khoảng thời gian tôi lao chao với những xao động âm thầm nhưng mãnh liệt và dữ dội. Tôi phải cố gắng phấn đấu với chính mình, phấn đấu với thói quen, với tập quán đã thành nếp. Tôi phải tự khép mình vào một kỷ luật nào đó. Một giới hạn, hiểu theo nghĩa tôi đã không còn hoàn toàn tự do như ngày trước. Tôi đã là một người đàn bà. Tôi không còn là con gái. Không còn là thiếu nữ. Mặc dù, là một người đàn bà vẫn lầm lũi đi về một mình. Vẫn đêm đêm, ngủ một mình giữa đống chăn màn và sách vở ngổn ngang, vẫn hàng ngày làm lấy tất cả mọi công việc, và chỉ một mình. Đôi khi đứng trước gương, ngắm nhìn mặt mình vuốt ve thân thể mình, tôi đã nhiều lần hỏi lớn: Có quả thực tôi là đàn bà rồi chăng. Có quả thực tôi đã bước sang giai đoạn khác của đời sống. Giai đoạn của những dằn vặt, của những hạnh phúc có thật và tai ương cũng không xa. Tôi đã đứng, đã lên đến cái đỉnh nhọn ghê gớm của đời sống. Chín bậc thềm đời, tôi đã lần lượt đi lên và bao giờ thì đến lượt ba bậc thương đau bước xuống trong lãng quên.

Nhưng dù là đàn bà, theo nghĩa vẫn một mình, chỉ một mình lủi thủi thì điều đó không hẳn là tôi đã không có những đòi hỏi, những khát khao đàn bà... Sự được trở thành đàn bà, đã làm sống dậy ở trong tôi nhiều hơn nữ tính. Hình như tôi đang nói quanh co về việc muốn thố lộ mơ ước của mình. Một đứa con. Phải. Tôi muốn có một đứa con ngay lúc này. Lập tức. Muốn có một đứa con, một chú Hãn nhỏ, và mơ ước đó, ngày càng như lửa ngọn vây quanh, bốn bề thần trí. Nhưng Hãn không muốn, chàng bảo chưa phải lúc. Nếu hạn kỳ là năm năm, tôi mới qua được một hai trong năm cửa ải. Tôi mới chỉ tự phấn đấu với thói quen lê la. Bè bạn. Tôi mới chỉ bắt đầu thấy như mình đã trói buộc, đã lệ thuộc vào Hãn, hiểu theo nghĩa vợ chồng và tôi đã không còn nuông chiều, thả lỏng mình với những bốc đồng muốn đi đâu thì đi. Giao tiếp với ai cũng được. Hãn không đời nào tha thứ cho tôi cái thói quen bừa bãi đó. Bạn bè tôi đối với Hãn là một cái gì được nhìn tương đương như những dấu vết khó tẩy sạch. Tôi không được phép vấy bẩn thêm, những thứ đó, trong đời sống mình. Tôi tự nguyện làm theo ý Hãn. Tôi đang lột xác để trở thành một người mới, một người không có bạn. Một người không ra đường, không biết phố, khi bên cạnh không là Hãn. Tôi tập ngồi nhà giờ này qua khắc khác, dù mưa có đập dội bốn vách hồn tôi mê ngất.

Những Báu. Những Kim, những Cự lần lượt nhìn tôi bằng con mắt khác. Có lẽ họ cũng thấy tôi không là xưa. Tôi đã là tôi trong tình yêu của Hãn. Tôi đã là tôi trong tình yêu của chính mình với nghiêm trang và mực thước. Tôi phải sửa soạn, phải sắp sẵn như một hướng đạo sinh, để đón nhận cuộc đời, để đón nhận cảnh đời tự chọn. Tôi hy vọng tôi sẽ chững chạc, đàng hoàng để có thể tự mình đứng như cây. Tự mình đứng như núi. Cho tới một ngày nào, bước qua ngạch cửa này, về một nơi chốn khác, mái hiên, một căn phòng cho nôn nả, đợi chờ. Tôi phải dọn mình từ hôm nay cho ngày đó. Ngày nào đó mới thực là những ngày tháng của tôi, của số phận mình. Đó là lúc chính tôi điều khiển lấy mọi sự, sắp xếp đủ mọi thứ một ngôi nhà sẽ ở. Ngày cũng như đêm, sáng cũng như chiều, tôi ở đó, một mình, không có bóng dáng thấp thoáng của anh em, bố mẹ. Tôi sẽ toàn quyền chỉ định chỗ kê giường ngủ, đặt cái bàn phấn. Tôi sẽ kê thêm đầu giường ngủ một table de nuit. Tôi sẽ mở một ngọn đèn ở đó cho những khuya đọc sách. Tôi sẽ có những bình hoa nhỏ, những bình hoa chỉ vừa để cắm một bông hồng, một nhánh cúc - Hay nhiều lắm là hai. Không thể hơn. Tôi sẽ tự chọn lấy mẫu của những tấm rèm cửa (tất nhiên phải là màu mà Hãn thích) và sẽ cặm cụi khâu may lấy những lúc rảnh rỗi. Và nhất là khắp nơi trong ngôi nhà, bất cứ mọi xó xỉnh nào cũng mang đầy vết tích của Hãn. Tôi sẽ để gạt tàn thuốc cả dưới bếp, để Hãn, có thể vừa xem tôi làm cơm những khi Hãn đến và ở lại Tôi sẽ vứt khắp nơi trên chiếc giường mình quần áo, vật dụng mang hơi hướm chàng. Tôi sẽ dán ảnh chàng cùng khắp những mảnh tường. Kê ở phòng khách, duy nhất một chiếc ghế bành nệm dày (Hãn thích ngồi ghế bành nệm dày, có lẽ vì người chàng toàn xương xẩu). Ở chỗ ngồi này, Hãn sẽ được sưởi bằng những tia nắng đầu tiên của một ngày. Ở đây, Hãn sẽ được nhìn mưa (cùng với tôi) qua khung cửa gỗ mở hết cánh và những tấm rèm cũng được vén lên.

Chúng tôi sẽ có hai chiếc chìa khóa để Hãn có thể đến bất cứ lúc nào, và tôi sẽ được hưởng cái hạnh phúc bất ngờ, mở ra đã sẵn Hãn trong đó.

Chắc là tôi sẽ giật mình, sẽ đứng tim luôn, trong những lần bất chợt ấy.

Rồi trong ngôi nhà đó, đứa con, niềm mơ ước cuối cùng của một kiếp sống ra đời, nó sẽ lớn lên tại đó. Và thời gian sẽ thả lần lần vào tâm hồn nó những sợi dây tơ hiểu biết. Những mùa đời qua đi, sẽ lần lượt mở ra cho nó những cánh cửa con người, sẽ hiểu, mẹ nó đã yêu bố nó như thế nào. Mẹ nó đã phải chịu đựng bao nhiêu tháng năm cô quạnh nhục nhằn để nó ra đời. Tình yêu của bố nó phải đam mê, phải đắm ngất tới mức nào, mới có thể dìu được mẹ nó, đi trên những con đường gai, bước bằng những bước máu. Chính sự nhẫn nhục, chính nước mắt, chính ê chề tủi hổ đau thương đã tạo nên nó. Và dù khi ấy, còn tôi hay không, có chàng hay không, tôi tin, nó vẫn có thể nối tiếp cái đời sống của bố mẹ trong niềm hãnh diện như một vốn liếng quí báu, giầu có nhất để vào đời. Nó sẽ hiểu tình yêu một đời mà mẹ đã dành cho bố. Lẽ sống một kiếp mà mẹ đã phó mặc nơi cha. Một phó mặc không điều kiện, không suy tính thiệt hơn.

Nó sẽ hiểu chất ngất kia, đó là một báu vật của thời đại này. Và tự nó, nó sẽ thấy cái bất toàn nơi bố mẹ, chính là cái mà tôi đã phải hy sinh danh dự, gia đình để gìn giữ, để nâng niu và để có nó. Nghĩ tới chú Hãn con, tôi rung động cả người. Nghĩ tới con, tôi thường lặng đi trong một cảm xúc thật lạ lùng. Trạng thái này, tôi chỉ tìm thấy trong những lần nghĩ về đứa con tôi sẽ có mà thôi. Đã có lần Hãn hoảng hốt bắt gặp tôi trong cơn mê sảng ấy. Nhưng lúc ấy, Hãn chỉ biết nắm lấy tay tôi, hay ôm ghì lấy tôi với những tiếng gọi kêu lay tỉnh. Em. Em...

Tôi đứng lên rờ bàn học. Sự cố gắng giữ mình trên ghế trong buổi chiều này chỉ là một cố gắng vô ích. Tôi không học được một chữ. Trang sách nguyên đó. Tập giấy nguyên đó. Tôi xuống bếp rửa mặt, nước lạnh làm tôi tỉnh táo. Mẹ tôi đang xào thịt bò với những lát hành tây xắt lớn và những khoang cà chua chín đỏ. Mấy hôm nay, bà không cho tôi đụng tới bếp núc. Bà biết chỉ còn năm ba ngày nữa tôi đi thi. Thịt bò sốt cà là món tôi thích nhất. Nhìn gương mặt bà đỏ lên vì gần bếp lửa, những sợi tóc như tơ trắng dính bết hai bên thái dương, đôi bàn tay thoăn thoắt, đôi bàn tay không ngơi nghỉ mấy chục năm liên tiếp, tôi bỗng động lòng. Tôi muốn ôm và hôn lên mặt bà (cử chỉ tôi đã sớm bỏ từ khi mới lên bảy). Tôi ngẩn ngơ im lặng. Mẹ tôi dừng tay. Bà nhìn tôi. Cái nhìn ngơ ngác, kinh ngạc. Bà mấp máy môi. Tôi nói trước:

- Con đi đây chút nghe mẹ.

Khi tiếng nói đã thoát ra, tôi mới biết tôi nói gì. Tôi không hiểu tôi sẽ đi đâu, làm gì sau đấy.

Nhưng tôi nghe như có một cái gì đó bứt rứt, có một cái gì đó bồn chồn khiến tôi không thể không ra khỏi nhà. Tôi phải ra khỏi nhà ngay lập tức, để còn kịp giữ lại những giọt lệ tủi phiền muốn trào ứa. Tôi sợ tôi sẽ không giữ nổi bình tĩnh, tôi sẽ đập phá, xé sách vở, hay sẽ khai hết mọi chuyện giữa tôi và Hãn cho mọi người nghe. Đó là điều không thể được. Chẳng khi nào. Bởi mẹ tôi có thể chết ngay khi tôi chưa kịp nói. Bố tôi có thể điên ngay khi tôi vừa dứt lời.

Buổi chiều, ở bên ngoài với cơn mưa chờn vờn, tưởng như giúp tôi không còn kiểm soát được mình. Tôi mất tự chủ. Tôi đang sống với thần trí của một kẻ nào khác. Không phải tôi. Không phải đứa con gái duy nhất trong bảy anh chị em, còn ở lại bên bố mẹ và được các người trút hết tin tưởng, gửi hết hy vọng.

Tại sao mẹ lại chọn con mà không phải là Ích. Tại sao bố chọn con mà không phải là anh Hữu, anh Long. Còn biết bao nhiêu người con khác nữa của bố. Đâu đó, chị Kim, chị Quyến, chị Trúc. Những người đó, có đầy đủ hoàn cảnh, điều kiện hơn con. Tại sao vậy? Tại sao lại chọn đứa con gái gánh chịu bất hạnh nhiều nhất trong nhà này, ngay từ khi nó vừa được sinh ra. Vết chàm. Ôi vết chàm. Tôi lại nhớ đến nó. Phải, tôi muốn quên nó, như quên cái ám ảnh thường xuyên ác nghiệt của định mệnh. Tôi muốn quên nó, như quên Hãn. Quên Hãn để trở lại cái đời sống vô vị của tháng ngày cũ. Nhưng cũng như vết chàm trên mặt này, Hãn đã có đấy. Chàng đã có đấy từ ngọn tóc, tới ngón chân. Chàng có đấy từ tỉnh thức của lý trí tới cõi mịt mù của vô thức. Chàng có đấy như vết chàm đang ăn lan xuống mũi.

Tôi bỏ lên nhà trên. Mở tủ, quơ vội một chiếc áo dài mặc vào người. Mẹ tôi bỏ dở công việc theo lên, đứng nhìn với đôi mắt kinh hãi. Kinh hãi chứ không còn là ngơ ngác nữa.

- Chờ ăn cơm đã con, muốn mưa mà đi đâu vậy?

Tôi không quay lại. Tôi đờ đẫn. Tiếng nói dịu dàng của bà, chỉ cho tôi thấy mình thật không xứng đáng với tình thương yêu câm nín và chịu đựng của bà. Tôi đăm đăm nhìn ảnh tôi in mờ nơi tấm kính suốt trong của tủ áo.

- Con ra đây chút, con về ngay mà.

- Mẹ có làm món con thích. Để mẹ mau tay xong rồi hẵng đi.

Tôi quay lại. Giơ tay định chụp ôm lấy bà, nhưng tôi dừng kịp cái cử chỉ thình lình kia. Tay rơi xuôi theo vạt áo.

- Con sao vậy?

Mẹ tôi nắm lấy vai tôi. Tôi lắc đầu và gượng cười:

- Con không sao hết. Con muốn nói mẹ đừng có lo cơm nước cho con nhiều quá. Con không thích, với lại con cũng chả ăn uống bao nhiêu.

Mẹ tôi chống chế:
- Ờ, ờ.. có gì đâu. Lâu lâu mà…

Mẹ tôi ngừng ở đấy. Tôi hiểu bà không muốn nói rõ hơn tình cảnh gia đình. Bà chớp đôi mắt vàng đục màu khoai tây. Tôi không kềm giữ được nước mắt. Tôi bước vội ra khỏi nhà. Tôi thoát đi thật mau chóng, gian nhà đó, hiện tại này. Tôi không thể sống mãi trong cái âm u kia. Tôi không thể chịu đựng tiếp cái lặng lờ trì trệ này. Tôi muốn mọi sự hãy xảy đến với tôi. Một lần. Cho tan nát hết. Tôi mong (một cách rồ dại) gặp Thiện. Tôi sẽ nói thẳng với nàng. Tôi yêu Hãn. Tôi yêu Hãn đắm đuối và Hãn cũng yêu tôi. Tuy nhiên, chị đừng lo, tôi không hề nghĩ tới chuyện cướp Hãn ra khỏi gia đình chị. Và tất nhiên tôi không thể phỏng đoán phản ứng Thiện. Tôi chưa hề giáp mặt người đàn bà đó. Có thể Thiện sẽ nổi cơn ghen điên dại. Có thể nàng sẽ chọn thái độ khinh bỉ quay đi, Có thể nàng sẽ dùng lời an ủi. Và sau đó, tôi sẽ nói hết mọi chuyện với gia đình, với mọi người. Tôi cũng sẽ cùng lúc có thai, với Hãn. Điều đó, không có nghĩa là cái cớ cho tôi thêm can đảm, liều lĩnh hay để cột chàng vào tôi. Không bao giờ. Tôi đã nói với chàng nhiều lần: Bất cứ lúc nào anh quay lưng lại với tình yêu của em, em sẽ chết, và tất cả mọi ràng buộc trách nhiệm đối với em đều trở thành vô nghĩa. Với tôi, chết không đáng sợ mà sợ chết mới chính là điều đáng sợ. Nhưng tôi mong tất cả mọi thứ kia, cùng xẩy ra một lúc. Như ngọn lửa nổi lên ở khắp nơi. Như cơn bão có từ bốn phía. Tôi muốn trút bỏ, muốn thoát ra, trong khoảng khắc cái ám ảnh mơ hồ của một tai họa, một thảm khốc, nghiệt ngã. Tôi muốn Hãn bỏ tôi ngay bây giờ, lúc này để tôi giải quyết được tức thì sự sống của mình.

Nhưng tất cả những điều đó chưa xẩy ra. Và tôi vẫn phải sống trong cái lập lờ đè nặng của ám ảnh âu lo thảng thốt. Và tôi vẫn còn phải đeo đẳng nó, như chiếc bóng bên mình.

Tôi chạy xe qua những nơi chốn nghĩ là có thể có Hãn. Đây là một việc làm vô ích. Tôi biết vậy. Không hẹn trước, chẳng bao giờ tôi gặp được Hãn. Đời sống mỗi ngày một khó khăn. Hãn nói thế. Từng ra đời, tôi hiểu lắm cái mặt trái của đời. Tôi hiểu những gì mà một người như Hãn, phải chịu đựng, phải đối phó để dành lấy cho mình chút ánh sáng, chút không khí. Bởi vậy, những giờ phút ngắn ngủi bên nhau, tôi chỉ ước một điều: Làm Hãn vui. Tôi chỉ muốn một thứ: Nụ cười trên môi

VỚI NHAU, MỘT NGÀY NÀO

Hãn. Nhưng tôi đã không làm được điều đó. Đúng hơn tôi làm Hãn buồn nhiều hơn vui. Dĩ vãng tôi. Những ngày ở thị trấn, quá khứ chưa xa của tôi đấy, những ngày tháng đầu của bước chân đại học. Hậu quả của một thời hoang mang, bế tắc. Đó là sự dễ dãi buông thả trong việc giao thiệp bạn bè, mặc dù, cho tới khi gặp Hãn, tôi chưa hề bước một nửa bước qua khỏi cái phạm vi bằng hữu, mặc dù trong mắt tôi, những Bách, những Cự, những Dũng, những Kim chỉ là những chú nhỏ, những thanh niên con nít. Những người bạn chỉ để cho tôi giải khuây với những hò hét trong lớp. Những quấy phá ở hội quán, những buổi chạy xe lông bông ở ngoài đường. Mặc dù tôi không phải là đứa con gái duy nhất trong đám này. Còn có Tứ, còn có Ngọc, còn có Mậu… Nhưng Hãn vẫn nhìn quá khứ đó bằng một mắt nhìn nghiêm khắc, đôi khi khinh bỉ. Nhưng Hãn vẫn nhìn cái đám đàn ông, thanh niên theo đuổi tôi những ngày ở thị trấn, bằng cái nhìn ghê tởm gớm ghiếc. Lẽ ra, tôi có thể tránh cho tôi những mất mát tình cảm ở nơi Hãn, nhưng tôi không muốn thế. Tôi ngay thẳng. Tôi thành thực. Tôi đã làm đúng lời khuyên của chị Quyến. Tôi kể tất cả, dù chuyện nhỏ nhặt nhất. Tôi nói tất cả, dù chuyện khó nói nhất. Bao nhiêu nhật ký tôi đã gửi hết cho chàng. Tôi ngay thẳng và trong suốt, trong tình yêu của chàng. Tôi tự tin nơi tâm hồn và tình yêu đầu tiên của đời mình. Tôi tự tin, bình tĩnh với giải pháp duy nhất tôi đã định sẵn cho mình, nếu Hãn không thể nhìn quá khứ đó, như một cái gì ở ngoài ý muốn... Nếu Hãn nhìn những thứ đó như một xúc phạm nặng nề tới sự trinh bạch và thiêng liêng của tình yêu, tôi sẽ dành cho chàng, cái chết để chứng minh với chàng, tinh thần tôi chưa một lần hoen ố. Tâm hồn tôi chưa một lần vấy bùn. Tuy nhiên khi làm công việc đó, tôi đã trông mong hy vọng nơi tình yêu, và lòng độ lượng của Hãn. Khi làm công việc đó, tôi vẫn trông mong Hãn hiểu cho hoàn cảnh của tôi, sống gia đình, những ngày thơ ấu, sự tan tác của anh em, cái túng thiếu của bố mẹ và nhất là, ám ảnh của một định mệnh ngắn ngủi: Vết chàm giữa trán, khiến tôi không còn thiết gì nữa. Quả thực, tôi không hề hy vọng một ngày nào đó, tôi được gặp chàng. Quả thực tôi vẫn nghĩ, tôi sẽ sống trong cái trơ tráo lạnh lùng và cái kiêu ngạo âm thầm ở tôi cho đến một lúc nào đó, khi đã chán đến tận cổ, đã ngấy đến tận mang tai, tôi sẽ chấm dứt, êm ả, thanh thản đời mình.

Phải không anh. Anh yêu dấu. Nếu em được sinh trưởng trong một hoàn cảnh khác. Nếu bố đừng quá thanh liêm để đến nỗi về hưu không có được một dúm của cải nào ngoài số tiền hưu trí còm cõi. Nếu anh Hữu biết nghĩ tới gia đình. Nếu những người con lớn khác của bố, biết nghĩ tới gia đình một chút, sự đùm bọc sẽ tránh được chia tan.

Ích sẽ không phải sớm đi lính. Và nhất là nếu ai đó, đừng đóng dấu lên mặt em, chắc đời em sẽ khác. Em sẽ khác hẳn. Anh tin không? Khi ấy, em sẽ đến với anh trong vóc dáng kiêu kỳ của một tiểu thư đài các. Khi ấy em sẽ đến với anh, bằng phong cách của một đứa con gái trong nhung lụa, trong ngọc ngà. Nhưng liệu, với cách đó, anh có yêu thương em như bây giờ anh đang yêu thương em? Điều đó, chắc còn phải xét lại. Còn phải xét lại, phải thế không anh. Bởi tâm hồn em, trong tưởng tượng đó, chắc chắn sẽ không là cái tâm hồn em đang có đây. Một tâm hồn của trùng điệp những hạt mưa bay ngang không dứt.

Đường phố lên đèn cùng với những hạt mưa đầu tiên lác đác. Tôi vòng xe về Mậu.

Gia đình Mậu đang ăn cơm. Chị Ly đứng lên lấy bát, trong khi Mậu kéo ghế vào ngồi. Ba Mậu trực trong trại. Anh Kiểm ở Quảng Trị chưa về. Út Minh và vội miếng cơm, reo:

- Mưa gió đã đem chị Phiến đến đây. Eo ôi.

Mậu nạt em trong lúc tôi rũ áo mưa và vắt lên yên xe của Út Minh:

- Eo ôi cái gì? Cám ơn mưa đi chứ. Sao lại eo ôi.

Út Minh cười lúm đồng tiền trên đôi má phúng phính, buông đũa bát xuống, lim dim mắt, trịnh trọng như cầu kinh:

- Cám ơn mưa. Và gió nữa.

Ba chị em phá lên cười. Tiếng cười ròn rã vô tư của họ, rung rinh cả ánh điện sáng và át hẳn tiếng mưa ào ạt ngoài hiên. Tôi bước lại chiếc ghế được kéo sẵn, tiện tay cốc đầu Út Minh một cái:

- Khỏi phải cám ơn ai hết.

- Tại sao vậy? Út Minh hỏi. Tôi soi mái tóc ướt của mình trong tấm kính sau lưng Út Minh.

- Tại không mưa thì chị cũng đến đây.

- Chứ không phải đi chơi với chàng về bị mưa ghé lại sao? Mậu nói. Tôi lắc đầu. Chị Ly xới cơm vào bát cho tôi.

- Ăn. Ăn đi đã. Còn thì giờ hàn huyên mà.

Tôi gượng cười nhìn chị Ly.

- Lúc nào chị cũng vui.

- Chứ không lẽ khóc?

Chị Ly trước khi lấy chồng cũng trải qua một thời gian sống với nước mắt và nhục nhã. Chị yêu anh Kiếm từ ngày anh còn đi học. Khi anh đi lính ra trường xin cưới, gia đình chị không bằng lòng. Lý do hai bên khác tôn giáo, thêm nữa, cha mẹ anh Kiếm chỉ chịu đi cưới với điều kiện đám cưới phải diễn ra theo tục lệ bên Phật. Nghĩa là phải lập bàn thờ tổ tiên và không cho phép cưới ở nhà thờ. Lằng nhằng cả năm. Vì tự ái, không bên nào chịu bên nào. Trong khi đó anh Kiếm phải đi hành quân liên miên. Thỉnh thoảng về phép, gia đình chị Ly cấm cửa. Chị Ly can đảm bỏ nhà đi theo. Sống lây lất hết vùng này tới vùng khác với anh Kiếm, cuối cùng chị Ly sinh được một đứa con. Bên nội nhìn cháu, bắt về nhưng không nhìn dâu. Mãi khi đứa nhỏ được năm tuổi, bố anh Kiếm mất, hai bên mới nhân cái chết kia dung hòa xung đột bằng một đám hỏi, đúng hơn một bữa tiệc nhỏ, gọi là hợp thức hóa tình trạng cho hai người.

Từ đấy chị Ly mới trở về nhà và sống với bố mẹ. Anh Kiếm vẫn tiếp tục đời sống của một người lính. Đôi khi nghe chị Ly than phiền tình cảm vợ chồng của hai người mà thấy tội. Chị bảo ngày còn sống lén lút với nhau, thế mà lại sướng hơn. Chồng đâu vợ đó. Tới khi được chính thức rồi, thì cả nửa năm mới được gặp nhau vài ngày. Vợ chồng mà cứ như vợ chồng Ngâu ấy. Cô xem (Tôi chơi với Mậu từ ngày mới vào trung học. Cả gia đình Mậu coi tôi như người trong nhà. Mẹ tôi cũng thương Mậu lắm. Bà bảo Mậu chịu thương chịu khổ mà lại ngoan và ít nói. Bà đâu có biết khi chúng tôi gặp nhau ngoài đường xá. Mậu cũng nghịch một cây).

- Hòa bình rồi sao anh Kiếm còn đi hoài vậy chị?

Chị Ly gắp thức ăn bỏ vào bát cho tôi:

- Hòa bình cái con khỉ? Em không thấy đánh ầm ầm đó sao?

- Cũng tùy nơi Phiến à. Mậu nói góp.

- Bình Định là Qui Nhơn há chị. Không biết Út Minh hỏi ai, nhưng tôi cũng bừa, gật đầu: Ừ. Nó tiếp:

- Ở đó đang đánh nhau đó chị Phiến ơi. Chị Ly lo lắm. Chả đêm nào ngủ được. Chị ấy cứ lịch kịch cả đêm, chiều thì chị ấy thắp nhang khấn trời Phật. Đêm lại lâm râm cầu Chúa…

- Có im không nào. Mày thì biết gì mà nói.

Út Minh cười nhe mấy chiếc răng chưa kịp mọc. Tôi nói:

- Ăn cơm đi cô. Đọc gì vậy?

Út Minh lại líu lo:

- Truyện. Truyện trẻ con chị "Mùa thu Hoa Cúc"… Chị đọc chưa?

Tôi cười, nghĩ thèm cái không khí ấm cúng của gia đình Mậu.

Tôi ăn một chén cơm xong buông đũa. Chị Ly hỏi ăn gì như ăn nhín vậy. Tôi nói dối em ăn quà rồi. Chị lắc đầu không tin. Mậu đứng lên lấy cho tôi một trái chuối. Nó nhìn tôi đăm đăm. Tôi lừ mắt nhìn lại, Mậu nghiêng đầu hỏi nhỏ:

VỚI NHAU, MỘT NGÀY NÀO

- Có chuyện gì hả?

Tôi lắc đầu.

- Chiều nay có gặp Hãn không?

- Không.

- Sao kỳ vậy?

Tôi ngạc nhiên:

- Có gì kỳ?

Mậu chợt nhận ra sự vô lý của mình. Nó cười:

- Ừ nhỉ?

Tuy nhiên Mậu không ngừng dò xét tôi cho đến lúc xong bữa ăn.

Mưa mù mịt mảnh sân lởm chởm đất và rác của cư xá. Những cây sao không lớn được, mang những cành cây nặng nề. Gió thỉnh thoảng ném những trái sao lên mái tôn, nghe như gạch ngói rớt.

Chị Lý trở trời cám cảnh điều chi đó dành phần rửa bát, cho Mậu tiếp chuyện tôi, Mậu đem hai chiếc ghế kê ngoài hiên tối. Chúng tôi ngồi bên nhau, lắng nghe mưa và thỉnh thoảng run lạnh vì những hạt nước mưa bắn tới.

Mậu nói thầm thào:

- Ngọc bỏ nhà đi rồi mày biết chưa? Trong tối tôi không nhìn rõ mặt Mậu, nhưng có thể hình dung đôi mắt tròn xoe, mở lớn, chiếc mũi hỉnh lên, hai hàm răng đều và hé mở. Bao giờ Mậu cũng có một bộ mặt ấy mỗi khi bày tỏ sự kinh ngạc hay thán phục. Tôi nghĩ cả hai điều có ở Mậu lúc này.

Thấy tôi im lặng, Mậu lắc nhẹ:

- Mày không nghe?

- Có.

- Sao không nói gì?

- Mắc nghĩ.

- Sao?

- Thấy khó hiểu. Nhất là lại có thêm con Tứ.

- Vậy là mày cũng biết rồi?

Tôi gật đầu cho Mậu biết, hôm qua, em Ngọc đến tìm Ngọc ở nhà tôi. Nhìn vẻ mặt hớt hải của nó, tôi gặng hỏi. Nó thú thật "Chị Ngọc bỏ nhà đi rồi". Tôi hỏi từ bao giờ. Nó đáp không biết. Vì gần đây Ngọc ít ngủ nhà, lấy lý do học thi để đến tôi hay Mậu. Mậu bảo Mậu mới biết ngày hôm qua. Chắc con nhỏ tới mày rồi tới tao. May nhà không có ai. Tao không dám cho chị Ly biết. Chị Ly khoái những vụ ra đi bất tử như thế lắm. Và chị ấy khoái rồi là cả nhà sẽ biết. Tao không muốn ba tao nghĩ ngợi.

Mậu nói thấp giọng hơn nữa, mưa át đi khiến tôi nghe tiếng còn tiếng mất.

- Mày có biết lý do gì không? Tôi hỏi.

- Đâu tại vì thằng cha anh rể của nó. Mậu đáp.

- Thằng cha loắt choắt môi thâm xì đó phải không?

- Chứ còn ai vào đó nữa.

- Thật bậy.

- Mày nói gì?

Tôi lắc đầu:

- Không.

Sự thực tôi cũng chẳng hiểu mình đã nói gì nữa. Tôi đang nghĩ tới gia đình Ngọc. Ngọc là đứa thứ sáu trong tám chị em. Mẹ Ngọc chết cách đây hai năm. Khi bà còn sống, tình trạng gia đình Ngọc cũng không lấy gì làm êm thấm. Tuy nhiên, có bà, kỷ cương trong nhà còn giữ được phần nào. Bà chết vào lúc ba Ngọc làm nhà in lỗ lã. Nhà in đóng cửa. Ông cụ bán nhà in. Trả tiền này nọ. Còn một ít lo ma chay. Xong ma chay, vừa hay cạn sạch. Gia đình Ngọc bắt đầu rơi vào tình trạng rối rắm. Điều này cũng dễ hiểu khi mà cả tám chị em, chỉ có một người con trai áp út, Thằng Ất ở Thủ Đức ra, hay tin mẹ chết về chịu tang xong bỏ đi luôn. Ngày giỗ đầu nó cũng không về. Còn lại bảy chị em gái, trong khi chỉ mới có một người lập gia đình, người thứ ba, chị Hải lấy một anh thầy giáo bỏ nghề, chạy áp phe. Cả gia đình, chừng ấy miệng ăn, chỉ trông vào chị Hải và anh giáo. Tôi cũng không biết y tên gì (nhà Ngọc quen gọi y là anh giáo). Hai chị lớn có đi làm nhưng lương tư chức không bao nhiêu, lại còn phải dành dụm làm của hồi môn phòng khi lấy được chồng, dù cả hai cũng đã gần bốn mươi. Để cứu vãn tình thế và đồng thời cũng để tránh phải nghe những lời đay nghiến chì chiết của vợ chồng chị Hải, Ngọc nghỉ học để đem đơn xin đi làm. May mắn, cuối năm đó Ngọc đậu nốt phần tú tài còn lại. Nhưng cũng từ chỗ lo lắng cho gia đình mà Ngọc khám phá được sự đi lại bẩn thỉu giữa anh giáo và chị Hải. Hơn thế, tên này còn có ý muốn tán tỉnh dụ dỗ cả nhỏ Thơm, đứa em gái út của Ngọc. Ngọc đem chuyện biết được nói với ông cụ. Ông cụ không những gạt đi lại còn mắng Ngọc nhiều chuyện. Chị Hải cũng chửi Ngọc bằng những lời thật nhơ nhớp. Ngọc hiểu ba mình đang chọn nghề khai thác gỗ với bạn ở Long Khánh bằng tiền vốn con rể cho mượn. Nhưng thái độ của chị Hải thì thật quá đáng. Chị bảo Ngọc là muốn không được nên đổ vấy cho Thơm. Ngọc tủi nhục bỏ về bên ngoại ở một thời gian, sau lại trở về nhà mình.

Tôi hiểu chuyện gia đình Ngọc đại khái như vậy. Nhưng còn Tứ. Tứ thì trái ngược hẳn. Tứ là đứa giầu nhất trong cả bọn. Còn đi học, Tứ đã có vốn liếng riêng. Mẹ Tứ mở cho Tứ một trương mục tại nhà băng với số tiền hai triệu đồng. Mẹ Tứ còn rêu rao, ai lấy Tứ, bà ta sẽ cấp thêm cho một cái nhà và một cái xe nữa. Đã vậy Tứ còn là một đứa con gái thông minh, khỏe mạnh và duyên dáng. Nó có rất nhiều bạn trai, cũng cả chục anh công ăn việc làm đàng hoàng theo đuổi.

- Sao mày thừ người ra vậy?

Mậu ghé sát mặt tôi. Tôi ngả người vào lưng ghế.

- Con Tứ

- Tứ cũng đi với con Ngọc mà.

- Bởi vậy tao mới không hiểu.

- Mày không hiểu cái gì?

- Lý do?

- Cần gì phải lý do. Bộ mày nghĩ cứ phải có lý do mới bỏ nhà ra đi được sao? Tao biết nhiều đứa sung sướng, đầy đủ gấp trăm vạn lần mình vẫn bỏ nhà ra đi như thường.

Tôi rùng mình. Mậu tiếp:

- Ngay tao, đôi khi tao cũng muốn bỏ đi cho khuất mặt khuất mày. Có điều chưa có dịp, chưa đến lúc đấy mà thôi. Sống mãi những ngày tháng lờ lờ lững lững thế này, tao chán quá. Đôi khi tao muốn phát điên lên vì không biết mình sống để làm gì, chờ đợi cái gì đây?

Tôi chụp lấy tay Mậu xiết lại. Lần đầu tiên sau gần mười năm chơi với nhau, tôi mới nghe từ Mậu một câu nói ghê gớm như vậy.

Mậu say sưa:

- Mày ngạc nhiên quá đỗi phải không?

Và không đợi tôi phản ứng:

- Tao biết. Mày vẫn tưởng tao sung sướng, tao hạnh phúc chứ gì? Mày nhầm. Tất cả chỉ là cái bề ngoài giả dối, gượng gạo. Sự thực, chỉ có tao mới biết mà thôi. Hơn nữa. Người ta sống đâu phải cần hàng ngày mọi người chung quanh đều cười nói vui vẻ, với mình là đủ. Tao cần cái khác. Thứ khác. Cái tao cần, gia đình không mang đến được. Tao cũng không thể tự đi tìm kiếm. Tao chỉ có thể chờ đợi. Và chờ đợi đến bao giờ? Ngày nào? Ở đâu? Tao sắp già rồi. Phụ nữ mình mau già lắm. Mày biết không?

Tôi bấu những móng nhọn xuống bàn tay mềm của Mậu.

- Thôi Mậu. Tao sợ.

Mưa dịu hạt và như rời xa hàng hiên. Bóng tối loãng. Hơi mưa nhạt.

VỚI NHAU, MỘT NGÀY NÀO

Mậu trở lại thế ngồi ngay ngắn. Vẻ mặt cũ. Khép kín. Đôi mắt cũ, lạnh lùng. Bàn tay cũ trơ vơ trên hai đầu gối lặng. Xa vắng ở đâu đó, bài "Sombre dimanche". Lát sau, tiếng hát dứt. Dư âm chiều tan trong mưa. Bóng tối như bị xô lệch, chao nghiêng trước khi trở lại nguyên vị và im lặng. Tôi nói - Hát đi Mậu. Sombre dimanche. Mậu lắc đầu:

- Lâu tao không gặp Hãn.

Tôi không hiểu ý Mậu, nhưng cũng trả lời lơ lửng.

- Vẫn vậy.

- Mày cũng hay. Ít ra, còn có lý do để sống. Dù thế nào.

Tôi cười nhạt. Mậu tiếp, giọng còn đượm ngậm ngùi vương vất:

- Tao không có may mắn.

Mậu thành thật nhưng tôi đau đớn.

Mậu không để ý.

- Tao có cái kiêu ngạo của tao, mày cũng biết đàn ông để ý tao không phải là không có. Nhiều nữa. Nhưng tao không thể chịu được những cái đầu óc rỗng đó. Tao đi tìm một cái gì khác hơn một hứa hẹn tương lai bảo đảm. Tao không mơ ước những thứ mà mấy đứa con gái khác mơ ước và cái đám đàn ông, thanh niên lúc nhúc kia có thể đem lại. Tao mơ tưởng một cái gì thật mơ hồ, mơ hồ đến chính tao cũng không gọi được đích danh.

Tôi ngắt lời Mậu:

- Mày nói tao may mắn làm tao buồn. Mặc dù tao không hy vọng, không chờ đợi may mắn đến với tao. Nếu tao có thể biết chắc chắn một điều gì về đời mình thì đó chính là vô vọng, điều tao biết được một cách chắc nhất.

Mậu nhìn tôi như để đánh giá sự thành thực trong lời nói của tôi qua nét mặt. Tôi tiếp:

- Hãn thường nhắc nhở tao, những khốn nhục sẽ đến, trước sau gì, cũng đến, trong cuộc tình của hai đứa. Nhưng tao biết, Hãn không tin, tao không một chút kinh hoảng trước những đe dọa vây khốn của thực tế phũ phàng kia. Kinh hoảng chỉ có khi đó là điều mình không biết trước, đây tao biết trước và không tránh được. Trong khi đó, tao lại sợ cái khác. Và đó mới là cái tao không thể chịu đựng được.

Mậu lắng nghe. Đôi mắt Mậu rực sáng, hướng vào đốm đèn bên kia miếng sân vuông qua màn mưa.

- Tao muốn nói đến sự nhạt đi, trong tình yêu của Hãn. Tao muốn nói đến sự kinh thường ghẻ lạnh của Hãn. Tao sợ nhất, điều đó. Bởi mày biết đấy, tao không còn đường lui. Tao không còn giữ lấy cho mình bí mật nào, vốn liếng nào, để làm một khởi hành khác. Và giả sử, có còn nguyên vẹn, tao cũng chẳng thể... Người ta không thể sống ngay trong sự kinh bỉ ghê tởm của chính họ.

Chị Ly ra. Chưa bước tới hiên nhưng giọng nói của chị đã tới trước.

- Không bật đèn lên cho sáng. Làm gì ngồi thu lu như ăn trộm vậy.

Tôi nói:

- Khỏi chị. Em thích ngồi thế này. Một lát, em về.

Chị Ly đứng giữa cửa. Ngọn điện phía trong hắt sấp bóng chị xuống hiên dài thẳng ra ngoài sân mưa.

- Thi chưa? Phiến.

Tôi thở ra ngao ngán:
- Còn ba ngày nữa.

- Học hết rồi chứ?

- Hết thì em đã chẳng đi chơi.

Chị Ly cười. Chắc chị cười lối trả lời ngược đời của tôi. Tôi nói với chị là tôi nói thực. Tôi không học được cours nào hoàn toàn. Cours nào cũng vài chương, lại bỏ đó. Chị khuyên tôi có chuyện gì cũng nên xếp lại. Học cái đã. Thi xong rồi tính.

Đâu còn đó. Vội gì. Tôi muốn nói với chị nếu có chuyện cho thành chuyện thì đã dễ. Đằng này, tôi không có chuyện gì mà lại là những chuyện không thể dẹp bỏ sang một bên được. Tôi im lặng. Chị Ly đứng nhìn mưa một lát xong bỏ vào. Chị kêu ớn lạnh.

Mậu hỏi tôi uống cà phê không. Tôi lắc đầu, Mậu bảo:

- Tối mà trời mưa là tao hay uống lắm. Mùa mưa lại thường nhằm vào mùa thi, thành ra cũng đỡ. Mình có cớ để nuông chìu mình mà không áy náy.

Mậu đứng dậy, vào nhà. Ngồi lại một mình trong hiên tối thênh thang, mưa lất phất một khoảng không gian trống trải, dãy nhà bên kia sân chừng xa thêm và nhỏ lại, tôi nghe trong người một nỗi nhớ xốn xang, cồn cào. Chủ nhật hết. Không có Hãn. Nghĩ tới lúc trở về. Gian nhà yên lặng, mẹ tôi loay hoay lặng lẽ với một công việc gì đấy. Bố chắc nằm trong chỗ nằm cố định của ông. Cuốn truyện tàu cặp kính lão hoặc một giấc ngủ chập chờn. Tôi tự hỏi, rồi tôi sẽ trở về mãi mãi, với cái hình ảnh đó. Cho đến hết đời mình? Anh không thể đem em ra khỏi nơi chốn đó sao? Ngay cả khi em đã có anh, có tình yêu, có mục đích để sống, em vẫn không thể khác hơn, những gì đã như thế? Phải chăng đó chính là mặt thực của định mệnh em? Không, nếu anh không đem em đi, thì nương vào tình yêu, em cũng sẽ tự làm lấy việc đó.

Mậu trở ra, đem cho tôi một tách trà nóng. Tôi hớp từng hớp xong đưa lại cho Mậu. Tôi nói:

- Tao về.

Mậu cầm tách trà trong tay.

- Mưa mà.

- Thì mưa chứ sao.

Mậu cười:

- Tao mong tối mai mưa nữa để mày đến.

Tôi cũng cười:

- Hình như tao hay đến nhà mày vào những lúc trời mưa?

- Còn hình như gì nữa. Lần trước mày đến tao, cũng mưa.

Tôi mặc áo mưa, dắt xe trước vào vùng ánh sáng của ngọn đèn hắt ra từ cửa chính.

Đứng trong hiên, Mậu nói:

- Gặp Hãn, bảo tao hỏi thăm.

Tôi đáp:

- Cám ơn mày.

Ra khỏi cư xá tôi chợt nhớ quên không nói lại với Mậu lời hỏi thăm của Hãn: "Tới chức gì rồi, nữ tu, giòng tu hở".

Về đến nhà, tôi nhận được thư tay của Hãn, không biết ai đem tới. Tôi xem ngay trong lúc Bách ngồi chờ ở salon. Thư Hãn vỏn vẹn mấy giòng: "Cô liệu mà học đấy. Mưa hoài từ chiều cho tới lúc tôi viết thư này cho cô. Mong thư không phải chờ tới lúc dứt mưa mới được mở ra và đọc tới. Ngày mai, mười hai giờ, chỗ cũ. Có ông K. Mưa có ngọt như… Không?"

Tôi cười. Hãn nói đúng. Tôi không thể ngồi nhà trong khi ngoài kia, mưa. Nhưng thôi, từ ngày mai, em sẽ không ra khỏi nhà những lúc mưa nữa. Tôi nói thầm với những lượng máu rạt rào, nóng lên khắp người tôi.

Bách khó chịu hỏi:

- Thư ai đó?

Tôi chợt nhớ đến sự hiện diện của Bách. Bách muốn giữ cung cách xưa khi cả bọn còn đi chơi với nhau. Nhưng bây giờ tôi thấy khó chịu. Đã tới lúc tôi phải thẳng thắn cho Bách biết tôi đã có đời sống khác. Không thể trông đợi ở họ sự tử tế, tự hiểu.

Tôi nói, giọng nặng:
- Thư.

VỚI NHAU, MỘT NGÀY NÀO

- Của ai?

Bách giữ nguyên giọng cũ. Tôi không chịu nổi:

- Bách hỏi làm gì?

- Cho biết

Bách cười gượng gạo. Tôi thấy phải tiếp tục ngay.

- Thư riêng của tôi. Lần sau Bách đừng hỏi như vậy. Tôi không thích và không bằng lòng điều đó chút nào hết.

Bách ngỡ ngàng:
- Bách... tưởng?

- Không. Lần sau Bách đừng tưởng như thế nữa.

Bách nhún vai, khoát tay. Dáng điệu rất tây. Chỉ tiếc Bách quá nhỏ và mặt non sượng.

- À. Tôi hiểu.

Cử chỉ của Bách làm tôi nực cười và bực hơn.

- Lẽ ra Bách phải hiểu từ lâu rồi mới đúng.

Bách trợn mắt. Cặp mắt cho thấy nhiều lòng trắng. Bách lại giơ tay nhưng rồi hạ xuống ngay sau đấy.

- Tôi đến đây chỉ muốn báo tin với Phiến rằng Cự, Kim, ngày mai nhập ngũ.

Tôi muốn nhân đây, dành cho cậu nhỏ một bài học xử thế. Tôi nói:

- Bách làm việc đó hơi thừa. Bởi nếu cần, tôi đã hỏi chuyện ấy tại trường. Có cần chi phải chờ tới hôm nay. Chưa kể, điều đó, không quan trọng gì cả đối với tôi. Ngay cả trước đây cũng vậy. Chúng ta chơi với nhau chẳng qua cho nó đầy cái khoảng trống ở trường mà thôi. Giữa chúng ta không có một liên hệ nào khác hơn điều đó. Và như vậy thì phải thấy tới lúc sự ấp đầy thừa thãi kia không cần nữa. Và khi ấy, đừng làm phiền nhau. Đừng cố tình không hiểu…

Bách đỏ mặt, hai bàn tay buông ra nắm lại. Tôi biết hắn phải cố gắng lắm mới dằn được cơn tức giận. Tôi cười. Đồng ý hắn có thể giận vì những lời nói thẳng của tôi. Nhưng chính hắn muốn thế, bởi hắn không tự hiểu khi tôi để chàng đến đón tôi ở trường, ở ngay cửa lớp thì sự kiện đó, tự nó đã nói hết rồi. Y có thể giận tôi hơn nữa. Y có thể điên lên. Nhưng không lẽ y chửi tôi. Tôi lại mỉm cười với ý nghĩ quá trẻ con của mình. Bách xô ghế đứng dậy, đi thẳng. Tôi không nhìn theo, ngồi xuống và bình thản đọc lại thư Hãn.

Bây giờ tôi hiểu sự phiền phức mà Hãn đã nhiều lần cảnh cáo vì sự dễ dãi trong việc giao tiếp với bạn bè. Hãn có lý. Hãn còn nói với tôi nhiều nữa về hậu quả của lầm lỡ gây nên bởi sự thiếu nhìn xa của tôi. Cả bọn Bách, chỉ nội trong vài ngày nữa, sẽ đi nói xấu tôi khắp trường, họ có thể dựng lên nhiều chuyện ghê gớm khác và gán cho tôi. Tôi không sợ điều đó. Chẳng có điều gì khiến cho tôi phải sợ sệt e ngại. Tuy nhiên, nếu họ đem chuyện riêng của Hãn ra để truyền miệng cho mọi người, thì đó cũng là một phiền toái không nhỏ. Chuyện đời sống riêng của Hãn ra sao, chẳng phải là một điều bí mật gì, nhiều người biết rõ, hơn cả tôi. Nhưng tại họ cùng học với tôi. Còn anh Hữu. Tôi không muốn chuyện đó đến tai anh Hữu. Ít ra là trong lúc này. Nhưng thử hỏi, tôi còn cách nào khác hơn không? Tất cả mọi dây dưa của quá khứ có thể đưa tới những hiểu lầm, những ngộ nhận gây tổn thương cho tình yêu, cần phải thẳng tay chặt đứt. Tôi hiểu điều căn bản đó. Hơn nữa, với Hãn, đó không phải là chuyện thường. Hãn khe khắt và quyết liệt với những điều thoạt tưởng là nhỏ nhặt đó. Có những người sẵn lòng bao dung dành cho những phạm tội tày trời nhưng lại không thể tha thứ cho những điều nhỏ nhặt nhất. Hãn là loại người đó. Vả, nếu Hãn không tỏ ý gì hết, tôi cũng phải làm. Không lý khi mà gia đình, bố, mẹ, những người sinh thành ra mình, nếu cần, trong một chọn lựa đau đớn nào, tôi cũng đành nhận chịu tiếng bất hiếu, để giữ lấy hay chứng tỏ, tình yêu của mình. Thì lẽ nào những cái giải thoát kia tôi lại phải ngập ngừng hay e ngại lúc giựt đứt.

Mẹ tôi bước ra, đứng sau lưng từ lúc nào tôi không hay. Bà cụ tằng hắng lấy giọng:

- Có chuyện gì vậy?

Chắc mẹ tôi đã nghe hết chuyện giữa tôi và Bách. Tôi lắc đầu:

- Không gì cả. Lần sau, bọn này có tới, mẹ nói con không có nhà, hay cứ nói có nhà mà không tiếp cũng được.

- Tất cả. Mẹ tôi ngạc nhiên.

- Vâng. Tất cả. Trừ Hãn.

- Trừ Hãn. Bà cụ không dấu được vẻ sửng sốt. Tôi nhìn thẳng vào mắt mẹ tôi:

- Thì sao mẹ?

Mẹ tôi nhìn đi hướng khác. Bà dịu giọng.

- Có sao đâu. Tao hỏi cho biết.

Từ ngày mọi người ra đi, chỉ còn lại một mình tôi, đôi khi tôi thấy tôi bắt nạt mẹ tôi ra mặt. Có lẽ sự nhẫn nhục chịu đựng hết chồng, tới con là một trong những nét đặc thù nhất của những bà mẹ Việt Nam xưa. Thường là ngay sau khi lấn lướt bà, thấy vẻ chịu đựng của bà, tôi lại hối hận. Tôi lại tự dày vò, muốn ôm bà để xin tha thứ, nhưng chưa bao giờ tôi làm được cái phần tiếp theo đó. Tôi hy vọng bà hiểu. Đôi khi tôi cũng có những bực dọc, những đau đớn ngấm ngầm, những bất mãn vu vơ không biết trút bỏ đi đâu, vào ai, nên quay ra cau có với bà. Phải chi còn Ích ở nhà, để tôi có thể trút lên đầu nó, như ngày xưa theo thứ tự, các anh các chị tôi đã bắt tôi phải chịu những cái vô lý nhất của họ. Nhờ hiểu vậy, nên rất thường, tôi chịu đựng những trận mắng chửi thậm tệ của mẹ, dù tôi không có lỗi hay có lỗi đó, chẳng đáng gì hết. Duy một điều, tôi không bao giờ dám có thái độ ấy với bố. Ông cụ vẫn còn là một thứ gì trên hết và khả kính.

Mẹ tôi đổi giọng dịu dàng:
- Này, ăn cơm chưa?

Tôi cúi mặt:
- Con ăn rồi.

Bà ngập ngừng:
- Mẹ có để phần thịt bò xào hành tây, cà chua chín đấy!

Tôi thấy không đủ can đảm nói thật. Tôi đáp:
- Mẹ để đó. Mẹ đi ngủ đi. Khuya đói, con sẽ ăn.

Bà cụ quay lui. Tôi không ngoảnh lại nhưng thấy chiếc bóng bà rút dần xa khỏi tôi.

Sau lưng tôi, sâu khuất bên trong, tiếng ông cụ ho khan từng hồi một. Giọng bà cụ như một câu hát cũ từ bao năm không thay đổi, không lên xuống:

- Ông cố ngủ chút đi. Cần gì tôi thì bảo.

Đó là hình ảnh cụ thể nhất của một tình yêu được kết thúc bằng hôn nhân. Và đấy là một hôn nhân thành tựu bền bỉ, chưa nói tới có những trường hợp đổ vỡ nửa chừng. Tan nát giữa đường đi. Còn thảm thiết hơn thế, biết chừng nào. Sự sống không chỉ bị đe dọa bởi cái chết mà còn bị đe dọa bóp nghẹt bởi tuổi già. Tôi nghĩ mình có lý hơn bao giờ, khi nghĩ lỡ có chết ngay ngày mai cũng được.

Tôi ép mẩu giấy của chàng vào cuốn sách và tiếp tục bài học ban chiều.

*

Con mèo từ đâu vạch tấm màn gió, nhảy xuống bàn nước, kêu nhiều tiếng lạnh lẽo. Tôi quay nhìn. Người nó đẫm mưa. Đôi mắt xanh của nó, cũng long lánh nước.

Tôi báo tin Ngọc bỏ nhà ra đi và lấy cớ đến gia đình nó xem nó về chưa để xin phép mẹ tôi ra khỏi nhà. Đồng thời tôi nói, có thể con ăn cơm luôn ở nhà Ngọc.

Mẹ tôi không cản. Bà tỏ dấu ái ngại và lo lắng cho Ngọc. Nhưng lại nhắc nhở tôi như thế là đã bỏ ăn liên tiếp hai bữa cơm ở nhà. Tôi nói:

VỚI NHAU, MỘT NGÀY NÀO

- Chiều con ăn cơm nhà.

Bà lườm:

- Chứ không lẽ lại đi ăn hàng nữa hay sao mà phải dặn.

Tôi cười. Mẹ tôi theo ra cửa chờ tôi đạp xe nổ rồi mới trở vào.

Trưa nắng, nhưng không gay gắt lắm. Có lẽ nhờ trận mưa lớn đêm trước. Mọi vật còn đẫm nước. Những đám mây xám chưa tan hẳn, còn lác đác trên vòm trời nên thỉnh thoảng trời dịu lại và có gió mát thổi vào lúc đó.

Tôi đến chỗ hẹn vừa hay chàng tới. Đưa tay lái cho chàng, tôi ngồi yên ở sân sau. Mấy ngày liên tiếp không gặp nhau, tôi thấy chàng hơi là lạ. Cảm giác ngần ngại này, bao giờ cũng có lúc đầu, ở tôi, nhưng chỉ năm mười phút thôi tôi tìm lại được sự thân mật và gần gũi cũ. Tôi nói từ phía sau.

- Mậu hỏi thăm anh.

- Bao giờ? Hãn hỏi giọng không được như ý. Tôi lúng túng. Không biết có nên nói thật với chàng hay nói dối là Mậu đến chơi.

Hãn chạy chậm, mặt hơi nghiêng, chờ đợi.

- Chiều qua. Em tới Mậu.

Tôi nói nhanh và thở ra nhẹ nhàng.

- Đi chơi. Không học?

Tôi áp mặt mình vào lưng chàng. Mùi mồ hôi quen thuộc quyến rũ. Tôi lí nhí:

- Tại em nhớ anh quá.

- Nhớ gì lạ vậy. Hãn vẫn gay gắt. Tôi áy náy và thấy mình thật có lỗi. Tôi ấp úng:

- Em tìm anh khắp nơi. Cho tới lúc mưa. Em phải vào Mậu.

Tưởng Hãn sẽ nói một hai câu xoi xóc mật gan, nhưng không. Hãn im lặng. Tôi rụt rè đưa tay ra phía trước, ôm lấy bụng chàng. Xe chạy nhanh. Gió mát. Tóc tôi bay tạt phía sau. Một lát im lặng nặng nề. Hãn áp tay chàng lên lưng bàn tay tôi. Chàng đã hết giận. Tôi yên trí và nói cho Hãn nghe những điều tôi biết chung quanh chuyện Ngọc và Tứ. Hãn có vẻ không chú ý tới chuyện bỏ đi của Ngọc mà lại hỏi tôi thái độ của Mậu khi báo tin. Tôi nói: "Mậu thích lắm. Mậu bảo muốn được như vậy". Hãn cười và nói gì đó tôi không nghe được. Tôi hỏi chàng có tin tức gì của Hướng không. Hãn đáp không. Chắc vẫn thế. Rồi Hãn hỏi tôi có nên báo tin Ngọc đi cho Hướng biết không? Tôi đáp tùy anh. Em sợ anh ấy biết chẳng ít gì mà buồn thêm. Hãn cũng nghĩ vậy, nhưng không báo không được sợ tới chừng đó Hướng sẽ trách.

Chúng tôi gửi xe và đi bộ tới tiệm ăn. Ông K., đã ngồi sẵn nơi chiếc bàn kê ở góc cột có gắn kính phản chiếu. Ông thấy chúng tôi ngay khi vừa đẩy cửa bước vào. Ông chỉ tay vào hàng ghế đối diện và tiếp tục với tờ báo Pháp mở rộng, tôi e ngại ngồi xuống. Ông K. là một nhà văn. Tôi đã nghe chàng nói rất nhiều về ông. Tôi biết chàng quí ông ta như quí một người anh tinh thần, và qua những lời chàng nói, tôi nghĩ, ông cũng mến chàng. Tất cả những điều tôi được biết về ông, đều qua lời đồn đãi, và qua những cuốn truyện ông viết ra. Sự kiện chàng nhắc nhở luôn tới ông, cho tôi cảm tưởng gần gũi. Nhưng đây là lần đầu giáp mặt với người thực, tôi thấy mình hơi có vẻ như sợ sệt và lẫn chút cảm động. Có lẽ tại tôi lây cái thiện cảm từ nơi chàng. Trước đây, tôi không có một tình cảm rõ rệt, ngoài điều thích đọc truyện của ông, vì chữ ông dùng, và những mô tả thật sống động, những hình ảnh gia đình tuyệt vời, nhưng buồn quá, những biệt ly giữa các nhân vật của ông.

Chờ chúng tôi ngồi vào ghế đâu đấy. Ông K. mới từ từ hạ thấp tờ báo xuống. Ông ngã người vào thành ghế, mặt hơi ngước lên, hai tay thọc túi quần. Ông nhìn tôi lạnh lùng:

- Phiền đó, anh.

Ông gật đầu:
- Thế hả.

Tôi cúi mặt ngượng nghịu.

Ông K. búng tay gọi bồi:

- Nào. Ăn gì nào?

Người bồi lại gần, đứng một bên; nghiêng người chờ đợi với cây bút và tập giấy sẵn sàng.

Hãn mở tấm thực đơn đưa sang tôi. Ông K. chờ đợi vài giây. Hãn nói:

- Em ăn gì?

Tôi lúng túng:

- Gì cũng được anh.

Ông K. nói:
- Gọi cơm ăn chung nhá. Tôi gọi cho.

Hãn nói ít điều về tôi. Ông K. châm lửa hút thuốc. Ông bảo:

- Nên đi học. Đi học như một cái gì nó chưa hết. Nó hãy còn. Thôi học rồi là hết, chán chết. Chẳng còn gì nữa.

Tôi biết ông K. dành câu ấy cho tôi, nhưng tôi không biết phải đáp lại như thế nào. Tôi ngỡ ngàng đến không dám nói một điều gì. Hãn trả lời thay cho tôi những câu hỏi của ông.

Cảm tưởng đầu tiên tôi ghi nhận được ở ông là cái thích thú bất ngờ. Vì sự thực, ông K. không lạnh lùng, nhạt nhẽo và kênh kiệu như lời đồn. Trái lại, ông nói chuyện rất duyên dáng và lôi cuốn. Ngồi đó, khỏi cần ăn, chỉ nghe ông nói chuyện không cũng đủ no rồi. Hãn nói ông K. về quê tôi, nơi của nhãn lồng. Ông K. nói ông đã đi qua ở thời niên thiếu của ông. Ông nói say sưa về nơi tôi được sinh ra, nhưng tôi lại mù tịt nhất. Tôi nói tôi được bế lên phi cơ để vào đây. Ông K. cười lớn. Thế thì biết gì. Coi như không biết gì cả. Tuổi trẻ hôm nay đa số không có quê hương ngay giữa lòng quê hương. Nhận xét này nghe bùi ngùi chua xót làm sao. Tôi bạo hơn một chút cùng với sự cởi mở và thật tự nhiên của ông K. tôi hỏi ông, những thắc mắc nhiều năm ở trong tôi, qua những cuốn truyện tôi đọc được. Ông nghe chăm chú rồi khoát tay. Không có những thứ đó. Văn chương hàm hồ và vô tích sự. Nhà văn, dùng chữ đó là sai, không đúng, ít ra cho những người ở đây. Phải gọi đó là bọn - viết - chữ. Phải bọn - viết - chữ. Thế thôi. Không có gì ghê gớm hết. Phải thế không?

Tôi cười, khỏa lấp đi sự không hiểu của mình

Thức ăn được đem ra. Cơm nữa. Ông K tự xới lấy cơm vào bát của mình. Ông nói lớn:

- Hãn lo tiếp cô Phiến nghe. Tôi không quen tiếp ai hết, và ông bắt đầu bữa ăn.

Nói vậy, nhưng ngay sau đấy ông K. tiếp thức ăn cho tôi. Phần cử chỉ của ông K. thân mật, phần lần đầu tiên đi ăn cơm chung với một người mà chàng quí như anh lớn, tôi có cảm tưởng như mình đã là vợ của chàng (chính thức). Và cảm tưởng này khiến tôi nôn nao, cảm động. Ông K. chê, tôi ăn gì mà yếu quá vậy. Con gái phải ăn nhiều vào. Ăn tự nhiên như ở nhà. Không phải sợ hãi gì hết. Ông K. nói tôi còn ngượng hơn.

Trong bữa ăn, tôi lắng nghe chuyện của hai người. Thế giới của những người viết chữ được ông K. mô tả trong cái khía cạnh khôi hài nhất của nó. Một tòa soạn với những nhân vật kỳ khôi quái đản. Nhưng đó là cái kỳ khôi và quái đản dễ thương. Có lẽ tại giọng nói của ông K., tôi và chàng, cười chảy cả nước mắt, đau cả bụng. Thế giới của ông K., tôi thích thú mỗi khi được nghe kể, nhưng thật lòng không muốn bước chân vào. Hãn cũng không thích tôi tập tành cái công việc ấy. Chàng bảo phụ nữ mà viết văn, không được. Viết văn, đó chẳng phải là một vinh dự, mà là một bất hạnh. Nó như những hạt mưa. Ở xa là kim cương, tới gần là nhòe tan, lạnh lẽo. Mỗi người đàn bà, tự thân đã là một bài thơ diễm tuyệt nhất - mỗi người đàn bà, với sự có mặt ngay từ đầu, đã là một tác phẩm vĩ đại, vượt trên tất cả những tác phẩm hoàn hảo nhất mà một thiên tài có thể viết được. Hãn bảo thế. Ông K. cũng nói đàn bà viết lách coi không được. Làm cái gì cũng được, trừ việc ấy. Không nên.

Buổi gặp gỡ đầu tiên, với ông K. qua nhanh với những tiếng cười rộn rã, thoải mái. Tôi nói riêng với Hãn nói chuyện với ông K, thú ghê hả anh? Hãn gật đầu "nhất, anh mê ông ấy".

Bữa ăn kéo dài gần hết trưa. Lúc chia tay cũng đã hơn hai giờ. Nắng suốt trong như thủy tinh chảy xuống từ một vòm trời xanh cao, biếc thẳm, ông K. nói:

- Hai người đi đâu giờ này?

Hãn chỉ tay vu vơ, ông K. cười, tiếp:

- Du dương giờ này hả? Vất vả đấy. Ông K. nheo mắt nhìn lên vòm cây thấp. Nắng nhảy múa lao xao. Đi đi, tôi về. Nói dứt câu, ông K. quay lưng. Chúng tôi cùng nhìn theo. Dáng kênh kênh kiêu hãnh, và tự tin một cách mệt mỏi. Có một chút gì không yên trong tâm hồn tôi khi sực nhớ lại, ông K. còn độc thân cho tới giờ này. Hãn đạp xe. Tiếng máy rú thét. Chắc tay ga bị kẹt. Tôi quay lại. Gió thổi phất phơ lọn tóc chàng trong nắng chói.

Tôi nhìn tôi trong gương. Tóc cuộn gọn lên đỉnh đầu. Cổ dài ngoẵng. Mặt bé lại. Tròng mắt sâu, ngơ ngác, cái mặt nhọn, lơ láo.

*

Nước lạnh làm tôi muốn run rẩy. Thịt da dần dần se khô, chân trần tôi ra khỏi phòng tắm. Hãn biến đâu mất. Tôi vén tấm màn mở cửa sổ ngó xuống con đường nhộn nhịp xe cộ. Người qua lại lặng lẽ với cái miệng mấp máy, tay chân khua khoắng. Tôi nhớ lại là mình đang ở lầu ba. Chiều cao đủ làm cho chóng mặt, và tiếng động không thể vọng lên tới nơi. Chỉ họa hoằn một tiếng còi xe vang dội tới, nhưng nghe xa và nhạt. Gió lay động hàng cờ ở bên kia đường trên những tầng lầu thấp. Mái ngói đỏ ngả nâu. Nền trời đục lờ với những đám mây màu tro di chuyển chậm chạp. Phóng tầm mắt qua bên kia nóc nhà, tôi cảm tưởng như phía sau lưng nó là biển, hay sông… Những con sông mang cùng một màu trời. Dưới tầm mắt, trong một ban công, một thiếu nữ tỳ cằm trên đôi bàn tay cô đan lấy nhau. Mái tóc ngắn im sững. Cô không nhìn thấy tôi.

Ý nghĩ nếu lao xuống từ tầm cao này. Không biết cảm giác sẽ ra sao làm tôi nghe ê lạnh, nổi gai khắp người. Đồng thời cũng quyến rũ một cách kỳ dị. Tại sao không? Tôi nhắm mắt với tưởng tượng những gì tiếp diễn sau đây. Đám đông. Tiếng còi hú. Xe cứu thương. Bệnh viện. Máu. Và rồi cuối cùng, chắc là nước mắt của mẹ tôi. Rồi Hãn nữa. Chàng sẽ không tránh khỏi liên lụy. Tôi mỉm cười. Hãn trở vào và đứng ngay sau lưng. Chàng đặt hai tay lên vai tôi và cúi xuống hôn nơi gáy. Mùi nồng khét của thuốc và hơi thở của chàng làm tôi rúm cong người. Ham muốn lại thắp lên trong tôi như một ngọn lửa hung bạo. Tôi quay người và lọt hẳn vào vòng tay của Hãn. Chúng tôi ngã xuống mặt nệm. Hãn điên dại và tôi cũng điên dại. Chúng tôi sống hối hả như chẳng bao giờ còn được gặp nhau. Như một trong hai kẻ, sau đó, sẽ không còn nữa.

Tôi nóng như một hòn than để rồi sau đấy, nguội mát như một nắm tro tàn.

Hãn nằm ngửa mặt ngó lên trần nhà, hút thuốc. Tôi dấu tôi trong cạnh sườn của chàng. Và ở đâu đó, nước mắt tôi trào ra. Hình như tôi thường khóc sau mỗi lần gần gũi chàng. Có lẽ tôi cảm thấy cùng lúc hai đứa thật trái ngược: Sự mất mát hụt vơi lần đi, và một cái gì gắn bó ý nghĩa hơn trong tình yêu của nhau. Đó là lúc tôi chỉ mong được là ngón chân út của chàng.

Hãn xoay người nghiêng vào tôi. Chàng vuốt ve tôi. Khắp nơi. Tôi tê liệt, biến tan đi, như không còn hình thể và dấu vết nào nữa.

Buổi chiều xuống dưới khung cửa sổ và những cơn gió mang nhiều hơi nước của một cơn mưa hứa hẹn tầm tã.

Hãn đột ngột hỏi:
- Em đã thấy gì chưa?

Tôi lắc đầu. Tôi không muốn đề cập đến chuyện này như một đe dọa của tai họa hay một âu lo quá đáng. Tôi đã nói với chàng tháng trước khi cũng bị chậm mấy ngày. Tôi nói:

- Em muốn có con. Em sẽ giữ nó, nếu nó có thực ở trong em. Nhưng Hãn lắc đầu. Chàng chưa muốn, chàng không thích trong lúc này. Hãn nói thẳng không úp mở "chưa phải lúc". Chàng muốn có đứa con được ra đời sau nhiều chuẩn bị kỹ càng, đầy đủ. Không thể duy trì và mãi chấp nhận cái quan niệm con cái, có, như một tình cờ, tự nhiên, không sửa soạn. Hãn có lý, nhưng tôi, tôi đã khóc ở quán, buổi tối đó. Tôi nghĩ đến việc phải làm mọi cách cho giọt máu kia không còn nữa. Tôi thấy đau đớn, chua xót hơn cả khi thịt da mình bị xẻo lóc từng miếng.

May thay, sau đó vài ngày, tôi thấy lại... và bác sĩ bảo tôi quá yếu nên kinh nguyệt khó có thể điều hòa. Ông nói đúng. Tôi bị như vậy không biết đã bao năm. Và tháng này, như vậy, cũng lại trễ nữa.. Mà nếu không phải vì trễ, sự thực tôi đã có thai chẳng hạn - cũng có sao đâu. Tại sao Hãn lại lo sợ quá vậy? Hay chỉ có tôi yêu con mà thôi? Hay chỉ mình tôi mới có cái khát khao cụ thể hóa tình yêu, định mệnh của đời mình? Chàng có nhiều rồi, chàng không còn tha thiết nữa? Ý nghĩ này, mỗi khi tìm tới, lại khiến tôi mủi lòng.

Tôi nói:
- Chưa thấy gì hết anh. Chắc sắp.

VỚI NHAU, MỘT NGÀY NÀO

Giọng tôi không bình thường. Hãn nâng mặt tôi lên. Chàng xót xa nhìn đăm đăm vào mắt tôi. Tôi không đủ bình tâm nhìn lại. Tôi nhắm mắt.

Tôi dạ và vụt dấu mặt mình vào ngực chàng. Hình như Hãn đã thở ra một hơi dài. Chàng trút trong hơi thở dài đó tất cả những gì chàng muốn nói.

Tôi chợt hối hận, vì nghĩ đã làm Hãn phải bận tâm nhiều quá. Tôi nói.

- Anh có giận em không?

- Có gì mà em hỏi vậy?

Chàng trả lời dịu dàng với một bàn tay lùa sâu trong tóc tôi. Tôi nói nhanh.

- Tại em thấy anh có vẻ lo nghĩ.

Hãn lúc lắc đầu tôi.

- Không có gì hết. Cố ngủ một chút đi.

- Vâng. Tôi ngoan ngoãn nhủ mình "ngủ đi". Mà tôi cũng cần ngủ thật. Gần nửa tháng nay, không đêm nào tôi ngủ được trên năm tiếng đồng hồ. Càng cố nhồi nhét bài học vào trong cái đầu lung tung cả trăm ngàn chuyện rối rắm, tôi mới càng thấy rằng thật vô ích. Vô ích vì đã quá muộn rồi. Nhưng được, không sao, tôi sẽ vào phòng thi ngày mai với Hãn, và những ước mơ tương lai mịt mờ, buồn bã nhất của một thời thanh xuân. Nếu cần tôi sẽ chép lại nguyên văn những lá thư chàng gởi cho tôi. Đó cũng là cách trả lời cho ông thầy hiểu, rõ ràng nhất, tại sao tôi đã không làm bài được. Chỉ sợ nếu Hãn biết, Hãn sẽ mắng. Chàng hay mắng tôi nhiều hơn cả mẹ tôi. Chàng như một bà già khó tính!

Tôi cười với những chiếc xương sườn của chàng. Chắc chắn chỉ có những chiếc xương sườn đó biết tôi đang cười mà thôi.

- Anh thấy ghét.

Hãn đem vào giấc ngủ tôi, những tiếng sóng vỗ về một mạn thuyền.

*

Chàng hát Trương Chi. Tiếng hát trầm thấp, chạy suốt dọc hành lang hẹp. Ánh sáng bị cô lập bởi sương mù dưới thấp. Những tấm kính phẳng, những tấm vải màu tím xẫm, rủ xuống, từng ô, từng ô. Tiếng chìa khóa tra vào ổ. Âm thanh nghe ấm. Khung cảnh quen thuộc, thân mật từ bồn hoa chạy theo vai hành lang, cho tới những bậc cấp dẫn xuống. Tôi không dám tin, mình đã trở lại. Thiên đường của những ngày mưa. Cõi riêng của những đêm rét. Hãn đẩy hé cửa phòng. Chàng dừng mắt tìm tôi sau nụ cười gởi tới căn phòng cũ. Tôi bước tới ngang cửa phòng, nép người vào chàng. Rưng rưng, muốn khóc. Chàng hỏi trên tóc tôi còn ướt bụi mưa:

-"Bằng lòng không, ngỗng nhỏ?". Tôi đáp:

-"Em chịu đựng một năm để chỉ xin được sống một phút". Hãn nói:

-"Đời người không đủ một trăm năm, nhưng anh có hàng muôn triệu phút cho em".

Lần đầu tiên mùa hè đến với tôi như một miếng bánh thánh. Tôi bắt Hãn hứa với tôi sau ngày thi là phải cho tôi đi Đà Lạt. Giữa khoảng thời gian chờ kết quả. Chàng ngạc nhiên. Tôi gật đầu quyết liệt:

-"Vâng. Trước khi có kết quả". Và Hãn đã phải gật đầu. Chỉ có cách đó mới đem được chàng ra khỏi đời sống thường nhật với những ràng buộc chằng chịt của trăm thứ rễ bám. Chỉ có cách đó tôi mới hy vọng được trở lại một lần thêm nơi chốn của mơ ước. Sự khao khát ở tôi, còn có thể giải thích bằng những biến chuyển dồn dập xảy đến cho tôi trước ngày thi: Sự phát giác của anh Hữu về đời sống riêng của Hãn. Cộng với lời cảnh cáo quyết liệt của anh Long. Dù đã biết phong thanh chuyện của Hãn, nhưng với những bằng cớ xác thực và những cảnh tượng nhục nhã được vẽ ra bởi trí tưởng tượng phong phú của mọi người, mẹ tôi cũng đâm ra hốt hoảng. Tôi không có ý nói rằng những lo sợ của anh Long là vô lý. Tôi không phủ nhận tin anh Hữu đem về cho mẹ tôi là không xác thực. Nhưng mọi người đã đi quá xa quyền hạn của họ. Sự bất thình lình, họ đồng loạt tỏ ra có trách nhiệm sinh tử đối với tôi, làm tôi khó chịu và muốn nổi đóa. Tinh thần trách nhiệm của họ ở đâu trong suốt bao nhiêu năm niên thiếu của đời tôi đen đúa? Tinh thần trách nhiệm của họ ở đâu, khiến Ích phải bỏ nhà ra đi? Còn mẹ đó. Còn cha đó. Một người chỉ quen nội trợ và một người đã về hưu, đã đang trên đường lú lẫn? Tôi muốn bảo anh Hữu, anh Long, hãy dành hết cái tinh thần trách nhiệm đột ngột đó cho bố. Hãy dành hết sự biểu lộ thương yêu ồn ào kia cho mẹ. Bởi vì bố và mẹ, chắc cũng chẳng còn sống được bao lâu nữa. Còn tôi ư? Ôi. Tôi thì kể chi. Có sá gì. Khi mà bấy nay, tôi đã tự sống lấy một mình, như thú. Chịu riêng lấy một mình như cây. Những xúc động dành cho tình gia đình đã khô quắt. Bởi những năm mới lớn tôi chỉ thèm nhận được một chăm sóc nhỏ, một ngó ngàng dù cho có lệ của những người đó mà cũng đã không được. Tôi nhớ một lần tôi đã khóc ấm ức trong bếp, khi một bà bạn của gia đình tới thăm, thấy tôi, bà nói "con nhỏ này hồi rày ốm quá. Đen nữa. Bệnh hả?" Tôi khóc không phải vì bị chê mà vì tủi thân. Nhưng bây giờ thì đã muộn, quá muộn rồi.

Tôi trả lời mẹ rằng những chuyện mà mọi người hốt hoảng tưởng như sắp tận thế, là những chuyện mà tôi đã biết, ngay từ ngày đầu tiên khi quen

Hãn. Tuy nhiên, sự thảng thốt của mẹ tôi ngày một gia tăng. Và bà đã kiểm soát mọi hành động của tôi. Anh Long đưa giải pháp nếu cần không cho tôi đi học nữa. Con gái học như vậy cũng được rồi. Anh Hữu tích cực hơn đề nghị để anh ấy tìm Hãn nói phải quấy. Không nghe sẽ đánh cho một trận hoặc làm đơn thưa đơn vị trưởng của Hãn. Tôi lo lắng đến mất ngủ. Sợ mẹ tôi đồng ý để mọi người chọn giải pháp sau. Gặp Hãn, tôi báo ngay cho chàng biết. Hãn cười nhạt nhẽo:

- "Em đã trên hai mươi mốt tuổi. Anh cũng đủ bình tĩnh để phản ứng trong trường hợp đó. Đừng quá quan tâm".

Sự thản nhiên của Hãn đã giúp tôi an lòng được phần nào nhưng rời chàng, tôi vẫn phập phồng như cũ. Giữa tình trạng căng thẳng đó, anh Long mang về một người bạn, một anh đàn ông trước đây đã theo đuổi chị Quyến. Anh Lượng con bác Cả. Anh ta đang là thẩm phán tại tòa Đà Nẵng. Anh đàn ông này không phải là một hiệp sĩ mù đầu tiên tìm đến kể từ ngày tôi rời phố núi trở về. Cũng như anh Tịnh, cháu anh Quyến, bạn anh Long nhất quyết đóng vai quân tử tàu. Nhất định rằng dù gì chăng nữa cũng cưới tôi cho bằng được. Chắc họ cho rằng tôi đang là kẻ sắp chết đuối và họ là chiếc phao an toàn cho tôi đấy. Hãn gọi quí vị này là hiệp-sĩ-mù-nghe-gió-đánh-kiếm. Bác Cả liên tiếp đến thăm bố mẹ tôi. Và tình thân của hai người bạn già một dạo phai nhạt vì chuyện chị Quyến đi lấy chồng, nay lại được hâm nóng như không có chuyện sứt mẻ nào đã xảy ra trong quá khứ. Chuyện cưới hỏi được đề cập đến tự nhiên trước mặt tôi, như thể tôi đang hoan hỉ chờ đón việc ấy.

Từ ngày yêu Hãn, tôi học được khá nhiều kinh nghiệm. Ngoài kinh nghiệm giữ được mình thản nhiên trước mọi mỉa mai nhục nhã, tôi còn có kinh nghiệm về cách dạy cho mấy anh hiệp-sĩ-mù những điều sơ đẳng về nghệ thuật cầu hôn. Tình yêu còn giúp tôi khôn ngoan ra vì biết đo lường hoàn cảnh, biết cân nhắc thận trọng trong mọi hành động của mình.

- Em đi tắm không? Dù là đi trại với trường cũng nên tắm lắm. Hãn nheo mắt. Chúng tôi nhìn nhau cười.

Hãn thay quần áo. Tôi dọn dẹp vật dụng vào tủ. Mẹ tôi yên trí là tôi đi trại cùng với trường. Tôi biết nếu không có vụ anh Lượng Hiệp sĩ, phăng phăng tính chuyện, mà không cần hỏi ý kiến riêng của tôi, trong khi tôi cũng tảng như không có phản ứng gì hết, chưa chắc mẹ tôi đã cho tôi đi. Tôi chỉ xin bà cho tôi được dự trại hè với trường, sau ngày thi. Với lý do cho khỏe lại. Để chắc chắn hơn, tôi nói "Mẹ nên cho con đi. Có thể đây là trại hè cuối cùng mà con còn có thể đi được với trường. Mai mốt có chồng rồi, làm sao đi được nữa". Tôi nhắc đến sự có chồng như một ngụ ý cho thấy giữa tôi và Hãn đã không còn liên lạc. Tôi đã dứt được liên hệ với Hãn, sau những ngày quyết liệt, và một loạt biện pháp đe dọa của gia đình. Có thể là cha mẹ tôi đã phần nào động lòng trắc ẩn khi nghe tôi nói vậy. Tuy thế bà cụ vẫn đòi phải có giấy của trường làm bằng. Gì chứ, giấy xin phép cho đi trại tôi có thể kiếm một lúc cả xấp. Khi kể lại cho Hãn nghe chàng bảo phải cám ơn trường của em. Và em không nên đậu. Nên rớt hoài có lẽ lại tốt hơn.

Tôi sửa soạn quần áo tắm cho Hãn. Hãn vén tấm rèm che, nhìn ra ngoài trời. Chàng vươn vai thở từng hơi dài.

- Tắm đi anh.

Hãn quay lại. Chàng tiếp tục giữ tôi trong vòng tay. Áp má trên ngực trần, tôi nghe rõ nhịp đập của trái tim, hơi ấm và mùi vị riêng của Hãn.

Chàng bảo.

- Sao anh lo ngại chuyện mình quá.

Biết Hãn muốn nói về chuyện Lượng nhưng tôi vẫn hỏi lại.

- Chuyện gì anh?

- Thì lại chuyện anh hiệp-sĩ-mù nào đó.

Tôi xòe năm ngón tay trên ngực chàng.

- Anh nghĩ ngợi làm gì. Em đã quen rồi với những chuyện đó. Đây đâu phải là lần đầu (tôi nhẩm tính). Nhân vật này là nhân vật thứ ba trong vòng ba năm chúng mình yêu nhau.

Hãn im lặng. Có tiếng giầy phụ nữ đi ngoài hành lang. Bước chân hơi ngập ngừng trước cửa phòng chúng tôi, chút xíu rồi đi thẳng. Chắc cô thu ngân đem trả thẻ kiểm tra.

- Anh còn nhớ vụ anh Trịnh, cháu anh Quyến không? Hiệp-sĩ-mù đến như anh đó mà em còn làm cho anh ta thối chí được, huống hồ chi hiệp-sĩ-mù này.

Chàng thở ra.

- Anh sợ trường hợp này sẽ khác. Ngoài tình thân giữa hai gia đình, ba mẹ lại nhất định diễn vở kịch tình chị duyên em, thế mới là rắc rối. Hơn nữa em đừng quên vụ Trịnh xẩy ra vào thời gian mà chuyện hai đứa chưa bị lộ...

Tôi vẫn vững tin nơi mình. Tôi nghĩ nếu có một anh đàn ông đóng vai Django khùng thứ hai, thì cũng chỉ có thể khùng đến như Trịnh mà thôi. Không thể khùng hơn được.

Là cháu anh Quyến, Trịnh biết tôi từ ngày đầu khi chân ướt chân ráo đến cao nguyên. Anh ta bám tôi ráo riết, như một con ma đói. Sự hùng hổ của anh ta chỉ khiến tôi buồn cười, tội nghiệp. Vì ở cùng thị trấn nên Trịnh là người đầu tiên biết chuyện tôi và Hãn. Tôi tưởng sự ầm ĩ đó khiến Trịnh tự ái mà tha cho. Nào ngờ, anh ta vẫn xăm xăm tiến tới. Tôi về Saigon đi học lại chưa được một tháng thì anh ta về theo, tìm đến nhà, ngỏ ý với mẹ tôi muốn nhờ người đánh tiếng xin hỏi cưới. Phần còn tin tưởng nơi cô con gái rượu của mình, phần muốn để cho tôi học thêm một hai năm nữa mẹ tôi bảo chuyện ấy nên nói với tôi trước. Và không thể ngờ rằng ngay buổi tối đó, khi vừa chia tay Hãn trở về, Trịnh đã đợi sẵn ở phòng khách. Gọi Trịnh là hiệp-sĩ-mù chứ anh ta cũng biết tán gái, dù tán một cách nhà quê. Anh ta hỏi "Cô Phiến đi học mới về?". Vừa thấy anh ta, tôi đã khó chịu và linh cảm có một điều gì không ổn sắp xẩy đến. Tôi nói thẳng:

-"Không anh, học gì giờ này. Chín giờ tối rồi. Tôi đi chơi."

Trịnh vẫn giữ nụ cười thân ái bảo:

- "Ồ, ở Saigon mà. Đâu có như Pleiku. Mười một giờ đêm ấn còn tấp nập người đi lại..." Chắc tưởng tôi lúng túng sự về trễ của mình nên anh ta cố ý bào chữa giúp. Biết là mình gặp phải một thứ hiệp sĩ mù hạng nặng rồi đây, tôi cũng cười nhạt:

- "Saigon thì Saigon chứ anh, con gái về tối quá đâu được. Tôi đi chơi với anh Hãn và anh Hãn đưa tôi về tới ngõ đấy chứ".

Trịnh nhíu mày. Tôi chờ đợi một phản ứng đàn ông nơi Trịnh. Thí dụ xô ghế. Đứng lên. Ra về. Nhưng không. Trịnh trở lại bình thường ngay. Dựa vào câu trả lời của tôi. Trịnh bảo Trịnh có biết Hãn. Và anh ta nói một hơi về chàng. Không thể thất vọng hơn. Tôi gồng mình chịu trận cho đến khi mẹ tôi ra, tôi lấy cớ lên gác thay quần áo. Những ngày kế tiếp, Trịnh vẫn đến chơi dù không lần nào tôi tiếp. Không kiên nhẫn nổi, tôi phải nói với mẹ tôi bảo Trịnh đừng tới nữa, nếu không tôi sẽ gặp Trịnh và nói thẳng với Trịnh điều đó. Chẳng hiểu mẹ tôi nói với Trịnh như thế nào, chỉ biết sau đấy, không còn thấy Trịnh lai vãng.

- Thôi Hãn đi tắm đi. Tôi gỡ tay Hãn. Trán chàng xếp lại nhiều nếp nhăn.

- Em còn quên cái chức thẩm phán của Lượng cũng là một lý do quan trọng đóng góp vào quyết định của ba mẹ đấy.

Tôi cười tươi và rất thật lòng:

- Bây giờ, có ông trời cũng vậy thôi. Hãn quên là em, em chứ không phải là người khác. Có thể em không có quyền quyết định, nhưng em có quyền chọn lựa. Cùng quá, em sẽ chọn lựa theo cách của em.

Hãn lắc đầu trước khi vào phòng tắm:

- Anh biết. Dẫu sao thì cách đó... nó cũng thảm quá.

Hãn đóng cửa phòng. Tiếng nước từ douche bắt đầu chảy. Tôi nói vọng vào.

- Chẳng hơn là em sống để lấy người ta sao?

Hãn không trả lời. Tiếng nước phun xối xả. Tôi gieo người xuống giường với nguyên quần áo, bụi đường và mồ hôi nhớp nháp. Tôi thiếp đi cho tới lúc Hãn phải đánh thức.

Người ê ẩm, đau nhức. Một ngày đi đường cộng với những đêm thức trắng để học thi, tôi cảm thấy như thân thể mình được tạo thành bởi giấy bột, và lớp hồ dán đang muốn rã ra, tan tành từng mảnh. Tôi dấu mặt và che miệng ngáp.

Hãn nói:

- Em tắm một lát đi. Mệt quá phải không?

Cửa màn buông. Cửa kính khép kín. Nhưng những tiếng động ở dưới thấp vẫn vẳng lên. Tôi biết Đà Lạt đã tối. Một vài tiếng còi xe vọng đến, mơ hồ, như tiếng kêu yếu ớt từ một đỉnh đồi nào xa tít.

Trong lúc chợp mắt. Tôi mơ thấy chuyến đi của chúng tôi bị phát giác. Gia đình tôi thuê xe đuổi theo. Tôi nhớ rất rõ, lúc xe của chúng tôi sắp sửa vào thành phố, in là tới cây số 297 thì xe sau bắt kịp. Đoạn đường đó một bên là vách núi, một bên là thung lũng. Ngồi bên cạnh bác tài, nhìn vào kính chiếu hậu, tôi thấy rõ khuôn mặt giận dữ đến điên dại của mẹ. Anh Long ngồi phía ngoài. Tài xế là Lượng. Băng sau có anh Hữu, em tôi và nhất là có cả Trịnh. Tôi thấy rõ, chốc chốc, anh Long lại hối Lượng tăng ga thêm. Trên tay anh Long lăm lăm một khẩu súng lục. Thỉnh thoảng anh giơ lên, như muốn nhắm bắn. Tôi xiết chặt tay Hãn. Hãn ngồi ngoài cùng. Chàng ngả đầu vào vai tôi, ngủ gà gật. Không hiểu vì quá sợ ríu lưỡi không nói được, hay vì lý do gì mà không thể báo động cho Hãn biết. Suốt từ lúc biết mình bị đuổi theo, tôi chỉ có thể dán mắt vào tấm kính nhỏ trong xe mà thôi. Rồi bất thình lình một tiếng nổ. Tôi thấy rõ. Rất rõ. Bác tài kêu một tiếng ngắn, khô. Xe lao chao. Hành khách rú lên cùng lúc. Tôi chỉ kịp mở cánh cửa cho Hãn văng ra xe khi xe lao xuống vực.

Tỉnh dậy, tôi mừng thấy đó chỉ là giấc mơ. Đầu tôi chĩu nặng. Định kể cho Hãn nghe, nhưng tôi giữ lại được. Chỉ làm Hãn lo âu thêm mà thôi. Tôi nghĩ thế, và bảo Hãn:

- Em đói.

Hãn đã mặc quần áo chỉnh tề. Chàng đang hút thuốc.

- Ừ. Tắm đi rồi đi ăn. Anh cũng đói quá. Nếu không đói chắc anh còn để em "ụ" nữa.

VỚI NHAU, MỘT NGÀY NÀO

*

Mưa, khi chúng tôi vừa vào tiệm ăn. Hãn gặp bạn trong tiệm. Tôi ngồi bất động nhìn, lắng nghe hai người nói với nhau những lời thăm hỏi xã giao. Bạn Hãn trở về chỗ. Anh ta nói nhỏ với bà vợ. Người vợ quay hẳn người lại nhìn. Tôi chống tay tỳ cằm, nhìn thẳng vào nhà bếp. Loáng thoáng bên tai tôi tiếng Hãn nói nhỏ về người bạn và tiếng mưa. Hãn gọi thức ăn. Lát sau, hai vợ chồng người bạn sang bàn tôi. Hãn giới thiệu tôi với người vợ bằng danh từ mà bao lâu tôi thầm mơ ước "nhà tôi". Chúng tôi gật đầu chào nhau gượng gạo. Người bạn nói lớn "Hứa thế nào cũng lại đấy nhá". Hãn gật đầu:

- "Lại mà, ông yên trí".

Họ đi khỏi. Gió lạnh lùa ngược trở vào. Tôi co rút mình, thu cả hai tay vào túi áo gilet.

- Gì vậy Hãn?

Hãn tròn mắt:

- Em không nghe anh nói sao?

Tôi lắc đầu.

- Anh Phước đó. Anh Phước mới mở quán cà phê. Anh chị ấy mời hai đứa lát nữa ghé qua đó. Tối nay quán anh ấy có tổ chức đêm thơ nhạc.

Tưởng tôi không nghe vì không thích. Hãn nói thêm:

- Nếu em mệt, ăn xong mình về ngay cũng được. Hứa thì hứa chứ anh cũng không thích lắm.

Tôi cắt ngang lời Hãn:

- Không Hãn. Em hết mệt rồi. Lại chút thì lại chứ có sao. Mình cũng đâu bận gì.

Hãn và tôi còn hợp nhau ở điểm cả hai đứa cùng không quen với không khí của những buổi họp mặt. Nhất là đó lại là buổi họp mặt văn nghệ. Khổ nỗi Hãn quá nhiều bạn. Hầu như ở đâu Hãn cũng có người quen. Đủ mọi loại người, đủ mọi giới. Những lúc đi bên Hãn, bất thần, Hãn gặp bạn, quả tình tôi lúng túng, ngượng nghịu vì không biết phải xưng hô với họ như thế nào, khoan chứ chưa nói tới chuyện phải nói chuyện gì với họ! Rất nhiều lần tôi phải đứng trước những người bạn của Hãn, mà nếu thả ra, một mình, tôi phải gọi họ bằng bác hay ít ra cũng là chú, vì họ quá già trong khi tôi còn quá nhỏ. Tôi lại không có được cái tư cách chính danh như chị Thiện, vợ chàng, mặc dù đời sống của chúng tôi đã là đời sống vợ chồng. Mặc dù liên hệ giữa chúng tôi đã là liên hệ sinh tử. Đây là nỗi khổ tâm to lớn, đau đớn chua xót nhất của tôi.

Ôi, anh, nếu anh biết, em chỉ khao khát được mang tên anh một ngày, một tháng trước mặt mọi người. Em chỉ mơ ước được có một tên gọi khác. Một tên gọi khác hơn Phiến. Thí dụ chị Hãn. Phải rồi. Chị Hãn. Nhưng em biết ngay cái mơ ước đó, với em, cũng không thể có được. Yêu anh, không những em phải sống lén lút, phải dấu diếm, đậy che cả tình yêu, cả hạnh phúc mà em còn phải lén lút, còn phải mạo nhận ngay cái tên gọi "nhà tôi", "chị Hãn". Không. Đấy chỉ là sự mạo nhận. Đấy chỉ là một màn kịch không bao giờ được trình diễn công khai. Tại sao vậy? Sao vậy anh? Có phải vì em sinh ra, để mãi mãi sống một mình? Có phải em không là một phụ nữ bình thường để được quyền mang tên một người đàn ông khác? Có phải, vì định mệnh buộc em phải thế? Có phải đó là một trong những điều đã được ghi rõ trên vết chàm ở mặt em?

Hãn bỏ đường vào ly trà nóng cho tôi. Dãy bàn phía trong nổi lên tiếng cười lớn. Tôi tự hỏi liệu vợ chồng Phước có phá lên cười như vậy khi họ nói với nhau tôi không phải là vợ Hãn. Là cái gì không biết, nhưng chắc chắn, không phải thực là vợ Hãn. Tiếng cười lại nổi. Tiếng cười bị giữ lại trong phòng kín như những mảnh thủy tinh liếc qua liếc lại trên thân thể, tôi rùng mình. Bưng ly nước lên mà những ngón tay bấu vào như muốn bóp nát.

Hãn liếc nhìn phía trong. Cô nhỏ đem thức ăn đến. Tôi đặt ly nước xuống bàn và lau đũa bát. Tôi tự nhủ "hãy xứng đáng, hãy mãi mãi là mày của những giây phút đầu đến với chàng. Không có ai bắt mày phải như vậy. Con đường đó, mày chọn lấy. Định mệnh kia, là đương nhiên. Một tên gọi, quan trọng, nhưng tên gọi không là hạnh phúc. Đời sống không có tên gọi. Hạnh phúc cũng thế. Yên trí là mày sống với nguồn sống của đời mày. Chung quanh mày, có bao nhiêu người đàn bà thực sự đóng vai "nhà tôi". Hàng triệu. Nhưng bao nhiêu người đàn bà hưởng được đời sống hai chữ đó. Ngày nào mày còn tình yêu của Hãn, ngày đó, mày còn được hưởng, tận hưởng, trọn vẹn đời sống này, thế giới này, vũ trụ này. Ngày nào tình yêu hết, thì cho dù mày có là chị Hãn, Bà Hãn... gì gì Hãn chăng nữa, thì đó vẫn chỉ là địa ngục. Một thứ "địa ngục trần gian".

Tôi xới cơm ra bát. Đũa trên tay. Tôi đợi chàng.

- Anh xơi cơm.

Tôi nói mà nước mắt muốn rớt. Lòng ngậm ngùi. Những bữa cơm họa hoằn như thế luôn luôn tôi xúc động. Dù sao tôi cũng chỉ là một người đàn bà. Tôi vẫn không ra khỏi cái thường tình: Mong muốn được so cho chàng một đôi đũa. Xới cho chàng một bát cơm. Bao nhiêu ngày tháng xa nhau, bao nhiêu bữa ăn một mình, trong suốt hai mươi mốt năm sống, tôi chỉ thèm khát mỗi bữa, mỗi ngày được mở miệng nói với chàng một câu ngắn ngủi "Anh xơi cơm". Ôi. Thôi. Không nói nữa. Không kể nữa. Tôi khóc mất. Tôi khóc mất thôi!

Tôi cố mỉm cười, gắp bỏ vào bát Hãn một miếng cá trắng trông ngon như một miếng kẹo dừa và lát súp lơ xanh. Tôi cúi mặt. Chú ý vào những đĩa thức ăn. Nhưng thực sự mắt tôi đã cay đỏ.

Hãn ăn ngon lành. Chàng không nhận thấy. Tôi xin chiếc khăn nóng lau mặt, sung sướng nhìn Hãn. Hãn ăn thật nhanh. Tôi xới cơm không kịp. Tuy thế, Hãn vẫn không quên tiếp thức ăn cho tôi. Nhớ đôi lần ăn cơm với ông K.

- Ông K. hồi này sao anh?

- Vẫn khật khừ vậy. Có điều bạn ta rách lắm.

Chúng tôi quay ra nói chuyện về ông K. Những cuốn sách mới được in của ông. Tất cả cuốn sách của ông K. sau này đều đã đăng báo hàng ngày, nghĩa là viết không được cẩn thận, nhưng tôi vẫn yêu thích. Có lẽ vì mến yêu cái tư cách nhiều hơn. Tôi nghĩ, thời thế này, nếu có một giới nào còn giữ được chút liêm sỉ, hào khí, thì đó là giới nhà văn. Tất nhiên giới nhà văn, như Hãn kể, có nhiều kẻ còn thiếu tư cách hơn bất cứ ai khác. Tuy nhiên, ông K. vẫn là cái hình ảnh tượng trưng cho một cái gì gần như một truyền thống, không bao giờ mất được.

Tôi nói:

- Anh nhớ xin cho em đủ bộ sách của ông K. nha.

Hãn gật:

- Ừ. Mà ăn đi chứ. Nói chuyện văn chương đâu có no được. Nãy giờ em không chịu ăn gì hết. Anh sắp xong rồi đó.

Tôi lấy thêm một thìa cơm cho bát của mình.

Hãn kêu:

- Ăn gì kỳ vậy. Thêm nữa vào. Người em đã thuộc loại ba vòng chập một rồi. Còn muốn lo eo, co tới đâu nữa?

Tôi cười:

- Xí. Anh nói vậy mà nghe được đó.

Hãn xới cơm đầy một bát cho tôi. Sự thực là tôi chưa ăn bao nhiêu. Đói bụng tôi có thể ăn thêm một bát đầy như thế. Nhưng tôi muốn làm nư với Hãn. Tôi le lưỡi kêu nhiều quá.

- Em chỉ có thể ăn hết bát cơm với điều kiện Hãn phải cùng ăn với em.

Hãn lại gật đầu:

- Ừ. Ăn đi. Thôi không đứa nào được nói nữa.

Nói vậy nhưng chính Hãn lại quên ngay. Những phút ở bên nhau, có lẽ vì quá ngắn ngủi, nên chúng tôi khó giữ im lặng được lâu. Làm sao im lặng được khi ở tôi lúc nào cũng dồn ứ cả trăm nghìn thứ chuyện. Cái gì tôi cũng muốn kể Hãn nghe. Chuyện gì tôi cũng muốn nói hết. Từ chuyện nhỏ nhặt nhất, như cái móng tay ở ngón út của tôi mới bị gẫy mà tôi không biết có nên cắt hết những móng còn lại không, dù nó mới chỉ nhú ra được chút xíu.

Cuối cùng rồi bữa ăn cũng được chấm dứt với hai cái bụng căng cứng. Hãn phải nới thắt lưng. Tôi nghe nặng nề chậm chạp trong bước đi.

Đêm mùa thu hẹp sinh hoạt thành phố quanh chợ và mấy quán cà phê. Hãn choàng tay qua vai tôi. Chúng tôi đi ngược ra ngoài trung tâm. Sự rét mướt cho chúng tôi thấy hơi hướm nhau ấm và nồng nàn hơn. Hãn thọc tay vào túi áo manteau của tôi. Bàn tay chàng lạnh cóng. Đi sát nhau, thỉnh thoảng ngước lên, tôi thấy lấm tấm những hạt mưa trên mặt Hãn, cùng đôi mắt chàng long lanh. Hãn mỉm cười mỗi khi tôi ngước nhìn chàng, lần nào tôi cũng chỉ chực nói "Hãn" mà không nói được. Hãn thổi sáo miệng. Mãi lát sau tôi mới nhận ra là bài Célèbre Valse. Vừa muốn hát theo, lại vừa thích im lặng để tận hưởng. Tôi hát theo bằng óc: "Chiều hè êm ru, tràn ngập hương mơ, cuộc tình đôi lứa như bài thơ. Gần người yêu dấu, mộng về xôn xao, và hồn như cất cánh bay về đâu. Lời thề bên nhau, tình nồng đêm thâu, cả một vầng sao, làm tròn duyên nhau, người từ phương nao? Trở về cho ta hết u sầu… Yêu người rồi không nguôi, trầm mình trong thú đau thương người ơi… Cuộc tình duyên cũ, dù thời gian qua, mà lòng thương nhớ vẫn chưa hoen mờ… Chiều buồn không đâu, ngậm ngùi thương nhau, đời vì trôi mau, mà đành quên sao, người từ hôm nao, trở về cho hoa không phai màu… Yêu người là không nguôi… "

*

Quán cà phê nằm dưới một con dốc, bên trong một hàng rào hoa vàng. Bậc tam cấp dẫn xuống xây bằng đá tổ ong. Cửa vào quán mô phỏng theo kiểu của những hầm rượu tại Âu Châu vào hồi đầu thế kỷ. Chiếc đèn lồng thả xuống, gió đong đưa, ánh sáng yếu tạt qua, tạt lại. Tiếng nhạc thật dịu từ trong vẳng ra. Khung cảnh bên ngoài chưa gì đã gợi vẻ ấm cúng. Khách đến lác đác nhưng xe để chật một sân và trên mặt lộ. Tôi bảo Hãn:

- Quán thích quá hả anh?

Hãn bước thận trọng và quan sát kỹ lưỡng. Chàng nói:

- Cũng có vẻ đông đấy em à.

Một thanh niên chào chúng tôi ở ngoài cửa. Hãn nói tên. Người thanh niên tỏ dấu vui vẻ bảo:

- Anh chị Phước có ý chờ anh.

- Chương trình bắt đầu lâu chưa? Hãn hỏi.

- Thưa cũng được chừng ba mươi phút.

Tôi bảo Hãn, hỏi thử còn chỗ không. Người thanh niên nhanh nhẩu:

- Dạ, dù hết chỗ cũng phải kiếm cho anh chị chứ. Anh Phước mời anh chị mà.

Anh ta nói và hé mở cánh cửa cho chúng tôi lách vào. Quán đông đặc. Mùi khói thuốc và hơi người nồng nặc. Hai vợ chồng Phước đang đứng trên sân khấu ở cuối phòng trên bục gỗ. Đèn chớp tắt. Tôi bám Hãn. Hãn theo bước chân người thanh niên lách qua hàng người đứng lố nhố. Chợt có tiếng người kêu lớn.

- Ông Hãn.

Chúng tôi dừng lại.

- Anh Các. Tôi buột miệng.

- Không ngờ gặp ông bà ở đây.

Trong tối, tôi thấy hai người ôm nhau.

- Ngồi đây. Ngồi đây luôn đi.

Anh Các đứng lên, cúi xuống nói với hai người bên cạnh anh xích ghế lại. Người thanh niên kiếm đâu ra hai chiếc ghế nhỏ, kê vào khoảng trống vừa hở. Hãn tíu tít. Anh Các cũng ồn ào. Thật vui khi gặp anh Các ở đây. Tôi giữ lấy tay Hãn và chăm chú nhìn lên bục gỗ.

Vợ chồng Phước vừa hát xong bản nhạc gì đó. Vợ Phước bước xuống, khuất trong cánh cửa bên hông sân khấu. Phước nói chương trình được tiếp tục với phần đọc thơ của anh Các. Tôi nói:

- Thôi Hãn. Để anh Các lên sân khấu đã. Kẻo người ta chờ.

Tiếng vỗ tay lốp bốp nổi lên từng nhóm. Anh Các đứng dậy. Khó khăn lắm anh mới đem được cái bụng bự của anh qua khỏi đám người ngồi chung quanh.

Vừa đi, anh Các quay lại bảo:
- Sau tôi là ông đấy nhé.

Hãn xua tay:
- Thôi mà. Tội quá.

- Đâu được.

Anh Các ra tới con đường nhỏ giáp giữa hai hàng ghế chia đôi căn phòng.

Tiếng rì rào chen lẫn đôi ba giọng cười khúc khích, lẫn với lời giới thiệu giật gân của anh Phước, trong khi anh Các đang từ từ tiến đến bục gỗ.

Nhận micro, anh Các nói mấy lời cám ơn xong anh loan báo ngay là sau anh sẽ tới Hãn. Một người bạn thân của anh và anh Phước mới ở Saigon lên. Tiếng xì xào bặt im vài giây. Rồi ào, vỡ. Nhiều khuôn mặt hướng về phía chúng tôi. Trong tối mà tôi vẫn đỏ nhừ cả người vì ngượng. Hãn cũng lúng túng. Chàng nói nhỏ bên tai tôi.

- Bạn ta hại ta rồi.

Trên bục gỗ, anh Các tiếp tục say sưa.

- ... Đó là người có giọng đọc thơ "tối tân" nhất trong số bạn bè của chúng tôi. Xin quí vị chào mừng trước giọng đọc thơ tình "tối tân" nhất đó. Một tràng pháo tay. Thế là ào ào. Phòng rung rinh. Những tấm kính rung rinh. Tôi nghe được khá nhiều tiếng nện chân giầy trên sàn gạch. Anh Phước tìm ra chỗ chúng tôi ngồi, càng khiến chung quanh chú ý. Anh Phước trách:

- Tưởng ông bà không tới.

Hãn phác một cử chỉ xin lỗi. Chàng đổ lỗi trời mưa, không có xe và không nhớ đường. Người thanh niên lúc này trở lại đem cho chúng tôi hai chai coca và hai cái ống hút. Anh ta nói nhỏ vào tai anh Phước chuyện gì đó. Anh Phước bắt tay Hãn, xin lỗi và lẫn vào đám đông.

Trên bục gỗ, anh Các bắt đầu đọc thơ. Đó là bài "Khi Tôi Về". Một bài thơ được nhạc sĩ Phạm Duy phổ nhạc, đồng thời đó cũng là bài gợi ý cho ông Phạm Duy viết tâm ca. Tuy nhiên lại rất ít người biết đó là thơ của anh Các. Trong lúc đọc thơ, anh Các thỉnh thoảng nhìn chúng tôi, cười. Chẳng biết có phải vì mải cười với chúng tôi mà bài thơ anh Các đọc bị ngắc ngứ nhiều lần? Nhưng rồi anh cũng đọc hết bài thơ. Hãn bảo với tôi là bạn ta đọc lung tung xèng. Đoạn nọ lộn đoạn kia:

- Cũng may.

Những năm gần đây, phong trào đọc thơ có vẻ được phát động mạnh mẽ khắp nơi, cùng với nhịp độ gia tăng của chiến cuộc. Trên cao nguyên, một lần tôi được đi dự đêm thơ nhạc với Hãn. Đó là buổi đi chơi đầu tiên của hai đứa. Nhưng chúng tôi đã phải ra về khi chương trình vừa bắt đầu. Lý do vì thi sĩ đeo kính đen xùm xụp trên mặt, dù là trong phòng tối thui, cãi nhau chí chóe và chửi thề tùm lum với nhạc sĩ mặt méo. Là quan khách danh dự, chúng tôi được ngồi gần hai vị. Thấy khiếp quá, Hãn bảo tôi:

- "Thôi, có yêu nghệ thuật mấy chăng nữa, cũng phải rút lui ngay. Ở nán lại, quí vị nện nhau, chai lọ, ly tách lại bay vào mặt mình mất công".

Buổi tối đó, cũng có anh Các và mấy người bạn. Chúng tôi đến quán cà phê quen của anh Các ngồi một lát, rồi Hãn đưa tôi về. Từ đó, tôi và Hãn đâm ngại tất cả những vụ gọi là đêm thơ nhạc tại quán xá.

- Ông Hãn đâu. Ông Hãn.

VỚI NHAU, MỘT NGÀY NÀO

Anh Các hét vào micro và cười ầm ầm trước khi mắc lại micro vào cây sắt. Hãn vẫn ngồi không nhúc nhích. Thoạt một vài giọng rụt rè nhắc Hãn, sau nhiều tiếng to dần, xuất phát từ đám đông ngồi sát bục gỗ.

Anh Các về chỗ, nắm tay Hãn bắt đứng dậy. Trên bục gỗ, anh Phước lại hiện ra. Anh trịnh trọng giới thiệu Hãn với mọi người. Hãn biết chàng đã ở trong thế chẳng đặng đừng được rồi, đành phải đứng lên. Tôi vẫn nắm tay Hãn. Hãn nhìn tôi.

- Hãn. Tôi thì thào. Hôn em đi.

Hãn cúi hôn lên trán tôi và chàng thoát khỏi đám đông.

Trên bục gỗ, Hãn bình tĩnh trái với nỗi lo lắng của tôi. Chàng phân trần thuộc rất ít thơ và giọng đọc của chàng chẳng có gì là "tối tân" như anh Các giới thiệu cả. Một giọng nào đó, từ dưới ném lên "Không 'tối tân' cũng được. Thơ tình đi". Hãn nheo mắt nhìn tôi. Chàng nói: "Vâng. Tôi xin đọc hiến quí vị một bài thơ tình mà tôi thuộc khá trọn vẹn. Một bài thơ tình khá dài. Xin quí vị chuẩn bị tinh thần để khỏi... ngáp trong lúc nghe. Về bài thơ này, tôi xin được công khai ngỏ ý rằng tôi chọn đọc, vì thiếu nữ đi với tôi trong đêm nay thích... "

Lại nhiều tiếng hét và tiếng cười ào vỡ cắt ngang lời Hãn. Hãn giơ ngón tay lên trời ý bảo tôi "nhất em đấy". Nhiều tiếng cười lại ào ào bốc lên. Hãn lập nghiêm bằng đôi mắt sắc nhìn xuống, chung quanh dần dần dịu lại rồi im hẳn...

Hãn đọc "Đồng dao mới". Anh Các nghiêng người sang tôi nói khẽ:
- "Tôi cũng thích bài này lắm".

Giọng Hãn thay đổi theo nhịp diễn tả của bài thơ. Lúc dỗ dành ngọt ngào. Khi hùng hồn, sảng khoái. Qua ít câu đầu, càng tiếp sâu, chàng càng như tan lẫn vào bài thơ.

  Em cũng biết phải không tình vốn chát
  Như môi ta lạnh xót đêm nào
  Như chim đi theo đường gió nghẹn ngào
  Sương với lá trong lòng nhau quấn quít
  Sông với núi không bao giờ cách biệt
  Đêm với ngày, sự thực chẳng chia tay
  Những cánh rừng yên ngủ với heo may
  Nhưng có phải, trái tim nồng vẫn đập
  Năm với tháng chia nhau mầm khốn nhục
  Vui với buồn cùng một mặt gương soi
  Ta với đời cũng chỉ một ta thôi
  Và em nữa vẫn là em tội nghiệp
  Máu vẫn chảy nên tình còn oan nghiệt
  Sông vẫn đi nên mưa vẫn quay về
  Biển vẫn xanh nên sóng vẫn vỗ về

VỚI NHAU, MỘT NGÀY NÀO

Em cứ ngủ dù ngày mai bão tố
Em cứ gởi hồn em trong cõi trú
Mộng sẽ về kịp lúc gió lay cây
Trăng sẽ về đúng lúc tóc em bay
Anh sẽ bảo cả đời anh bên nhỏ
Đêm vẫn nở những đóa quỳnh rực rỡ
Em cứ buồn trắng ngát cả canh thâu
Khóc với cười cũng chẳng khác chi nhau
Và chúng chỉ cho thấy tình ta thực
Ngực ngây ngất dậy hương lần thứ nhất
Trên vai thơmrăng ngập xuống một lần
Trên môi non hồn hé nụ ân cần
Máu như chỉ kim thâu tình mãn kiếp
Ta đứng thẳng trong tình ta lẫm liệt
Núi chưa từng khuất phục gió mưa sa
Chim lìa đời còn đập cánh thiết tha
Ngực vẫn chảy tận cùng hơi thở cuối
Em cứ hát những-lời-xanh-bóng-tối
Những lời thầm lả tả nỗi đau riêng
Lửa sẽ về trong hồn lạnh đêm nghiêm
Em sẽ thấy thời gian như dát bạc
Đời hung hiểm muốn tình ta tan nát
Nhưng sông thề với núi chẳng chia tay
Nhưng mưa thề với biển sẽ ra khơi
Cây với cỏ có bao giờ tạm biệt
Than với củi sống chung cùng một phút
Nhưng tàn tro chẳng thể có hai đời
Như que diêm chỉ có một tiếng cười

DU TỬ LÊ

Như ta chỉ có một đời tiêu phí

Em đắm đuối đến vô cùng ủy mị
Em đam mê như hơi thở vơi đầy
Như chiều vàng thích đứng trên ngọn cây
Như anh thích những đời mưa luống tuổi
Ta nín lặng sống cùng đau đớn, mới
Trong yêu thương ta chấp nhận cực hình
Khi vung gươm ta đợi đón đầu mình
Và khinh bỉ chung quanh đầy ác thú

Đời vốn thế con thò lò sấp ngửa
Bận tâm chi tình nghĩa thế gian này
Em chớ buồn kẻo tàn tạ thơ ngây
Kẻo đêm rụng thêm chìm đau đớn, cũ
Ôi tóc lạnh xuống môi thờ thẫn nhớ
Em vì ta héo úa một mùa hương
Em vì ta sớm bỏ một màu son
Như sông sớm bỏ nguồn ra biển

Tình giông bão sá gì hơn với thiệt
Đúng hay sai ta chẳng phải phân trần
Nhục nhã ư? Ta uống chẳng ngại ngần
Hạnh phúc hiếm ta cùng nhau san sẻ
Em yêu dấu hết đời anh có lẽ
Không còn gì để gửi lại cho ai
Không còn gì để giữ cho ngày mai
Em lấy hết, từ lâu đời sống đó

VỚI NHAU, MỘT NGÀY NÀO

...

Cả phòng như chết lặng trong không khí nín thở. Ngay tôi, dù đã thuộc làu cũng không thể ngoi lên khỏi cái triều sóng mênh mang xô dập của tinh thần bài thơ và giọng đọc tha thiết, nồng xót của Hãn. Bao nhiêu năm yêu nhau, lần đầu tiên tôi biết, Hãn có một giọng đọc thơ số một. Giọng của chàng lúc đọc thơ và nói chuyện là hai phía khác nhau, không tương phản, nhưng dị biệt. Và tôi dù chết chìm trong đó, cũng không thể mô tả lại được. Chỉ biết rằng mọi người đã lặng đi có đến vài giây, trước khi hò la rung chuyển. Khi Hãn về chỗ, tôi không biết nói gì với chàng. Tôi bày tỏ lòng ngưỡng mộ, và mang ơn chàng bằng cách nâng tay chàng lên môi mình. Anh Các hài lòng với thành công của Hãn. Hãn đã chứng minh được lời giới thiệu trước của anh Các là không quá đáng. Hãn hỏi:

- Em nghe sao?

Bấy giờ tôi mới mở miệng được:

- Em sung sướng.

Chương trình tiếp tục bằng một giọng ca sinh viên với một bản nhạc thịnh hành. Và sau đấy, anh Phước tuyên bố chấm dứt.

Đèn bật sáng. Nhiều người vây quanh Hãn. Tôi lùi lại phía sau như dấu hiệu của một người vợ đông phương, không bao giờ là vật cản đường đi tới của chàng.

Anh chị Phước giữ chúng tôi ở lại uống trà, đồng thời chờ xe một người bạn trở lại đón. Anh Các nói định trở về đơn vị vào sớm mai nhưng gặp Hãn rồi sẽ không về nữa. Có thể anh sẽ ở lại và về Saigon cùng chúng tôi. Giữa không khí bằng hữu, ngồi bên Hãn, nói chuyện với anh chị Phước, tôi thấy mình mặc nhiên đã trở thành vợ Hãn. Nhớ lại cảm giác trong quán ăn, tôi nghĩ mình thật nhảm. Tinh thần mình như thế nào, sẽ cho mình cảm giác như vậy. Hình như tôi đã tìm ra chân lý. Đúng thế, ăn thua tinh thần mình. Tôi nghĩ, mỉm cười với chị Phước khi chị nói.

- Hồi tối muốn nói chuyện với chị quá nhưng phải về để lo quán. Anh chị còn ở đây lúc nào rảnh rỗi mời anh chị ghé chơi.

Tôi đáp.

- Vâng để em nói với anh Hãn.

Hãn và mấy người đàn ông nói chuyện văn nghệ.

Xe thả chúng tôi xuống phố chợ. Anh Các rủ đi ăn khuya. Hãn gật đầu ngay.

- Nên lắm.

VỚI NHAU, MỘT NGÀY NÀO

Chúng tôi ngồi ở xe xôi gà, chờ anh Các đi đón chị Thảo.

Năm phút trước còi hụ giới nghiêm, chúng tôi mới về. Trong đêm mưa, lên xuống những con dốc, bóng chúng tôi hắt xuống mặt nhựa ướt. Tiếng cười nói của Hãn và anh Các vang đi bốn phía. Chị Thảo, hình như là ca sĩ, bắt đầu hát nhỏ một bài nhạc tiền chiến nổi tiếng. *Thu đi cho lá vàng bay. Lá rơi cho đám cưới về. Ngày mai người em nhỏ bé, ngồi trong thuyền hoa...* Tôi chỉ nhìn xuống mũi giầy, thấy những hạt nước long lanh trên đó, không biết mưa hay sương.

*

Nắng xuyên qua những khóm tường vi trong bồn hoa trên vai lan can, rọi từng tia ấm vào cửa kính. Những giọt sương tan chảy thành giòng ngoằn ngoèo như vết bò của những con sâu cuốn chiếu trên một nền cát mịm. Tiếng chổi chạm vào thùng nước và những bước chân nặng cứng của mấy người đàn bà dọn phòng dội vang từ chân cầu thang, lên tới mấy tầng lầu, tiếng bàn ghế, tủ giường rít trên những cành phượng già cỗi ở hai bên con dốc dẫn xuống hồ Xuân Hương, hòa với tiếng rồ máy, mùi xăng cháy khét đánh thức tôi dậy. Sáng đã muộn. Hãn còn cuộn mình trong chăn. Tôi tụt xuống giường. Đá lạnh như một luồng điện chạy ngược lên tận óc. Chân trần tôi vào toilet. Trở ra, vén gọn những tấm màn gió. Mặt trời đã vượt khỏi hàng dương. Tôi như một kẻ nào khác. Không phải tôi. Không phải con Phiến của những âu lo, ắp đầy tủi nhục. Tôi và nơi tôi mới rời bỏ ngày hôm qua, đã như không có một chút liên hệ dù cỏn con nào. Tôi như mới từ trên trời rớt xuống. Tôi như mới từ một giòng sông nào ngoi lên. Hạnh phúc, đêm qua đã rửa sạch, đã tắm gội tôi. Hạnh phúc đêm qua, đã hóa kiếp tôi, để tôi trở thành và được sống đúng với đời sống khao khát của mình. Mở một cánh cửa. Nghe rõ một tiếng chim. Kiễng chân, nghển cổ, nhìn qua lan can, thấy một con đường, một thành phố, không tai ương đe dọa, không hiểm nguy rình chờ. Ánh sáng đã là ngọc bích. Không khí đã thành hương thơm. Tôi thở. Tôi cười. Tôi chải tóc, tôi nâng niu từng sợi. Tôi nghe thương mến êm đềm từ chân lược chạm tới da đầu. Nhìn mình trong kính, tôi thấy tôi mơn mởn như hoa. Tôi thấy tôi sáng láng như nước, tôi muốn nhảy múa, ca hát. Cuối tầm mắt, vài vuông sân màu xanh, mấy miếng cỏ non. Hàng thông đều chạy mút tới chân trời. Tôi gọi khẽ. Hãn. Hãn ơi.

Chàng đã ló mặt ra khỏi chăn nhưng vẫn ngủ say sưa. Rón rén lại gần, tôi lùa những ngón tay vào tóc chàng. Tôi hôn. Lên trán. Lên mắt. Lên mũi. Tôi hôn. Tôi hôn. Cùng khắp. Hãn. Tôi kêu lên như một con bê nhỏ buổi sáng tìm mẹ. Hãn. Hãn. Niềm hoan lạc. Niềm hạnh phúc làm tôi phồng lên lớn. Tôi nở ra. Tôi muốn nổ. Vâng tôi muốn nổ tung. Muốn vỡ tan thành từng mảnh vụn. Những vụn nhỏ. Thật nhỏ. Như những hạt mưa xinh ngoan, và tất cả sẽ rơi phủ lên người chàng. Như chàng đã mưa, đã phủ, đã chùm lên khắp người tôi.

Từ tầng trên, anh Các và chị Thảo bước xuống.

Họ réo gọi chúng tôi ngay đầu hành lang. Tôi lay Hãn vội vàng. Tiếng đập cửa vội gấp. Giọng anh Các reo vui, tinh khôi như buổi sáng.

- Dậy mau. Ngủ khiếp vậy. Ông Hãn. Ông Hãn ơi.

Tiếng chị Thảo cao trong vắt.

- Hay họ đi rồi.

- Chưa đâu. Ai chứ ông Hãn giờ này mà đã dậy rồi họa là có loạn.

Anh Các nói đùa ở bên ngoài mà trong này tôi ngượng. Ngượng trong tràn trề sung sướng. Không. Được rồi, phải bắt Hãn dậy ngay. Không có họ cười chết. Tôi dựng Hãn lên. Hối Hãn mặc quần áo, vào toilet. Chờ Hãn khép cửa phòng đâu đấy, tôi ra mở cửa cho anh Các.

- Thấy không. Giờ này mới dậy đấy.

Tôi lấp liếm:

- Dạ, tôi dậy lâu rồi. Chỉ có anh Hãn ngủ nướng thôi.

- Ông ấy đâu?

- Dạ, đang rửa mặt.

- Chờ chút. Xong ngay đây.

Từ phòng tắm Hãn vọng ra.

Chị Thảo đánh phấn hơi dày. Tôi cười với chị, thấy thêm một điều nữa: Mắt chị kẻ xanh quá.

- Mời chị vào chơi. Đêm qua chị ngủ ngon?

Chị Thảo mặc manteau ngắn màu xám tro. Chiếc áo không hợp với sự đẫy đà của chị. Nhất là chiếc bóp xách theo nhỏ quá.

Chị Thảo ngắm nghía căn phòng của chúng tôi. Tôi kéo ghế mời trong lúc gấp vội tấm chăn trên giường. Hãn trở ra. Mặt còn ngái ngủ.

- Anh chị dậy sớm quá vậy. Chín giờ chưa?

Chị Thảo cười liếc mắt nhìn anh Các.

- Mười rưỡi gần mười một giờ rồi ông.

Hãn hỏi mượn lược. Tôi đưa lược cho chàng. Hãn nói:

- Tưởng còn sớm chứ.

VỚI NHAU, MỘT NGÀY NÀO

Hãn chải đầu:

- Mau đi ăn sáng ông.

- Đi.

Hãn nói và vẫn đứng nguyên một chỗ. Tôi muốn cười phá lên khi thấy quần pyjamas của Hãn mặc ngược. Chị Thảo hỏi tôi lát đi chợ không. Tôi đáp:

- Em cũng muốn đi một vòng cho vui.

Tôi lấy quần áo cho Hãn, giục chàng thay mau kẻo anh Các chờ và hỏi chị Thảo cho có chuyện:

- Chị có định mua gì không?

Chị Thảo đang ngắm chiếc manteau tôi vắt ở vai ghế.

- Cũng chưa định chị à.

Hãn bước lại nói nhỏ:
- Anh mặc quần trái.

Tôi cấu chàng và cố nín cười:
- Biết rồi. Còn muốn biểu diễn chắc.

Hãn cốc đầu tôi. Chàng cười lớn. Anh Các cười theo. Không hiểu tại sao, có khi anh Các nghe được câu nói của chàng. Tôi vờ ngắm mặt mình trong gương và vuốt mấy lọn tóc.

Nhìn kỹ mình trong gương, nghĩ tới chị Thảo, tôi tự bằng lòng mình, trước khi con nhỏ trong gương nói với tôi rằng: "Thôi, được rồi, đừng ngắm nữa".

*

Hiên đem tin thi đậu đến cho tôi. Từ hôm ở Đà Lạt về, tôi phải sống đời sống bó buộc của một nữ tu. Hình như mẹ tôi được tin báo cho biết, tôi đi Đà Lạt với Hãn. Bà không nói ai cho tin, cũng không hỏi thẳng mà chỉ cho tôi biết qua những lời nói xa gần, bóng gió. Hiên đem tin đến cùng một lá thư dài của Hãn. Tôi đọc ngấu nghiến lá thư. Điều tôi lo sợ chưa xẩy đến, có nghĩa, Hãn chưa đụng độ với anh Long, mẹ tôi chưa tìm đến sở chàng. Tôi nhờ Hiên báo cho chàng ngày giờ tôi vào vấn đáp. Tôi nghĩ, khi hay tin tôi đậu, chắc Hãn sẽ cười ngất. Chàng không tin đâu. Hoặc chàng sẽ bảo, tôi đậu là nhờ làm bài bằng thư của chàng. Đúng thế. Tôi đã đem khá nhiều thư của Hãn vào bài thi. Hiên sắp ra về thì Lam tới. Những ngày bị quản thúc tại gia nếu không có Hiên, Lam, không hiểu rồi tôi sẽ ra sao? Nhờ Hiên và Lam mà tôi còn cảm tưởng mình vẫn liên lạc được với thế giới bên ngoài. Nhờ bè bạn, tôi có chàng, dù chỉ qua những miếng giấy, ghi vội những lời ngắn ngủi. Lam nói oang oang từ nhà trước.

- Đói quá. Đói quá. Có gì cho ăn không nhỏ?

Hiên nhìn tôi cười hóm hỉnh.

Lam luôn phải đóng kịch như vậy để che mắt mẹ tôi. Bà đã bắt đầu nghi ngờ tất cả bạn bè tôi. Một lần mẹ tôi chỉ mặt Lam bảo:

- Này! Không có liên lạc thư từ gì đó nghe. Bác mà biết bác cấm cửa con luôn đó. Nói trước, kẻo sau lại trách bác sao không bảo.

Mẹ tôi quên rằng gặp ai chứ, với Lam thì tất cả mọi hình thức khai thác, dọa dẫm, chận đầu, chận đuôi đều vô ích. Lam có thể vượt qua như không. Chỉ có mỗi một vấn đề là Lam có thích làm công việc đó hay không mà thôi.

Riêng trong chuyện tôi và Hãn, tôi tin Lam rất hứng thú. Lam hăng hái, say sưa, như thể đó chính là chuyện của Lam vậy.

Lam đặt túi vải xuống ghế, ghé mặt gần chúng tôi, thì thào:

- Bà cụ đâu?

- Trên gác.

Hiên đáp, chỉ tay lên trần nhà.

Lam đặt người xuống, thở ra:

- Mệt quá. Chắc tao khó kham nổi cái đời làm công bộc của dân, Phiến à.

Tôi nói:

- Tôi đậu rồi. Bà biết chưa?

Lam dẩy nẩy trên ghế:

- Tao nói trước mà. Mày thấy không, Mày mà đậu thì tao phải trượt. Không có cách gì khác hơn được. Những kẻ học hành chăm chỉ, đâu đấy như tao, phải giữ cái thế giá của mình chứ...

Lam nói ào ào. Nói như sợ lát nữa sẽ không còn được nói.

Từ trên gác nghe tiếng Lam léo xéo, mẹ tôi cũng phải bò xuống.

- Gì vậy con?

Lam trả lời nhanh như một kịch sĩ chuyên nghiệp:

- Dạ con nói Phiến đậu rồi. Bác phải ăn mừng linh đình thế nào mới được. Phải mở bum, mở ban đi bác. Năm nay thi khó lắm. Cả bầy rớt không còn một móng. Trừ nó đấy.

Mẹ tôi cười sung sướng, nhưng vẫn đãi bôi:

- Ôi dào. Đậu hay trượt bác cũng chả ham. Chỉ mong có mỗi một chuyện mà cô ấy cứ dùng dằng chẳng chịu tính cho.

Lam làm bộ ngây thơ:
- Chuyện chi vậy bác?

Mẹ tôi chép miệng. Hiên che mặt cười.

- Thì chuyện chồng con chứ còn chuyện gì. Con gái lớn thì phải có chồng. Lớn tướng rồi mà đám nào hỏi cũng chê. Mà mình thì có đẹp lệch nước nghiêng trời gì cho cam.

Hiên láu táu:

- Bác cứ nói vậy chứ, cháu thấy chị Phiến cũng đẹp… ác. Chẳng thế mà…

Tôi phải suỵt khẽ, sợ Hiên lỡ lời. Nhưng Lam tiếp ngay:

- Vâng. Khối người mê đấy bác ơi. Như cháu chẳng hạn, cháu chỉ mong có ai đến rước đi cho rồi thì lại chả có ma nào hết. Bác nghĩ, đời thế có chán không?

Lam bật cười sau câu pha trò của chính mình. Tôi và Hiên cũng không nhịn được. Có lẽ bà cụ linh cảm thấy đang bị bọn nhỏ bỡn cợt, bà cụ bèn quay sang chuyện khác.

- À, thế còn Hiên, đậu không con?

- Dạ, cháu trượt ạ.

- Con cũng vậy, bác. Lam xen vào.

Tôi được thể:

- Đấy, mẹ xem. Vậy mà mẹ cứ dọa hoài làm con đôi khi cũng mất cả tinh thần.

Mẹ tôi lừ mắt.

- Dọa gì. Tôi nói thật cho mà biết chứ chơi hả. Không có tôi ấy à… thì cứ gọi là còn lâu mới đậu được. Học không học, cứ sểnh ra cái đi. Sểnh ra cái đi…

Tôi bấm Hiên.

- Bà cụ bắt đầu vào sáu câu rồi đấy.

Hiên đứng dậy.

- Thôi cháu về. Quay sang Lam, Hiên tiếp. Em về trước chị Lam.

Lam gật đầu.

- Ừ. Hiên về. Chút xíu chị cũng về giờ. Tưởng chị Phiến chưa biết ghé qua báo không ngờ chị ấy biết rồi thì thôi.

- Ở lại chơi đã. Ở lại ăn cơm với chị Phiến cho vui cơm. Ý kiến của mẹ tôi thật bất ngờ.

Sợ Hiên ở lại, tôi nói đỡ.

- Thôi mẹ để Hiên về không nhà mong.

Mẹ tôi nhìn ra ngoài trời.

- Ừ, về thì nên về ngay kẻo mưa.

Hiên vừa bước chân ra khỏi cửa mẹ tôi đã la lên.

- Chết tôi rồi…

Bà chạy vào bếp.

VỚI NHAU, MỘT NGÀY NÀO

- Gì vậy mẹ?

- Cháy nồi thịt kho.

Bà cụ chưa khuất vào nhà sau, Lam nhích ghế, sát gần tôi, thấp giọng.

- Tao mới nghĩ ra một cách để giải quyết tình trạng bế tắc của mày.

Mắt tôi sáng lên. Giọng Lam quan trọng và thì thào hơn.

- Tao sẽ hùn tiền với tụi mày. Thuê nhà.

Tôi choáng người vì hai chữ "thuê nhà". Quả thực suốt thời gian yêu nhau, dù luôn mơ ước nơi chốn để gặp gỡ, một nơi chốn của riêng mình. Những chưa bao giờ tôi dám nghĩ đến chuyện thuê nhà.

- Tao đã tìm được một nơi thích lắm.

Tôi nín thở.

- Ở đâu? Bao nhiêu một tháng?

Lam bí mật.

- Mày phải đi theo tao mới được.

- Làm sao đi? Tôi liếc nhìn vào bếp. Tiếng nước xèo xèo và mùi khét bay khắp. Tôi nghiêng đầu sát vào Lam.

- Ở đâu? Bà nói tôi nghe đi đã. Sao chưa gì mà tôi đã mê quá…

- Gần sở tao làm. Lối đi riêng. Điện nước bao luôn. Có cả toilet. Tiện nghi lắm. Mày phải biết, giữa thành phố Saigon mà kiếm được một nơi như vậy là hên đấy.

Nghe Lam nói, tôi chỉ muốn mặc áo đi ngay. Quên cả việc phải học để thi vấn đáp. Trong đầu tôi cả nghìn viễn tượng tương lai đầm ấm. Lam cũng hào hứng không kém.

Sự giao thiệp giữa Lam, tôi và Hãn, đã đi đến chỗ đôi khi tôi phải nghĩ ngợi, và lo ngại. Hình như ở Lam đã nẩy sinh một thứ tình cảm nào đó, khác hơn tình bạn. Tôi muốn nói tình bạn giữa Lam và Hãn. Lam là bạn học của tôi từ những năm còn trên ghế trung học. Thi xong tú tài Lam lên Đà Lạt dạy học cho một nhà giòng và ở luôn trong tu viện. Theo lời thuật của Lam thì lẽ ra Lam đã đi tu, nếu không có một vị tu hành khả kính, người ngoại quốc đề nghị lấy Lam làm vợ và, cả hai sẽ cùng ra khỏi viện.

Những năm xa cách tôi không được biết gì về Lam nhiều hơn chừng đó. Nhưng ngay buổi đầu tiên gặp lại Lam ở sân trường Văn Khoa, Lam cho tôi biết Lam có nghe chuyện của tôi và Hãn. Lam cũng bày tỏ lòng cảm kích trước hoàn cảnh bế tắc của chúng tôi. Tôi thân lại với Lam nhanh chóng, có lẽ cũng vì thế. Thời gian đó Lam đang chờ kết quả của kỳ thi Thư ký học chánh. Với tôi thì đó là thời gian thong dong nhất. Những giờ nghỉ tôi thường tâm sự với Lam về chuyện Hãn. Không bao giờ Lam cho tôi một ý kiến nào khác hơn là sự lắng nghe và im lặng. "Ông Mèo Rừng" là chữ của Lam đặt cho chàng, Tôi thích cái nhận xét, ví von này. Sự thân mật đã đưa đến những cuộc đi chơi tay ba. Và cũng phải công nhận Lam quá tốt đối với chúng tôi, nhất là những lúc hai đứa gặp khó khăn. Nhưng chỉ một thời gian ngắn, rất ngắn, trực giác của một người đàn bà cho tôi biết ở Lam đã có những giao động mà Lam không thể cưỡng lại được. Trong khi đó Hãn như một anh gà tồ. Chàng chẳng hiểu gì hết (hay chàng biết mà vờ thản nhiên?) Dẫu sao Lam vẫn là đứa bạn thân thiết nhất mà tôi có thể gửi hết lòng tin cậy, sau Hiên. Tôi cũng tin cuối cùng sẽ chẳng có điều gì đáng tiếc xảy ra cho chúng tôi. Một thời gian, rồi Lam sẽ bình tĩnh lại.

-Có nhà rồi mình phải lo vật dụng chứ. Chẳng lẽ để nhà trống lốc coi sao được?

Mắt Lam rực sáng. Tôi cũng bừng bừng.

- Nhất định rồi. Nhưng đào đâu?

- Trước hết là phải lo một cái giường để lấy chỗ mà nằm. Kế đó là một cái bàn và ít ra là hai cái ghế để tôi với bà cùng ngồi học.

Tôi hình dung trong óc, ngôi nhà và rất nhiều đồ đạc.

- Đào đâu hai thứ đó giờ? Khi mà tôi với bà đâu có cái gì? Hay bảo ông "Mèo Rừng" lo.

Mẹ tôi từ dưới bếp đi lên. Thoáng thấy bà, tôi vội ngậm miệng. Mắt nhìn vu vơ ra ngoài ngõ. Lam gật gù.

- Khỏi. Nói vậy chứ tôi đã lo hết rồi.

- Ở đâu? Tôi chợt lấy vai Lam. Mẹ tôi đi tới. Bà mở tủ. Không liếc nhìn nhưng nghe tiếng động tôi biết bà cụ soạn chén bát.

Lam im lặng. Tôi nghĩ thời vận may của mình đã đến? Tôi giật thót cả người khi bà cụ gọi.

- Này, Phiến.

Tôi quay ngang.

- Gì cơ mẹ?

- Cái chồng đĩa con gà tao để trong tủ này sao không thấy chiếc nào hết vậy?

Tôi nói bừa.

- Hình như hôm nọ mẹ đã soạn ra và mẹ đem xuống trạn rồi mẹ không nhớ sao?

- À há. Bà cụ đằng hắng và xuống bếp.

Ngay khi bà vừa quay lưng. Lam nói.

- Ông chủ nhà cho mượn.

- Ngon vậy đó.

Tôi nói như reo. Lam cười tít mắt.

- Tôi rán khô cổ mới có được kết quả đó chứ bà tưởng.

Tôi đưa đẩy:

- Bà thì tôi quá biết rồi. Gì chứ tán ông già, bà già là bà thuộc loại super đó.

- Nhưng mình còn cần nhiều thứ lắm.

Lam nghiêm giọng trở lại.

- Phải bảo ông Hãn lo tiếp mới được. Chẳng hạn như mình còn cần ít nhất là một cái tủ áo. Một cái giá để úp chén bát, ly tách.

Tôi như vừa bước ra khỏi giấc mơ.

- Phải rồi. Bà nói tôi mới nhớ. Còn nồi niêu soong chảo, bát đũa. Còn cần ít chai lọ đựng mắm muối, tiêu đường.

Nói đến đường, tôi lại sức nhớ đến cà phê cho Hãn. Phải. Tôi sẽ tự tay pha lấy cho Hãn những ly cà phê thật nóng, thật ngon, mỗi khi chàng về nhà. Tôi sẽ tự tay lo lấy cho Hãn những bữa cơm, nếu Hãn ở lại ăn với chúng tôi. Phải có một cái khăn tắm, xà phòng thơm. Đúng, phải có hai loại xà phòng. Xà phòng rửa tay, rửa bát khác...

Trong óc tôi cả trăm thứ phải, cả chục thứ… "đúng" liên tiếp bật lên, nổ vỡ những đốm sao sáng ngời và quyến rũ.

Mẹ tôi ngắt ngang giòng tưởng tượng đang miên man tuôn chảy bằng lời nhắc nhở tôi bật đèn, nói vọng lên từ bếp. Trong giọng bà, thoáng vẻ nghi ngờ. Lam e ngại.

- Cụ có vẻ đánh hơi thấy chuyện chẳng lành rồi đấy. Tôi về thôi không phiền.

Tôi đứng dậy bật đèn.

- Ừ, thôi bà về đi. Mai chúng ta gặp nhau.

- Ở đâu?

- Trường. Khoảng chín giờ.

Lam chào mẹ tôi bằng giọng nhơn nhơn như lúc đến. Bà cụ lau hai tay vào chiếc khăn mặt giữa cửa bếp.

- Không ăn cơm với bác sao con?

- Dạ thôi, để con về.

- Phiến lên gác mời bố xuống ăn cơm đi con.

Bà cụ nói xong nhìn Lam tiếp:

- Tự dưng bữa nay lại có vẻ bận rộn như vậy.

Lam tỉnh.

- Vâng. Hôm nay con có hẹn với bồ.

Nói xong Lam phát cười. Mẹ tôi nhìn Lam nhăn mặt. Cái vẻ nhăn nhó âu yếm.

- Lớn rồi, lấy chồng đi. Đừng có giống như con này, rồi có lúc hối không kịp đâu.

Tôi kéo tay Lam đi ra.

- Mẹ cứ làm mhư con ế đến nơi không bằng.

Bà nói với theo.

- Chứ sớm sủa với ai. Tôi ấy à, ngày xưa bằng cô là tôi đã có chị Kim, anh Hữu rồi đấy.

Tôi bấm tay Lam.

- Bà nhớ gặp Hãn. Tôi muốn ông Hãn cùng đi xem… với mình.

Lam gật đầu.

- Vâng bác nói đúng. Con gái con lứa chỉ có một thời thôi. Đã qua rồi là tiêu tùng luôn…

- Con nhỏ này.

Mẹ tôi cười. Chắc bà biết Lam đùa.

Lam dẫn xe ra. Tôi lên gác. Bố đang thiu thiu ngủ. Con mèo ngồi thu mình trên bàn, đang chong đôi mắt xanh lên nhìn bố chăm chú. Nghe tiếng động, nó phóng vụt ra ban công.

*

Quyết định thuê nhà là quyết định chớp nhoáng. Hãn chỉ biết căn phòng sau khi nó đã được sửa soạn tạm đủ. Lợi dụng mấy ngày học thi vấn đáp, lấy cớ phải tới thư viện, tôi chạy xuôi ngược kiếm đồ đạc với Lam. Có thể nói tất cả vật dụng trong căn nhà của chúng tôi là đóng góp của thập phương bá tánh, trừ giường và bàn viết ông chủ nhà cho mượn.

Giang sơn riêng của tôi là một căn phòng trên lầu một ngôi nhà ở khuất lánh một con ngõ rộng. Một giang sơn hơi tối, ẩm mặc dù ở trên cao. Lý do căn phòng vuông vứt không có lấy một cửa sổ, ngoài hai khe gió, một ở phía cầu thang đi lên và một hướng về khu nhà thấp bên tay phải. Đến đó trong những trưa nắng thì có thể gọi nó là một cái lò than đốt… người. Nhưng những ngày mưa, thì căn nhà lại có thể coi như là một khoảng trũng của một xoáy nước. Mưa tạt bốn bề. Gió phần phật những tấm tôn trên mái. Nước sũng chảy ồ ề dưới thấp. Những ngày mưa lớn, nước dâng lên ở chung quanh vì thiếu hệ thống ống cống. Người và xe lội bì bõm. Tuy nhiên những ngày đầu ở giang sơn này là những ngày mà không bao giờ tôi được sống lại.

Mỗi buổi trưa, Hãn đều về nhà ăn cơm. Những bữa cơm phần nhiều chỉ có một món rau xào hay luộc, với một món mặn là vừng và, một chén nước mắm dầm ớt. Những trái ớt đỏ tươi sắt mỏng trông đẹp như hoa ngọc nữ; nhưng ăn vào cay xé lưỡi, vã mồ hôi, chảy nước mắt. Lam gọi giang sơn này bằng một cái tên riêng *Extra muros*. Có nghĩa là Bên Ngoài Những Bức Tường. Tên gọi không thể chính xác, lột tả được nhiều hơn tinh thần và đời sống của chúng tôi trong căn phòng đó.

Ở đây, tôi thấy mình được an ổn. Ở đây tôi thấy tôi là một người đàn bà. Ông chủ nhà gọi tôi bằng bà. Lũ con ông gọi chúng tôi là anh chị. Ôi. Được làm đàn bà, được đóng vai người vợ, với tôi mới gian nan và sung sướng biết bao.

Ăn cơm xong, Hãn nằm nghỉ một lát trước khi đi làm lại. Lam và tôi dọn dẹp. Còn thì giờ thì chúng tôi trải drap lên sàn xi măng nằm nói chuyện ngày xưa.

Khoảng thời gian này, cũng là khoảng thời gian Lam đã chín nẫu trong tình yêu dành cho Hãn. Rất nhiều lần Lam đề cập xa gần với tôi về chuyện đó. Tôi trả lời lấp lửng:

"Ai yêu ông Hãn cũng được. Miễn là đừng làm khổ ông ta và đừng bắt ông ta phải lo lắng tất tả hơn nữa". Lam thở ra ngao ngán.

Mùa mưa đi vào những ngày cuối. Tầm tã và thường xuyên hơn.

Hai giờ, hay hơn một chút Hãn đi làm. Lam cũng phải đến sở. Còn lại một mình với căn phòng. Với mùi mồ hôi và dấu vết của Hãn, tôi mới bắt đầu giấc ngủ trưa của mình. Hình như càng ngày tôi càng ngủ nhiều hơn bình thường. Tôi có cảm tưởng như lúc nào cũng có thể ngủ được, và cơ thể thì bắt đầu có những triệu chứng bất thường. Bắt đầu là sự rời rã của tất cả các khớp xương. Tiếp theo là những cơn chóng mặt, xây xẩm. Rồi cảm giác muốn nôn ọe, và cuối cùng, tôi bị nôn ọe thật. Những cơn nôn khan tưởng như muốn xổ tung cả ruột gan ra ngoài. Những cơn nôn tưởng như bật cả mật xanh mật vàng. Tôi vàng võ, tiều tụy thấy rõ. Cùng với biến chuyển cơ thể mang triệu chứng của có thai, là cơn đau ruột trở lại hành tôi, và những trận nghẹt thở nắm chắc cái chết đến chín phần mười.

Cũng may rơi đúng vào dịp học thi, thêm nữa, bây giờ người ta có những loại thuốc chống nôn ọe một cách công hiệu giúp tôi thoát được sự nghi ngờ của bà cụ.

Tôi báo tin cho Hãn biết. Hãn không tỏ lộ một dấu hiệu nào ngoài sự âu lo hằn rõ trên gương mặt.

Những ngày bắt đầu ở Extra là những ngày Hãn bị lún sâu thêm vào những khó khăn của đời sống vật chất. Tôi cố gắng để không làm nặng thêm gánh nặng đời sống kinh tế của Hãn. Nhưng đó là tình trạng chung, ảnh hưởng của thời cuộc cùng sự leo thang của vật giá.

Không nói ra, nhưng tôi hiểu Hãn chưa dự trù cho việc tôi sẽ có con với chàng trong thời gian này. Chúng tôi chưa qua được quá nửa hạn kỳ năm năm mà chàng đã ấn định.

Dầu sao tôi cũng phải nói rằng sự lạnh lùng của Hãn trước niềm hân hoan trào vỡ của tôi, đã làm tôi tủi thân không ít. Trong óc, tôi đã dự định những việc tự làm lấy một mình, không cần đến Hãn. Chẳng hạn như tôi sẽ rời khỏi Saigon trước khi cái thai quá lớn không còn dấu được nữa. Tôi liên lạc với một người chị họ ở một thành phố heo hút, nhờ chị kiếm cho tôi một việc làm. Lý tưởng nhất là một chân dạy học hay kèm trẻ tại gia. Tôi cũng liên lạc với mấy cơ quan xã hội có thông cáo cần người. Tôi làm đơn xin được thâu nhận không đòi hỏi một điều kiện. Tôi cũng nhờ Mậu liên lạc với Sơ Thérèse, để phòng xa trường hợp cấp bách không kịp thu xếp trước. Sơ Thérèse nhắn tôi lại gặp sơ. Sơ không hề hỏi tôi chuyện gì và chỉ bảo bất cứ lúc nào và bất cứ chuyện gì, nếu nghĩ đến Sơ thì cứ tìm tới.

Tất cả những chuyện này tôi đều làm một mình, Hãn không hề hay biết. Tôi cũng chẳng hé răng nói một lời nào với chàng. Tuy cố dấu nhưng tôi vẫn không che đậy được những cử chỉ bất thường, mỗi khi ở bên Hãn. Hãn hay gặng hỏi những lúc tôi thẫn thờ, ngơ ngác như một người mất trí. Nhưng lần nào tôi cũng chỉ mím môi, xong gượng cười, lắc đầu cho Hãn khỏi nghĩ ngợi, dù sau đấy lúc chia tay, có khi tôi khóc suốt dọc đường về. Nghĩ đến con, nghĩ đến niềm khao khát mơ ước lớn nhất của cả một cuộc đời, tôi chỉ thấy tủi thân thêm mà thôi. Mặc dù cái thai chưa thành hình, bác sĩ cho biết tình trạng thai rất yếu có thể là sẽ không giữ được, nhưng rất nhiều đêm, đợi mẹ ngủ say, tôi đặt tay lên bụng mình xoa nắn khắp nơi, như thể con tôi đã thành hình và đang hưởng được sự ve vuốt của mẹ nó. Đây cũng là những lúc mà tôi ràn rụa nước mắt dù cố kìm hãm. Không đêm nào tôi ngủ được quá một tiếng. Cả nghìn mối lo lắng, đau đớn dằn vặt quay mòng. Thâm tâm tôi vẫn mong mình sẽ có con. Tôi sẽ sinh nở. Mặc dù nếu chuyện đó xảy ra đúng như mơ ước, tôi sẽ phải lặng lẽ xa Hãn. Tôi sẽ phải rời bỏ thành phố này, nơi đời sống mở mắt tôi. Nơi tình yêu tôi lớn lên và đồng thời cũng là nơi con tôi được tạo dựng. Chỉ mới nghĩ tới, tôi đã thấy không còn một chút sinh lực nào để sống. Chỉ mới nghĩ tới, tôi đã thấy như trời đất quay cuồng, sụp đổ.

Nhưng có cách chọn lựa nào khác cho tôi đâu? Không còn cách nào khác. Tôi không thể cứ ở lại để trở thành món nợ quá to lớn của Hãn. Tôi yêu chàng. Tôi sống, tôi chết, tôi nhục nhằn, tủi hổ, tất cả vì chàng, tôi sẽ phải từ bỏ. Phải ra đi. Lên đường này, nếu có ở tôi, là một lên đường đầu tiên và cuối cùng mang ý nghĩa của một chuyến đi vĩnh biệt.

Nói ra nghe có vẻ tiểu thuyết, thê thảm quá nhưng sự thực là như vậy. Cách gì tôi trở lại? Cách gì tôi có thể tìm về thành phố, nơi tình yêu tôi đã có và đã chết. Nếu đi, tôi buộc phải cắt đứt mọi liên lạc với chàng, dù dưới hình thức nào. Tôi vẫn nghĩ, sự bỏ đi của tôi, không báo trước với Hãn là một điều không thể chấp nhận được, dù nhân danh mục đích nào. Ngay cả khi Hãn có vì nghĩ đến con mà coi nhẹ chuyện đó thì tôi cũng không thể tự dễ dãi với mình. Tôi không tin là sự trở lại sau ít nhất một năm bặt tin nhau, Hãn còn nhìn tôi như xưa. Với ai không biết, riêng Hãn, tôi hiểu rõ điều đó. Hãn ích kỷ đến vô lý. Đa nghi tới không ngờ. Hơn thế, trong tinh thần của một người vợ, dù không được ai công nhận, việc làm tự ý kia, cũng vẫn là điều bất khả chấp. Chưa nói đến tự ái không cho phép tôi tìm Hãn trở lại. Tôi sẽ không tìm chị Liên trong hoàn cảnh này. Sinh con xong, bằng mọi cách, tôi sẽ nuôi nó, và không cần tới sự trợ giúp dù tinh thần của bất cứ ai, kể cả gia đình tôi. Trường hợp ngược lại, tôi sẽ gửi con vào viện cô nhi, và từ giã đời sống với khả năng, với vốn học vấn. Tôi không tin mình sẽ phải chọn lựa cách sau cùng đó. Là một người khác, một người đàn bà không còn một chút Phiến trong người, tôi sẽ nuôi con, chỉ cho nó biết cha nó là ai, khi nó đến tuổi thành niên. Tôi cho rằng đó là cách hay nhất để tránh cho con tôi sớm có trong đầu óc non nớt của nó lòng oán thán về người cha vắng mặt. Dù sao tới tuổi trưởng thành, nó cũng sẽ đủ suy xét và bình tĩnh để hiểu biết vì lý do nào tôi đã không thể làm khác.

Để sửa soạn cho chuyến đi của mình, tôi gom tất cả thư từ, hình ảnh, sách vở của chàng lại thành một món. Tôi cũng để riêng ra những xấp thư viết cho Hãn từ ngày còn ở Cao Nguyên, từ ngày tình yêu chưa rõ nét, cho tới những lá thư đầy tủi nhục. Những lá thư như những phần đời riêng mà tôi phải chịu lấy một mình, khi chia tay với chàng. Những lá thư thực ra, ngay từ lúc viết, tôi cũng đã không có ý định gửi cho Hãn. Có thể gọi nó như những đoạn nhật ký rời thì đúng hơn. Và đúng như dự định ban đầu, nó sẽ chỉ được chuyển tới chàng. Khi tôi đã khuất. Tôi cũng cất riêng một hộp những thứ vụn vặt, tầm thường, có vẻ trẻ con như ít chiếc lá, vài bông hoa, một que diêm, dăm hòn sỏi, ít mẩu thuốc lá, lấy từ những chuyến đi chơi Đà Lạt, hay từ những gặp gỡ của hai đứa. Hãn không để ý đến những vụn vặt này bao giờ. Tôi biết chắc chắn như vậy, chẳng hạn như tôi giữ được một miếng giấy nhỏ ghi lại hai câu thơ của Hãn viết trong quán cà phê một buổi tối, tôi bắt chàng chờ hơi lâu trước khi chàng phải đi công tác ngoài Trung. Hai câu thơ tình cờ Hãn viết ra và chàng quên ngay. Nhưng tôi vẫn mãi nhớ.

Con sông buồn biết bao đời
Chỉ như tôi một phút ngồi mà thôi.

Hãn quên ngay. Bởi một lần đọc lại cho Hãn nghe, tôi hỏi thơ của ai vậy anh? Hãn ngẩn người một lát, xong chàng trả lời rất thành thật:

- "Anh cũng không biết tên tác giả, mặc dù anh nhớ là anh có đọc được ở đâu rồi".

Hôm sau, đem theo miếng giấy đó cho Hãn xem. Chừng ấy Hãn mới tròn xoe mắt hỏi:

- "Bộ anh làm thật sao?"

Tôi cười:

- "Không lẽ em?"

Lúc hân hoan sung sướng, vẻ mặt Hãn thật thơ ngây, trẻ con, Hãn đùa:

"Sao em không thử làm thơ xem sao? Làm thơ rồi mình nhờ ông K. hay nhờ anh Các kiếm báo đăng cho".

Nói xong, Hãn cười ngặt nghoẽo. Chàng bảo, "đã có em rồi. Trong hai đứa, chỉ nên có một người theo đuổi văn chương thôi. Đứa nào còn lại phải lo cơm áo chứ!" Ý Hãn muốn chọc tôi thời mới lớn đấy. Quả thực thời mới lớn, tôi hăng lắm. Làm thơ, viết văn. Thành lập cả thi văn đoàn nữa. Thấy người ta "alô" với nhau, trong những cột báo dành cho các "búp bê", tôi cũng "alô" líu lo với các bạn văn nghệ tý hon của tôi. Cũng chỉ vì mê văn chương, mê làm báo cho trường, tôi trượt năm tú tài nhất và bị đưa ra hội đồng kỷ luật. Nếu không có cô Trí bênh vực chắc tôi đã bị đuổi khỏi trường hồi ấy.

Nhưng đó là chuyện quá khứ. Phải, chuyện quá xa xưa, đến chính tôi mỗi khi chợt nhìn lại, cũng còn phải tự hỏi, "phải chăng tôi? Phải chăng mình?"

Hãn như vậy. Trí nhớ của chàng rất tồi về những điều mà tôi cho là quan trọng. Chẳng hạn như Hãn cứ khăng khăng bắt tôi phải nhận là tác giả câu nói gì đấy trong một câu chuyện nào đấy với chàng. Trong khi tôi nhớ rõ, người nói không phải là tôi, mà là một người con gái khác, đã đi qua trong đời Hãn. Thử hỏi, nếu không là tôi, ai sẽ chịu được cái cảnh thư viết cho người ta mà chàng lại lầm lẫn dúi cho tôi. Có khi Hãn làm một công việc gì, cho một người nào đấy, rồi giữa khi đông đủ bạn bè, chàng kể lại, như là một trong những biểu tỏ của tình yêu và sự chăm sóc đặc biệt dành riêng cho tôi.

VỚI NHAU, MỘT NGÀY NÀO

Tôi nghĩ không ai chịu được những chuyện đó, trừ tôi. Có lần tôi phải nói thẳng với Hãn, "Chuyện gì, câu nào, anh không nhớ chắc chắn là anh đã làm cho em, hay do em nói, thì anh không nên nhắc lại. Dù yêu anh, dù em không là những người đàn bà khác, em cũng đau lòng chứ. Em cũng tủi thân chứ. Nếu em có gượng cười, nếu em có vờ như thế thật, thì cũng chỉ vì em không muốn Hãn nghĩ ngợi, cũng chỉ vì em không muốn bạn bè chúng ta ái ngại cho em và cho cái trí nhớ lủng củng của Hãn, nhưng khi một mình, em đã bao lần ứa nước mắt. Em đã có nghìn thứ để nhục nhằn, Hãn đừng vô tình với em như vậy nữa…".

Luôn luôn Hãn trả lời tôi bằng những nụ hôn đắm đuối kèm lời xin lỗi ngọt ngào: "Anh xin lỗi. Anh bậy thật. Anh xin lỗi. Anh xin lỗi…" Hãn thế đó. Nhưng không có cách gì có thể giận hờn Hãn lâu. Hình như tật đãng trí của Hãn đã khiến tôi yêu Hãn hơn. Trong cái tật này của Hãn. Hãn có vẻ gì thật thà, trong sáng.

Tất cả những thứ mà có lần Lam đã gọi đùa là "đồ tế nhuyễn của riêng tây" tôi chuyển giao dần dần cho Hiên với lời dặn dò ngắn ngủi rõ ràng "Khi em nghe tin chị chết, em chuyển tất cả những thư này cho anh Hãn". Tôi trao lá thư cuối cùng cho Hiên vào buổi sáng sau khi có bảng. Lá thư đưa Hiên không phải lá thư mới của Hãn gửi cho tôi mà là của chính tôi gửi cho Hãn. Lá thư không ngày tháng, cũng chẳng có mở đầu quen thuộc "yêu dấu của em" mà là mở đầu ngắn ngủi:

- "Bố, hãy đọc những giòng chữ này của em. Đó là những giọt máu đã nhỉ ra và đã thâm tím trong suốt cuộc tình của mình, để bố hiểu rõ em, nhìn rõ em, lần duy nhất rồi không bao giờ nữa. Đừng trách em và cũng đừng bận tâm về con. Tất cả đều không nghĩa gì hết, đúng như bố vẫn nói người ta sinh ra với một định mệnh có sẵn. Vấn đề là người ta sống như thế nào trong lưới chụp kia của định mệnh. Riêng em, em không có định mệnh, vì định mệnh của đời em ở nơi anh. Sự khuất vắng em, rồi thời gian sẽ cho anh thấy đó là hạnh phúc toàn vẹn nhất mà em có thể đem đến cho anh. Bởi như vậy anh mãn nguyện hơn. Anh yên tâm hơn. Em là của Hãn ngay cả khi em đã thành cát bụi.

TB. Trong trường hợp anh không giữ được bên mình thì anh hãy đốt nó đi. Em không muốn, dù chỉ một cọng cỏ, một que tăm lọt vào tay ai khác. Cả đời em cho đến lúc chết chỉ có được chừng đó. Mong anh thương và hiểu cho... "

Tôi cố lấy giọng vui vẻ, báo tin thi đậu với bà cụ và thản nhiên đưa lá thư cho Hiên, như đưa một miếng giấy mời dự tiệc mừng thi đỗ.

Mẹ tôi ậm ự không rõ tiếng. Tôi chợt nhận thấy vẻ khác thường trong ngôi nhà. Hiên nhợt nhạt khi cầm lá thư của tôi trong tay. Những đường gân mờ nổi trên bàn tay mỏng run rẩy. Hiên nhìn tôi không chớp mắt. Cố tránh nhìn vào mắt Hiên, tôi nói nhỏ:

- Không có chuyện gì đâu.

Hiên mấp máy môi:

- Chị Phiến…

Tôi gật đầu:

- Gì Hiên.

- Em muốn chị hứa với em…

Tôi gượng cười ngắt lời Hiên:

- Muốn chị hứa gì mới được chứ?

Hiên nghẹn lời:

- Em sợ…

- Không. Không có chuyện gì đâu.

Mắt Hiên bắt đầu long lanh.

- Em… em muốn được làm một việc gì cho chị và anh Hãn.

Tôi lắc đầu.

- Chính chị và anh Hãn cũng chẳng thể làm được gì cho nhau.

Câu nói không suy nghĩ trước, buột ra làm tâm hồn tôi trùng lại. Tôi bậm môi để đừng nói gì thêm.

- Chị Phiến…

- …

- Em sợ. Em sợ quá.

Và Hiên bưng mặt.

Nhìn Hiên, nghĩ tới Hãn, nhớ tới cái bào thai trong bụng, tôi cắn dập môi mình. Ngã người vào vai ghế, tôi ngửa mặt lên trần nhà mắt mở trừng và nước mắt sống…

Không biết tôi và Hiên ở trong tình trạng đó bao lâu, chừng sực nhớ mình đang ở trong nhà, tôi vội quệt nước mắt, hỏi lớn, vọng vào phòng trong.

- Mẹ ơi, bố đâu mẹ?

Không có tiếng trả lời. Hiên đang dùng mùi xoa chậm mắt. Sự buồn bã làm mặt Hiên nhếch nhác một cách tội nghiệp.

Tôi đứng lên đi vào bếp. Mẹ tôi đã bỏ đi từ lúc nào. Cửa hông khép hờ.

- Bố ơi. Bố.

Đứng dưới chân cầu thang, gọi vọng lên gác, tôi chờ đợi giọng khàn đục của ông cụ. Không có gì hết. Chỉ có một im lặng đầy nghi ngại ném thả xuống. Bấy giờ tôi chợt nhận ra trong nhà mới xẩy ra một điều khác thường.

VỚI NHAU, MỘT NGÀY NÀO

Vừa nhảy từng hai bậc thang một, tôi vừa gọi lớn:

- Bố ơi! Bố. Bố ơi! Bố.

Căn gác mênh mông, nín lặng, chiếc ghế vải trống lốc. Phản xạ tự nhiên, tôi chạy ào ra lan can, nhìn xuống. Nắng vàng tươi. Mặt trời chấm ngang đỉnh tháp chuông. Lòng ngõ rộng, xi măng sáng trắng với từng khoảng thâm ố. Trận mưa lớn đêm trước không đủ để rửa sạch những vết dầu xe.

*

Hiên vừa đi khuất, tôi định khóa cửa đi lang thang một chập thì chị Quyến xồng xộc chạy vào, thấy tôi, chị hỏi dồn dập.

- Mẹ đâu? Mẹ đâu? Mẹ đi rồi hả?

- Mẹ mới đi. Có chuyện gì vậy? Chị về bao giờ?

- À, hôm qua. Ở bên nhà anh Quyến. Ối giời ơi (chị chuyển giọng) sáng nay tôi mà không đến kịp thì chẳng hiểu gia đình mình sẽ ra sao nữa...

Lại quan trọng hóa đây. Tôi nghĩ. Với chị Quyến chuyện gì cũng có một tầm mức quan trọng tới độ có thể làm sụp đổ cả thế giới. Mặc dù khi hỏi ra thì đó chỉ là chuyện nhỏ nhặt hay hiểu lầm vì nghe không rõ. Chắc chị Quyến về thăm gia đình đúng lúc bố mẹ đang gây nhau. Ở xa nên chị

Quyến hốt hoảng, với tôi thì cảnh tượng này đã trở thành quá quen thuộc. Không quen thuộc sao được khi mà đã hơn một năm nay, hầu như mỗi ngày mẹ tôi lại có chuyện để to tiếng với bố một lần. Sự to tiếng nhiều khi chẳng vì nguyên nhân nào hết, đến nỗi đôi khi tôi không khỏi nghĩ mẹ tôi rất cần đến sự to tiếng kia, bởi nếu không có chắc mẹ tôi sẽ điên lên như người nghiện thiếu thuốc vậy. Có ở trong gia đình tôi, mới thấy rằng điều tôi nghĩ không là quá đáng. Chẳng hạn như chỉ cần ông cụ đi tắm và bỏ quên khăn tắm trong phòng, cũng đủ là nguyên nhân gây nên sự lớn tiếng, mặc dù chính mẹ tôi hay tôi là người sửa soạn đồ tắm cho ông cụ. Đôi khi chỉ vì ông cụ bỏ đâu đó không đúng chỗ hộp thuốc lào, và chỉ thế cũng có chuyện...

Tôi hiểu những cái thậm vô lý kia, nguyên nhân chỉ vì sự thiếu hụt của gia đình. Nguyên nhân chỉ vì sự tan tác của những đứa con đã lớn, đã đủ lông cánh để bay nhảy.

Tôi hỏi:

- Bố mẹ cãi nhau phải không?

Chị Quyến bước vào nhà:

- Chứ còn chuyện gì nữa. Không có tao đưa ông cụ đi, chắc ông cụ đã đốt nhà rồi. Khiếp quá. Mới đi tới đầu ngõ tao đã nghe tiếng mẹ hét:

VỚI NHAU, MỘT NGÀY NÀO

- "Tôi thế đó, tôi vậy đó. Ông làm gì nổi tôi không? Ngày xưa ông còn chẳng làm gì nổi tôi huống hồ chi bây giờ. Bây giờ ông cứ thử buông tôi ra đi. Buông tôi ra xem. Xem có đứa nào nó chịu nuôi ông không? Tôi chán lắm rồi. Mấy chục năm nay tôi phải ngậm đắng nuốt cay. Tôi chịu đựng đủ thứ, chỉ vì con tôi còn nhỏ. Giờ nó đã lớn. Giờ nó đã trưởng thành. Tôi không sợ nữa. Ông đừng có hòng đem chuyện đó ra mà dọa dẫm. Tôi già rồi. Trước sau gì cũng chết. Tôi cũng chẳng còn gì để xấu hổ, để nhục nhã, với hàng xóm láng giềng cả. Ông có thế nào mới như vậy chứ... "

Chị Quyến ngừng lại để thở. Có tiếng xe Honda rồ máy ở ngoài cửa. Hai chị em nhìn ra. Chiếc xe lại phóng đi. Trong óc tôi, những nghi ngờ, những thắc mắc mù mờ lại sáng lên. Ngay từ những ngày chớm lớn, tôi đã linh cảm giữa bố mẹ tôi có một bí mật nào đó. Một rạn nứt thì đúng hơn. Một chuyện gì không thể tẩy xóa. Rồi những lời xa gần bóng gió của chị Kim, chị Hồ trong những lần về thăm nhà, khiến tôi thấy rõ hơn đó là vấn đề liên quan đến bảy chị em. Một lần nào đó, tôi nghe chị Hồ mắng chị Quyến: "Mày liệu cái mồm đấy. Chuyện như vậy, tầy đình như vậy mà mấy vẫn cho là không quan trọng hả? Mày cứ nói bừa không giữ gìn ý tứ gì cả, rồi lỡ nó nghe được, nó buồn thì sao? Bố nữa. Lấy gì bảo đảm là bố đã biết?"

Chắc chị Hồ tưởng tôi ngủ. Sự thực tôi cũng đã chợp mắt, nếu không có vụ chị Hồ trở mình, vô tình thúc khuỷu tay vào sườn. Đó là một đêm sát tết. Không hẹn mà các chị tôi cùng về thăm nhà một lượt. Nhà chật không đủ chỗ ngủ. Giường của tôi phải nhận hai bà ấy. Tôi nhỏ nhất bị đẩy vào sát tường. Lát sau, tôi nghe tiếng chị Quyến thở ra. Chị nói nhỏ, giọng lạnh lùng:

- "Tôi nghĩ chẳng việc gì phải dấu mãi. Nó cũng đã lớn. Sớm muộn cũng phải cho nó biết. Còn bố, chị tưởng bố không biết sao? Tôi nghĩ bố phải biết trước cả tôi và chị. Chị không nhớ là hồi mẹ sinh nó, bố bỏ đi cả tháng à. Bà nội cũng đâu có ở với mình. Bà về nhà Chương. Mẹ ở nhà thương một mình. Sinh mới được hai ba ngày mẹ đã về. Mắt sưng húp… "

Chị Hồ cắt ngang:

- "Ừ thì cho là bố đã biết đi, nhưng tao nghĩ mình vẫn phải giữ. Không phải chỉ cho nó, cho bố, cho mẹ, mà cho gia đình bên chồng mày, gia đình bên chồng tao. Mày thử nghĩ coi, nếu chẳng may bên đó họ biết chuyện này, rồi họ sẽ coi mẹ mình ra cái gì? Cả mình nữa chứ. Mày quên là người ta vẫn nói lấy vợ kén tông lấy chồng kén giống sao? Mẹ nào con nấy là nghĩa vậy đó".

Chị Quyến cao giọng:

- "Ối dào. Tôi chả cần. Vì thế mà họ bỏ mình hay họ khinh mình thì thôi. Không sống với nhau nữa".

Chị Hồ xì một tiếng dài:

- "Nói như mày thì cũng như không". Chị Quyến:

- "Vậy chị bảo tôi phải làm sao?" Chị Hồ xẵng giọng:

- "Chẳng sao hết. Mày chỉ liệu liệu cái mồm mày. Vậy thôi".

Hai người nói đến đó thì im lặng. Cái im lặng nặng nề, ngột ngạt. Tôi nín thở để hai chị không biết là tôi đã nghe gần hết câu chuyện. Cũng khá lâu sau. Chị Hồ lại lên tiếng. Chị hỏi chị Quyến ngủ chưa. Giọng chị Quyến trong vắt:

- "Chưa. Tôi nghĩ sao gia đình mình bất hạnh quá".

Chị Hồ lại im lặng. Hình như chị Hồ không muốn trở lại chuyện kia. Sự im lặng của chị Hồ kéo dài tới khi chị Quyến phải hỏi lại câu hỏi mà chị Hồ đã hỏi chị:

- "Chị ngủ rồi hả?" Chị Hồ cười nhỏ:

- "Không. Tao đang nghĩ đến anh Thạnh và mấy đứa nhỏ ở Qui Nhơn. Chắc mai tao ra lại ngoài đó. Tự dưng tao sốt ruột quá".

Sau đấy hai người nói toàn chuyện chồng con, công việc, làm ăn. Chuyện gia đình chồng...

Khi hai chị đã rơi sâu vào giấc ngủ, tôi không sao chợp mắt được nữa. Câu chuyện tình cờ nghe trộm được giữa hai chị làm tôi hoang mang. Lời đối đáp của hai người, không cho tôi thấy rõ việc đó là việc gì, nhưng chút ánh sáng lờ mờ kia lại làm tôi thêm giao động, muốn mở phăng bí ẩn lập tức.

Tôi thức luôn tới sáng. Cùng với tiếng động ở dưới bếp, tôi xuống nhà. Mẹ tôi đang loay hoay đun nước. Vẻ mặt bà bình thường. Dáng điệu bà nhẫn nại và còm cõi. Mái tóc bạc thưa thêm. Những sợi tóc rụng cho thấy rõ hơn da đầu bà đã có những chấm trắng mốc. Nhưng ở tôi, vẫn hiện lên cái cảm tưởng xa lạ, kỳ quặc và thiếu thiện cảm. Ngồi ở bậc thang cuối cầu thang, tôi ngắm nhìn bà không bỏ sót từng cử chỉ nhỏ. Không biết tôi theo dõi, tới chừng ngước nhìn lên, thấy tôi, bà giật mình thốt kêu:

- "Trời. Con làm mẹ hết hồn". Và bà đổi giọng:

- "Trời lạnh sao con không ngủ thêm. Dậy chi sớm quá vậy. Các chị còn ngủ hả?" Tôi gật đầu:

- "Còn ạ. Con không ngủ được". Bà bước lại gần. Tôi đứng lên. Đôi mắt bà nhìn tôi dịu dàng:

VỚI NHAU, MỘT NGÀY NÀO

- "Sao vậy? Chật quá hay sao?" Tôi lắc đầu, vẫn nhìn bà đăm đăm. Có lẽ tới lúc ấy bà mới nhận thấy ở tôi sự khác thường.

Bà nhìn lại. Đôi lông mày bạc nhỏ. nhíu lại. Con mắt bà sắc quá. Tôi nghĩ, dù bà đã già. Tôi nói:

- "Con có chuyện muốn nói với mẹ". Vẻ mặt bà không đổi khác:

- "Con nói đi". Tôi đi lại bàn bếp. Ngọn lửa xanh từ chiếc lò dầu phì phì những hơi nóng. Nắp siêu lách cách, hơi nước bốc lên. Tôi vặn nhỏ ngọn lửa. Mẹ tôi đưa bình thủy, tôi vừa kể lại vắn tắt chuyện nghe được trong đêm. Bà cụ nói:

- "Con nhớ tráng qua ấm trà để mẹ đi lấy trà rồi rót nước vào". Bà quay người, khom lưng tìm lọ trà trong tủ lưới. Trong lúc bỏ trà vào ấm, bà nói, giọng không gợn một chút lo lắng:

- "Con nghĩ đó là chuyện gì?"

Nếu tôi biết chắc đó là chuyện gì tôi đã chẳng hỏi bà. Tôi nghĩ. Thâm tâm, tôi tin đứa trẻ được sinh ra trong hoàn cảnh bất thường đó, là tôi. Mặc dù, cứ như lời mẹ tôi nói, thì tôi là đứa trẻ được yêu thương nhất trong nhà. Chưa một đứa con nào được ông cụ chăm sóc, bồng bế nhiều như tôi. Sự thương yêu, chăm sóc đặc biệt này đã khiến anh Long, chị Quyến bắt ganh tỵ. Mẹ tôi phải dùng lời giải thích với mấy người đó rằng tại tôi đau yếu quặt quẹo luôn. Tại tôi không may bị vết chàm trên mặt... Nhưng rồi càng lớn, tình yêu thương kia càng nhạt đi, nếu không muốn nói là ngược lại.

Tôi trả lời bà:

- "Con nghĩ hai chị nói chuyện ai khác con chứ không phải chuyện gia đình mình". Mẹ tôi ngước lên, Mặt bà bừng đỏ, vì giận dữ hay vì gần ánh lửa? Bà nghiến răng:

- "Hai chị nói chuyện gia đình mình đấy. Không phải chuyện ai khác đâu. Con không nghe lầm tí nào hết". Bà ngập ngừng. Nhưng mẹ nghĩ con còn nhỏ. Con chưa thể biết chuyện đó. Chừng nào con sắp lấy chồng, mẹ sẽ nói cho con hay. Hoặc, mẹ sẽ cho con biết rõ, tất cả trước khi mẹ chết".

Tiếng ho han của bố chấm dứt câu chuyện. Tôi mang ấm trà lên cho ông cụ. Bao nhiêu đã năm qua, phải chăng giờ là lúc câu chuyện đó trở lại?

Chị Quyến ngồi xuống ghế. Tôi quỳ gối bên cạnh chị. Tinh thần tôi rối loạn. Tôi nhìn chị bằng con mắt van lơn. Đây là cơ hội để giải tỏa bí mật kia. Nếu tôi không nắm được nữa là hết. Chắc chắn. Sẽ không còn dịp nào khác. Hơn thế, tôi sắp đi. Có lẽ tôi phải ra đi, dù hai chuyện, không liên hệ gì tới nhau.

Chị Quyến duỗi thẳng hai chân, xòe những ngón tay. Chị cũng có vẻ mệt mỏi và căng thẳng. Tôi nói bên tai chị.

VỚI NHAU, MỘT NGÀY NÀO

- Sao nữa, chị Quyến.

Chị Quyến nhắm mắt.

- Đóng cửa sau chưa?

Tôi chạy đi đóng cửa sau và cài cửa trước. Trở lại thế ngồi cũ, tôi chờ đợi nôn nóng.

Chị Quyến kể.

- Tôi hoảng quá, không còn kịp nghĩ gì nữa, tôi chạy cái ào. Cô biết không? Tôi xô bật tung cửa sau. Đúng lúc bố đã bật diêm. Tay ông cụ run run. Cô biết ông cụ định làm gì không? (Tôi nín thở). Ông cụ định đốt nhà. Bố nói "Bà khỏi cần nói nhiều. Đã đến nước này thì hết rồi. Tôi cố sống, cũng chỉ là để che đậy sự điếm nhục mà bà đã đem đến cho gia đình này, cho con cái. Bây giờ con cái đã lớn. Chúng có thể tự kiếm ăn, tự nuôi sống. Tôi thấy, sự có mặt của tôi không còn cần thiết nữa. Tôi sẽ chết trong cái nhà này. Và mặc bà, sau đó muốn làm gì, nói gì cũng mặc. Tôi chỉ muốn cho bà và mọi người thấy, tôi sống vì các con tôi, chứ không phải tôi sống để chia sẻ sự điếm nhục của bà. Và bố đánh diêm. Lửa phật cháy. Trời ơi (chị Quyến ôm mặt), cô biết không, hóa ra bố đã đổ dầu vào nệm. Tôi không kịp kêu nữa. Có cái chăn để ở đầu giường tôi chụp cả cái chăn lên ngọn lửa. Cũng may, chắc vì cả bố mẹ đều ngỡ ngàng trước sự có mặt của tôi, nên bố đã không kịp xô tôi ra. Ngọn lửa vừa bừng lên bị dập tắt ngay (chị Quyến thở ra) cô thấy giường của bố chưa? Vẫn còn vết cháy đó.

Tôi lắc đầu. Đi lại qua phòng ông cụ nhiều lần nhưng tôi không để ý. Tôi kể với chị Quyến là lúc về tôi có nghe mùi khét đâu đó nhưng không nghĩ ngợi gì cả. Lúc đó còn bà cụ ở nhà. Vả lại điều tôi muốn biết ngay bây giờ là nguyên nhân của việc đó. Tôi nói chặn đầu chị Quyến:

- Em biết, bố mẹ và ngay cả chị, các chị đều dấu em một chuyện có liên quan đến em. Em đã biết lờ mờ chuyện ấy từ bao năm trước. Em cũng nghĩ mình còn nhỏ, chưa phải lúc để biết. Nhưng bây giờ em đã lớn. Em đã trưởng thành. Chị cũng biết, em đã trên hai mươi mốt. Chị nên kể với những gì chị biết. Như vậy, có lẽ lại tốt hơn là để mặc em với sự tìm hiểu của em, có khi còn tai hại hơn cả sự được biết rõ ràng nữa.

Chị Quyến đáp thản nhiên, sự thản nhiên của chị vượt ngoài ức đoán của tôi.

- Chẳng có chuyện gì hết. Tôi vẫn chủ trương là chuyện đó không nên dấu. Đã ba lần tôi định kể cô nghe. Nhưng chị Hồ cấm. Chị Hồ bảo tôi không được phép làm việc ấy. Đó là việc của mẹ. Chỉ có mẹ mới có quyền. Chị ấy sợ gì cô biết không? Chị ấy sợ cô sẽ khinh khi bà cụ. Tôi thì tôi chẳng nghĩ thế. Khỏi cần chứng minh, cô cũng biết là mẹ

VỚI NHAU, MỘT NGÀY NÀO

thương cô nhất trong tất cả mấy anh chị em, và chúng tôi cũng thương cô nữa. Dù cô có thế nào, làm sao. Tình mẹ con, tình chị em dẫu sao cũng vẫn là máu mủ, dễ gì bỏ nhau được phải không?

Tôi không còn đủ kiên nhẫn. Mỗi giây kéo dài ra của chị Quyến chỉ làm tôi thêm ngộp thở. Tôi nói ngay:

- Ai trong bảy chị em mình không phải là con của bố? Phải em không?

Chị Quyến gật đầu. Chị ngồi lại thẳng người, vẻ mặt bình thản. Sự bình thản của chị khiến tôi đâm ra lúng túng. Tôi không còn biết mình phải cười hay khóc. Có một điều đến giờ tôi vẫn còn nhớ rõ đó là sự bình tĩnh, rất bình tĩnh của tôi khi ấy. Chắc tại tôi không chờ đợi, không hy vọng một phản ứng nào khác hơn cái gật đầu xác nhận của chị Quyến. Cũng có thể vì nó vượt quá sức chịu đựng, tinh thần tôi đã đi đến chỗ bão hòa. Tôi mất hết mọi cảm giác.

Chị Quyến kể lại tỉ mỉ từng chi tiết của câu chuyện. Tôi không nghe được một lời nào.

Cuối cùng, khi chị dứt, tôi mới hỏi một câu duy nhất:

- Hiện người đó đâu?

Chị Quyến mệt mỏi.

- Chết rồi. Hoặc ở ngoại quốc. Sau khi mẹ sinh cô, ông ta có tìm cách liên lạc với mẹ nhiều lần nhưng mẹ quyết liệt từ chối. Có lẽ vì thế ông ta bỏ đi và không có tin tức nữa.

Tôi không thể hình dung trong óc mình, người cha thực đã tạo nên tôi. Cả trăm nghìn gương mặt già nua mờ nhạt lố nhố diễn qua. Tôi mỉm cười. Chị Quyến nói.

- Cô cười chi vậy?

Tôi vẫn giữ nụ cười trên môi.

- Cũng may.

- May cái gì?

Tôi lắc đầu.

- Em không biết.

Chị Quyến không tin đó là câu trả lời thành thực nhất của tôi.

Chị Quyến kêu khát nước. Chị tự đi lấy nước và ra về ngay sau đó.

Tôi khóa cửa, lên gác mân mê hộp thuốc ngủ. Buổi trưa, mùi thức ăn thơm bay quanh trong không khí. Tiếng trẻ khóc và tiếng bát đũa chạm nhau lanh canh. Trưa êm ả.

VỚI NHAU, MỘT NGÀY NÀO

Tôi trở dậy với đầu óc trống rỗng khô kiệt. Không đói, không buồn, không khát, tôi như một con thú nhồi bông có thể đi lại cử động. Xuống nhà, dầm mặt trong thau nước đầy nhiều lần, cho đến khi những lọn tóc đẫm nước chảy xuống gáy lạnh mát, nước lạnh làm tôi hồi tỉnh. Tôi bắt đầu có lại cảm giác, có lại trí nhớ. Sự hồi phục khiến tôi run rẩy và xa lạ nổi gai ốc, khi nhận ra chỗ này là chỗ ngồi của bố, nơi kia, mẹ hay đứng chải đầu. Tôi sợ hãi khi mắt chạm phải cái bàn, dừng trên cái ghế. Chân dẫm trên nền gạch, tôi nghe buốt ở sống lưng. Tay chạm vào lược gương, tôi nghe nhức nhối đến tận óc. Tôi không dám nhìn lên hai vách tường phòng khách, nơi mẹ tôi lộng hai khung hình đối diện nhau bà và ông cụ. Bà tóc trần, môi đỏ, áo thêu hoa cúc vạn thọ. Ông cụ, mặc veston, nghiêm trang nhưng nụ cười như nở ở hai khóe. Trên một trong hai vách tường còn lại, tấm cảnh cả gia đình phóng lớn. Tôi đứng sát bên bố. Bố quàng tay sau lưng, ôm lấy tôi. Ích đứng bên phía mẹ. Các anh các chị dàn hàng ngang sau lưng. Tất cả mọi người đều cười. Gương mặt ai cũng nghiêm trang một cách hoan hỉ.

Bây giờ. Tất cả những thứ đó, ngay đến những thứ trên sàn gạch, ngay đến những đầu đinh nơi các vách tường, nhất nhất đều nhô ra, đều nhảy múa, cười nhạo trước mặt tôi. Tất cả. Cả mùi ẩm mốc xa lạ của căn phòng cũng xông lên, như để nhắc nhở tôi điều duy nhất: "Mày không phải là người của nhà này. Mày là đứa con hoang, mày là con ghẻ lạc. Chỗ của mày ở nơi khác. Ở đâu? Không biết. Nhưng rõ ràng, nhưng hiển nhiên là không phải nơi này. Làm sao có được một chỗ cho một đứa con không cha, một đứa con vô thừa nhận, khi mà nhà này có chủ. Ôi con nhỏ xấu xí, con nhỏ khốn nạn và bất hạnh còn đợi chờ gì? Còn trông mong vào một phép lạ nào mà chẳng mau bước đi. Ra khỏi đi. Căn nhà này. Chúa có tái sinh. Phật có giáng trần, cũng không cách gì giúp được cho mày đâu hỡi nhỏ. Người ta có thể cho mày cơm ăn, người ta có thể tặng mày áo mặc, nhưng không ai có thể cho mày người cha. Người cha. Người cha… "

Ôi hai mươi mất năm làm người để đến phút này tôi mới biết, tôi không có bố. Tôi là một đứa trẻ mồ côi cha. Tôi được sinh ra, như dấu tích cụ thể của một điểm nhục gia đình, cho anh chị em, cho chính người đã nuôi tôi bao năm và cũng đã bao năm, tôi tin tôi được mang máu huyết người đó.

Tôi thay quần áo rời khỏi nhà, lén lút như một đứa ăn cắp. Rời khỏi nhà. Đi khuất đi. Những tiếng nói dồn lại từ mấy chục năm nay, giờ mới trào ra, sôi sục.

VỚI NHAU, MỘT NGÀY NÀO

Phải rồi, tôi đã hiểu, tại sao những năm tháng nhục nhằn kia. Phải rồi, tôi đã hiểu tại sao có sự săn sóc khác thường của ông cụ dành riêng cho khi còn bé. Đó chỉ là hình thức biểu lộ cái lòng khoan dung, tha thứ nơi người đàn ông dành cho người đàn bà tội lỗi. Ngay cả sự yêu thương nồng nàn của mẹ tôi dành cho tôi, cũng chỉ là tự ái, là phản kháng tuyệt vọng của một con thú sập bẫy. Xấu xa bị lột mặt nạ. Rốt lại, tôi chỉ là cái cớ, tôi chỉ là cái tấm bia cho những mũi tên khoan hồng độ lượng (mặt khác của thù hận khinh bỉ) và của tự ái ngấm ngầm (mặt khác của ê chề điếm nhục). Phải rồi. Tôi phải đi. Phải đi ngay trước khi tôi có thể điên rồ giết chết mẹ tôi.

Ý nghĩ giết chết mẹ tôi mỗi giây thêm một nung nấu mãnh liệt trong tôi. Người tôi bừng bừng. Trí óc tôi sáng suốt. Tôi hăm hở, tôi cuồng nhiệt như mới được chích vào người cả một hộp thuốc kích thích. Nghĩ tới lúc lát dao phập ngọt. Nghĩ tới lúc máu phun bắn nhòe nhoẹt mặt mũi tôi. Máu của một người mẹ khốn nạn, tôi nghe lòng dịu lại.

Ôi, có thể nào tôi lại là kẻ giết người được chăng? Có thể nào, sự sống của mẹ tôi, của người đàn bà còm cõi, già nua, nhăn nhúm lại được kết thúc bằng chính bàn tay của đứa con thương yêu bà nhất? Không lẽ vết chàm trên trán tôi, là cái thông điệp, cái tín hiệu báo trước cho biết, tôi sẽ là kẻ giết người? Tôi sẽ là kẻ giết mẹ? Và tự kết liễu đời mình?

Rồi báo chí sẽ đăng tin khủng khiếp này. Bao nhiêu phỏng đoán, tưởng tượng sẽ được thêu dệt quanh cái chết của mẹ con tôi. Rồi Hãn nữa! Chàng còn lại và sẽ sống cách nào trước vụ án nhơ nhuốc, dư luận hàm hồ?

Nghĩ tới Hãn, lòng tôi lại se thắt một nỗi đau xót ngọt ngào. Nghĩ tới Hãn, tôi mới sực nhớ cả tuần qua không gặp chàng. Quyết định không gặp Hãn là một quyết định đơn phương từ phía tôi. Tôi biết tôi sẽ không thực hiện được ý định của mình nếu tôi gặp Hãn. Chỉ cần thấy mặt Hãn thôi. Tôi sẽ không giữ được mình. Tôi sẽ ngã vào lòng chàng. Tôi sẽ khóc. Và chỉ cần đôi mắt chàng đăm đăm ngó xuống, nỗi sầu thảm dịu dàng thoáng trên vầng trán xếp dài những nếp nhăn, tôi sẽ khai hết. Tôi sẽ nói thật với chàng dự định đi xa của tôi. Tôi sẽ nói, như vậy là hết. Em phải sống đời sống khác, vì con. Cũng như anh không thể ra khỏi đời sống anh vốn đã. Tôi sẽ nói tôi đã sửa soạn kỹ lưỡng cho quyết định đó. Và đừng mong gì thay đổi.

Đừng mong gì thay đổi. Tôi sẽ nói vậy. Nhưng ngay khi tôi nói ra điều đó thì mọi sự đã đảo ngược mất rồi. Nghĩa là tôi không thể đi đâu được. Trong khi sống ở đây, với cái thai ngày sẽ một lớn, tôi trở thành một gánh nặng thêm vào những gánh nặng cho chàng.

Bởi thế dù nhiều lúc tôi chỉ thèm được thấy Hãn trong thoáng chốc, thèm được nghe, dù chỉ một vài lời ngắn ngủi, giọng nói của chàng. Thèm được thấy chàng ngồi im phắc như pho tượng gầy gò, điếu thuốc cháy trên tay, chiếc lưng còng và ly cà phê sắp cạn. Những ngày nhất quyết không gặp Hãn, tôi phải viện dẫn đến cả những lý do không thực, những lý do mơ hồ, nhưng vì tương lai của con, vì hạnh phúc của chàng, vì tình yêu của chúng tôi để thêm nghị lực chống trả lại những ham muốn, những thèm khát tự nhiên, điên cuồng. Ngồi nhà, suốt ngày, từ sáng đến trưa, từ trưa đến chiều, từ chiều đến khuya và đôi khi đến sáng. Nhiều lúc tôi muốn tạt qua Extra, tạt qua nơi mà chàng gọi là "chốn của riêng nhau" trong chốc lát, vào những giờ mà tôi biết chắc Hãn không ghé về, để thử xem chỉ vì chợt nhớ không biết thùng dầu hôi đã đậy nắp chưa? Cái rá vo gạo có nhớ cất vào phòng hay còn để ở ngoài hiên. Lọ đường có khi kiến bu đầy cũng nên. Hay biết đâu, cà phê đã chẳng hết? Liệu Hãn có nhớ mua hay chàng chỉ nhớ ra khi đã về tới nhà, và có thể chàng sẽ rất bực mình chỉ vì những thứ lẩm cẩm đó.

Cũng vì những thứ lẩm cẩm đó, bao lần tôi đã suýt ra khỏi nhà, nếu không kịp tự nhủ điều to lớn hơn hết là sự sống của mình, nơi Hãn, vì chàng mà mình có thể bỏ đi được. Thì còn chuyện gì đáng quan tâm hơn?

Nhưng bây giờ tôi không thể tìm Hãn. Chỉ có Hãn mới là người cho tôi biết tôi phải làm gì? Tiếp tục sống hay chết. Tôi không tìm Hãn. Bởi vì chỉ duy Hãn mới có thể đem bình tĩnh trở lại cho tôi. Quyết định của Hãn là quyết định cuối cùng. Thái độ của Hãn mới chính là thái độ của tôi. Tôi đã là chiếc bóng, là một phó bản của tinh thần Hãn, ngay từ những ngày tháng đầu tiên của cuộc tình.

Về tới Extra tôi mới nhớ là giờ đó Hãn đã đi làm. Đồng hồ đầu ngõ chỉ đúng ba giờ. Định vòng xe trở lại tìm Hãn ở sở, nhưng tôi không muốn tiếp tục diễn hành cái mặt thất thần trong một cung cách tơi tả như thế ngoài đường và nơi làm việc của chàng, tôi lên phòng, nghĩ sẽ chờ Hãn về hoặc gần đế giờ nghỉ sẽ đón Hãn ngoài cổng.

Bước vào phòng, tôi thấy ngay hai lá thư của Lam. Một gửi cho tôi và một gửi cho Hãn.

Thư Lam viết cho tôi lung tung, không đầu đuôi. Xen lẫn những câu than thở phải chạy tiền ăn và sự vắng mặt tôi trong tuần qua, là những câu mai mỉa thật nặng nề. Cuối thư Lam nói, chắc Lam phải rút ra khỏi Extra trước khi mọi sự hoàn toàn đổ vỡ. Lam nói càng ngày Lam càng không kiểm soát được Lam nữa. Và như thế là điều không nên. Vì Lam rất thương tôi và mặc dù Lam cũng không quên là tôi đã bảo không có sứt mẻ hay trở ngại gì, nếu có thêm một người nào yêu Hãn, miễn là việc đó không làm Hãn bận tâm...

Tôi hiểu đấy là tối hậu thư của Lam. Tôi thật không ngờ mình nhận được tối hậu thư sớm thế này.

Như từ một vực thẳm này được ném sang hố sâu khác, tôi lấy xe đến sở tìm Hãn. Người ta trả lời Hãn đã đi ra ngoài. Tôi muốn xỉu. Quay ra, trời chói gắt. Sức nắng soi đều khắp thân thể tôi khô xẻ, miệng đắng chát. Cổ họng cứng đến đau mỗi khi có chút nuốt bọt được nuốt qua. Tôi lảo đảo bước, mắt hoa quáng. Chiếc xe trở thành một khối đá khổng lồ. Mồ hôi tươm ra như tắm. Tôi nói với người lính ở chỗ gửi xe: "Ông làm ơn đạp giúp tôi với". Chị coi xe nhìn tôi bằng đôi mắt lồi khỏi tròng:

- "Cô muốn đau rồi. Coi chừng đi xe không nổi a". Tôi muốn cười cho chị ta yên lòng, nhưng không cách gì kéo được làn môi của mình. Một lát sau, khi người lính đạp nổ xe, tôi nói:

- "Chị có thấy ông Hãn đi ngang đây?".

- "Có". Chị đáp nhanh nhẩu. Và nói thêm, trước tôi chừng mười lăm phút có một cô nào đó đến tìm Hãn. Và hai người đã đi ra với nhau.

Tôi cám ơn và bắt đầu nhập vào dòng xe cộ cuộn xiết. Tôi không thể nhớ mình đã đi những đâu, qua bao nhiêu con đường. Chỉ biết, trời ập mưa sau khi tôi vừa rời xa chỗ Hãn làm. Gió biến mưa thành những lát rơi quất rát mặt mũi. Tôi không còn nhìn thấy đường phố, nhà cửa. Chiếc xe vẫn lao đi vun vút, như thể nó được điều khiển bởi một người nào đó, không phải tôi. Rồi nước dâng ngập các ngả đường. Nước dâng lên cao, cao mãi. Cho tới khi tôi cảm thấy như nước đã nuốt chửng tôi và tôi chìm nghỉm. Cùng với xe. Bên tiếng xầm xập của mưa, tôi nghe được một tiếng thét thất thanh. Đó là sự kiện cuối cùng tôi ghi nhận được. Sau đấy, tôi không còn biết gì, dù là chính tôi ở đâu? Có hay không?

- Cô có điều gì để khai không, khi ông này nói chính cô lao vào đầu xe của ông ta?

Tôi lắc đầu. Người đàn ông nào đây? Sao không phải là Hãn? Cảnh sát nữa. Ba bốn người. Y tá. Những tấm áo blouse trắng toát. Chuyện gì vậy?

- Hãn? Hãn ơi?

- Cô nói gì? Cô bảo sao? Cô hãm lại hả?

Tôi cố ngoi lên một lần nữa khỏi biển nước mênh mông ngầu đục, nhưng những hạt mưa lớn như những viên sỏi trắng đan kín, tiếp tục thả xuống. Tôi lại chìm nghỉm.

Tôi bỡ ngỡ khi thấy mình đang ở giữa đường phố của Đà Lạt. Mùa Giáng Sinh. Trời lạnh muốn thành đá. Hãn choàng tay qua vai tôi truyền thêm hơi ấm. Tay kia Hãn giắt con. Chú nhỏ khoảng chừng hai tuổi. Bụ thật bụ. Hai má au đỏ như má con gái. Cu cậu mặc áo lông xù, chân đi giày ống, đầu chụp mũ nhung, chỉ ló mặt ra mà thôi. Nó đang líu lo chỉ chỏ hỏi han gì đó. Hãn vừa hỏi tôi còn nhớ quán cà phê những năm trước không. Vừa trả lời con. Tôi trả lời Hãn là chết rồi, đầu thai kiếp khác chắc tôi cũng còn nhớ như in, tất cả, chứ chẳng riêng gì quá cà phê. Hãn nói: "Cẩn thận nghe con. Mình sắp băng qua đường". Thằng nhỏ dơ chân đá gió. Nó nói:

- "Xe đụng con con đá xe luôn". Hãn cười:

- "Làm sao con đá xe được. Xe to bự và chắc chắn lắm. Vì xe làm bằng sắt". Xuống lề đường. Tôi nhìn xe từ hai phía. Đường vắng. Từng cặp chụm đầu vào nhau đi lặng lẽ. Bỗng tiếng xe rít. Tiếng thất thanh. Tôi tỉnh lại.

- Cô có nhớ là lúc trời mưa cô đi bên phải hay bên trái hay đi giữa đường không?

Tôi lờ mờ nhìn thấy chai nước dốc ngược như muốn rơi xuống giữa ngực. Tiếng ai đó bảo nên kiên nhẫn. Chờ cô ta tỉnh hẳn đã. Một giọng khác nói phải lo cho xong còn kết thúc hồ sơ. Một giọng phụ họa:

- "Vâng. Chúng tôi cũng mong xong sớm để có thể về. Riêng tôi dù trái phải tôi cũng xin hứa lo hết tất cả mọi tiền thuốc men cho cô ta".

Có bàn tay nào lay động tôi. Mùi thuốc khét từ bàn tay và một gương mặt cúi thấp. Những miếng lụa màu đỏ chạy qua lại trước mắt. Rồi những hạt mưa bất thần rơi. Làm màu đỏ loang nhanh. Loang nhanh cho tới khi thành một tấm màn và chụp gọn lấy. Tôi hốt hoảng giơ tay cầu cứu.

- Hãn. Hãn...

Có tiếng đáp lại xa ngái.

- Hình như cô ta gọi tên một người nào. Đã có ai lo báo tin cho gia đình cô ấy biết chưa?

Tiếng trả lời không rõ rệt. Những bước chân xa dần và màu đỏ tan đi.

Tôi thấy tôi rình mẹ tôi ở giữa ngõ, chỗ có con đường nhỏ, ăn thông sang con đường khác. Tôi chờ mẹ tôi từ lúc bảy giờ tối. Mẹ tôi đến anh Long chơi. Và muộn lắm là chín giờ mẹ tôi sẽ trở về. Thường mẹ tôi về sớm hơn. Có khi mẹ tôi chỉ đi một chút rồi về lại. Bà cụ vẫn còn sợ tôi sẽ trốn bà đi chơi với Hãn. Vào nhà tôi chỉ có một lối duy nhất, dù là đường ngang có nhiều. Nhưng chỗ tôi đứng là đường rẽ trong cùng. Không còn một ngách nào khác. Rất cẩn thận, tôi bọc chuôi dao bằng một chiếc khăn tay mua ngoài chợ. Con dao cũng là thứ dao bình thường, nhà ai cũng có. Loại dao ăn và cũng là để rọc giấy. Tôi đã suy nghĩ kỹ. Không có cách nào khác để rửa sự điếm nhục mà tôi phải gánh chịu. Nếu mẹ tôi đã không giết tôi chết ngay khi tôi vừa được lọt lòng thì tôi phải giết bà. Không có cách gì khác. Tôi là tấm gương ê chề nhục nhã của bà và ngược lại. Buổi chiều trước khi thi hành ý định tôi vào nhà thờ xưng tội. Mặc dù tôi không là tín đồ của Chúa. Một năm, sau ngày yêu Hãn, tự dưng tôi thấy tôi gần Chúa hơn. Tôi thường có những buổi chiều lẻn vào nhà thờ ngồi nhìn tượng Chúa. Giữa thành phố, những lúc sau này người ta chỉ có thể tìm được yên tịnh nơi thánh đường mà thôi. Nhất là thánh đường vào khoảng giữa hai khóa lễ nguyện. Hai hàng ghế im phắc, dẫn lên bàn thờ chúa uy nghi, tráng lệ. Khám phá này với tôi là một thích thú, và chính vì thế tôi còn có thể bình tĩnh yêu chàng. Sau mỗi giao động tinh thần hay tình cảm, vào thánh đường chọn một góc khuất nơi một cây cột. Tôi quỳ gối. Không biết nguyện cầu gì, nhưng sự im lặng uy nghiêm giúp tâm hồn tôi thanh thản khi bước ra. Gặp buổi xưng tội, tôi cũng vào xưng tội và tôi không dấu sự tôi là người ngoại đạo. Luôn luôn sau bức màn, cha rửa tội khoan hòa bảo không quan trọng chi lắm điều đó. Tất cả mọi người đều là con của Chúa. Chỉ có ý hướng tìm đến Chúa cũng đã là đủ rồi.

Riêng buổi chiều, cha khuyên tôi nên ở lại thánh đường cầu nguyện Chúa cho tới khi lòng thanh thản hãy ra về, sau khi cha giảng giải và phân tích cặn kẽ vì đâu tôi có những ý tưởng điên rồ kia. Ra khỏi thánh đường, lòng tôi nhẹ nhàng thư thái. Tưởng rằng mình đã bỏ được ý nghĩ đó không ngờ khi về đến nhà, tất cả mọi thứ lại sống dậy. Mãnh liệt và thôi thúc hơn. Có lẽ hình ảnh bố ôm ngực ho gập người trên chiếc ghế, hai bàn tay quờ quạng tìm ly nước đã khiến tôi cầm lòng không đậu. Tôi chạy tới. Đỡ ngực cho ông. Rót ly nước trà mới và lấy thuốc cho ông uống. Trong khi làm, không hiểu từ đâu, nước mắt tôi tràn ra. Khi quỳ xuống nâng ly thuốc lên cho bố uống, vô tình bàn tay chạm vào mặt tôi. Ông khựng lại. Đôi mắt lòa của ông như vụt sáng. Tôi thấy rõ bàn tay bố rơi trên vai. Ông hỏi.

- Phiến đó hả?

Tôi nghẹn giọng.

- Vâng. Con đây.

- Con về lâu chưa?

- Dạ mới.

- Hồi nay sao con hay đi quá vậy. Nghỉ hè rồi, nếu không bận việc con nên ở nhà. Con gái đi ở ngoài đường nhiều không tốt đâu. Lỡ ai thấy họ cười cho. Bố không thích con bị mang tiếng.

VỚI NHAU, MỘT NGÀY NÀO

Sự dịu dàng, lời ngọt ngào và những chữ "Con… con" của ông khiến tôi thêm xúc động. Tôi chụp lấy bàn tay bố ấp lên mặt mình và khóc ngất. Tôi thèm khát, tôi mơ ước từ năm lên bảy chỉ chừng đó. Chỉ một tiếng "con", chỉ một tiếng "bố", mà sao cũng không được, và càng không hy vọng gì khi bây giờ mọi sự đã rõ. Tôi muốn nói với người là tôi đã biết hết. Biết rõ tất cả. Vậy mà tại sao giây phút đó, người vẫn còn có thể dành cho tôi những tiếng ngọt ngào kia? Hay không phải. Hay câu chuyện chị Quyến nói, chỉ là sản phẩm của một trí tưởng tượng phong phú và cay nghiệt? Hay đó chỉ là chuyện mẹ tôi dựng lên, để trả thù những năm làm dâu, những ngày làm vợ nhục nhằn tăm tối? Chỉ có một người có thể cho tôi biết dứt khoát việc đó. Chỉ có một người có thể rửa nhục cho tôi, cởi bỏ mối giây oan nghiệt kia là mẹ tôi. Nhưng mà, liệu có chắc mẹ tôi sẽ lắc đầu đáp không, khi tôi hỏi. Không có một dấu hiệu nào bảo đảm cho hy vọng mong manh ấy, một khi mẹ tôi đã trả lời "Mẹ sẽ cho con biết khi con lấy chồng". Tại sao lại phải đợi đến khi tôi lấy chồng hay tới lúc bà hấp hối? Nếu sự thực không phải, tôi nghĩ bà đã có thể trả lời ngay khi câu hỏi đó được đặt ra. Không. Sự thực chẳng có một chút nào sai biệt với điều chị Quyến tiết lộ. Có khác chăng là sự thực có phần thê thảm qua chính sự xác nhận của mẹ tôi mà thôi. Và thôi cũng đành. Tôi phải xuống tay. Âu đó cũng chính là ý Chúa.

Đúng như ức đoán của tôi, mẹ tôi trở về vào lúc tám giờ. Từ xa tôi đã nghe được tiếng dép của bà, trước khi hình ảnh còm cõi xô lệch hiện ra. Tôi tưởng khi thấy bà tim tôi sẽ phải đập mạnh lắm. Tôi hồi hộp và có thể không chắc gì tôi đã đâm trúng. Vậy mà, khốn nạn thay, tôi rất bình tĩnh. Tôi rất thản nhiên, lạnh lùng, như kẻ đang đi tới trong tầm dao kia không phải là bà. Tôi đếm từng bước chân lại gần. Bà cúi xuống nhìn đường đi. Gió thỉnh thoảng lay động những sợi tóc bạc trên đỉnh đầu. Vừa đi bà vừa lẩm nhẩm. Còn năm bước cách chỗ tôi đứng. Còn bốn. Còn ba. Còn hai… Thật lạ, tới nước đó rồi mà tôi còn đủ sáng suốt để nhận ra rằng tôi đang áp dụng cách đếm giật lùi của những nhà bác học điều khiển những cuộc thí nghiệm phóng vệ tinh ra ngoài trái đây. Chiếc bóng tới trước. Rồi chính bà. Tôi vung tay. Tiếng thất thanh ngân dài cùng trận mưa lại ào ạt đổ ở đâu đó.

Những miếng vải đỏ chập chờn lướt qua mặt tôi nhiều vòng trước khi bị mưa làm loang ra và kết thành tấm vải lớn.

Tôi chỉ tỉnh hẳn sau ba ngày đêm liên tiếp. Cô y tá cho tôi biết như vậy. Cô kể tôi lao đầu vào một chiếc xe hơi chạy ngược chiều. Tai nạn không nguy hiểm vì lúc đó mưa lớn, xe chạy với tốc độ thấp. Lẽ ra tôi có thể ra về ngay sau khi được băng sơ mấy vết thương ở cánh tay và ống chân nếu tôi không bị băng huyết.

Tôi rùng mình đau đớn. Hết. Vĩnh viễn niềm mơ ước và khát khao duy nhất của đời tôi.

Cô y tá tiếp tục nói. Cô kể cho tôi nghe trong thời gian mê man vì làm băng, tôi trải qua những giấc mơ khủng khiếp. Những giấc mơ luôn được kết thúc bằng một tiếng thét thất thanh. Nhưng bác sĩ nói không sao. Đấy chỉ là sự khủng hoảng của tinh thần vì bị chấn động mạnh lúc lao vào xe hơi. Rồi sẽ hết. Chỉ có điều là những giấc mơ kinh hoàng kia thường phát sinh vào lúc những người nhà tới thăm và nhất là lúc có Hãn. Cô y tá gọi Hãn bằng danh từ "chồng bà". Hai tiếng chồng bà nghe buồn bã và mai mỉa. Tôi không muốn nghe thêm. Đúng hơn tôi không đủ can đảm. Tôi nói xin cho tôi thuốc ngủ. Cô y tá bảo.

- Cô đã tỉnh. Bác sĩ chỉ cho thuốc ngủ sau mười giờ tối nếu cô còn thức.

Tôi lắc đầu.

- Tôi sợ tôi sẽ làm liều nếu tôi cứ mãi tỉnh như thế này.

Cô y tá mỉm cười dịu dàng. Chắc cô không tin. Cô đi tìm sự thực trong mắt tôi. Lát sau cô chích cho tôi một mũi thuốc. Không biết là thuốc gì nhưng sau đấy tôi ngủ thiếp.

Lúc mở mắt tôi thấy Hãn ngồi ghế, chống hai tay trên thành giường. Đôi má chàng hóp lại. Mắt hoắm sâu. Chàng như một ông già năm mươi. Tôi rút tay khỏi tấm drap trắng đưa cho Hãn. Hãn nắm lấy. Tôi nói:

- Con chết rồi.

Hãn gật đầu lặng lẽ. Nước mắt tôi lúc đó mới thực sự trào ra. Những giọt nước mắt được ghìm giữ từ bao ngày, kể từ sau lúc chia tay với chị Quyến.

Tôi khóc trong khi Hãn gượng cười. Chàng nói.

- Ngoài kia mưa.

Và chàng đưa tay tôi lên môi hôn. Cử chỉ kính cẩn và thánh thiện. Tôi vắt nốt những giọt lệ còn sót.

Cửa phòng mở. Phần cơm của tôi được đem tới.

*

Để ngăn ngừa đụng độ giữa gia đình tôi và Hãn, tôi xin phép bác sĩ cho về nhà sớm, dù tiền nhà thương và thuốc men không phải lo, vì người đàn ông đi xe hơi chẳng may bị liên lụy đã nhận thanh toán. Phải dùng chữ chẳng may bởi vì chính tôi mới là người gây ra tai nạn chứ không phải ông ta.

Về nhà, chưa biết rồi chuyện tôi sẽ ra sao, khi sự băng huyết là một chứng cớ hiển nhiên không thể chối cãi về việc đi lại giữa tôi và Hãn.

Đây là cái cớ để anh Hữu và anh Long làm lớn chuyện. Tuy nhiên, tôi đã dự bị cho mình cách giải quyết. Tôi sẽ đánh đổi sinh mạng của tôi cho sự yên lành của Hãn. Và tôi đã nói thẳng điều đó với mẹ tôi trước khi về nhà. Bà hứa sẽ không có chuyện đó. Nhưng bà nói:

- Sau lần này, nếu con tiếp tục liên lạc với Hãn, con đừng trách mẹ. Mẹ chỉ có một mình con mà thôi. Mẹ có thể bỏ tất cả các anh các chị con để chọn con, theo con. Nhưng mẹ không bao giờ cho con tiến tới với Hãn. Con không thể làm việc thất đức đó được. Người ta đã...

Mẹ tôi bỏ lửng câu nói. Nhưng tôi hiểu bà muốn nói gì. Và tôi bảo.

- Mẹ tưởng con muốn Hãn bỏ vợ bỏ con sao? Chính con, con cũng không chấp nhận việc đó. Ngay cả khi Hãn có ý định.

Bà thở dài.

-Thôi. Chuyện đâu còn đó. Để về đến nhà cho con khỏe hẳn lại rồi hẵng hay.

Đúng như lời cam kết của mẹ tôi. Hiên cho biết Hãn vẫn bình thường, không có chuyện gì đáng tiếc xảy ra cho chàng. Lam thăm tôi đều đặn mấy ngày đầu, sau bặt luôn.

Những ngày nằm nhà, nhìn sự lo lắng và săn sóc của mẹ, đôi khi tôi hối hận về ý nghĩ cuồng điên đã có trong óc. Trạng thái tinh thần tôi từ cực này sang cực khác. Riết rồi tôi cũng chẳng hiểu tôi ra sao. Thời gian này, Phước đến thăm tôi nhiều hơn. Hình như Bác Cả đã chính thức đánh tiếng và mẹ tôi cũng đã định ngày làm đám hỏi. Tôi biết được điều này, không phải mẹ tôi mà qua Hiên. Hiên nghe nói, hỏi lại tôi:

- Bộ chị quyết định rồi sao?

Tôi ngơ ngác.

- Chuyện gì?

- Chuyện chị và anh Phước.

- Ai nói với Hiên? Bao giờ?

- Bác nói. Chính bác bảo em là hai bên cùng chọn xong ngày đám hỏi rồi. Bởi vậy em mới nghĩ là chị đã quyết định.

Tôi choáng váng. Thế này thì không xong rồi. Tôi nghĩ. Hèn gì mấy ngày qua, tôi thấy như cả nhà có vẻ bận rộn hẳn lên. Anh Long, anh Hữu đi tới đi lui. Chị Long lăng xăng cả ngày. Tôi lại đinh ninh mọi người tất bật, lui tới vì tai nạn xảy ra cho tôi. Tôi bảo Hiên:

- Chị nhờ Hiên việc này nha.

Hiên gật đầu:

- Gặp anh Hãn phải không?

- Không. Chị cho Hiên địa chỉ nhà anh Phước. Hiên tới ngay, nếu không gặp Hiên nhắn giùm là lại nhà chị, chị có chuyện muốn nói.

Hiên ngần ngại:

- Sao chị không viết vài chữ. Chị viết miếng giấy em cầm đi có phải là tiện hơn không?

Con nhỏ thật thơ ngây, thật thà. Nó đâu biết tôi không muốn để lại bút tích cho ai, nhất là người đó lại là đàn ông. Từ ngày yêu Hãn, tôi đã tự coi mình là một người con gái có chồng. Người con gái có chồng không thể lúc nào cũng hạ bút viết giấy cho một người đàn ông khác, trừ những trường hợp bất khả kháng. Hơn nữa, lỡ sau này Phước đưa giấy đó cho mẹ tôi hay Phước thêm một hai chữ gì đó vào miếng giấy tôi gửi thì sao? Ai biết trước người đàn ông sẽ làm những gì một khi họ muốn hại một người đàn bà. Có thể sự dè dặt của tôi có phần nào quá đáng. Nhưng quá đáng như vậy tốt hơn là bừa bãi. Tôi không giải thích với Hiên mà chỉ bảo:

- Hiên đi ngay giúp chị. Giấy tờ lôi thôi. Lỡ anh ta lại đi đâu mất phiền thêm.

Phước hớn hở đến tôi sau khi Hiên đi chừng tiếng đồng hồ, Mẹ tôi đi vắng. Chỉ có bố ở nhà. Nhìn vẻ hớn hở của Phước, tôi thấy tội nghiệp cho anh ta và đồng thời cũng chỉ muốn nhổ nước bọt vào mặt.

Phước định kéo ghế ngồi gần giường tôi. Tôi liền nhỏm người dậy, ra dấu mời anh ta ra salon.

- Anh chờ cho tôi chút xíu.

Phước quay lưng, tôi chải sơ mái tóc, vuốt lại quần áo và đi ra cùng với một ly nước trà.

- Mời anh xơi nước.

Phước xoa xoa hai bàn tay. Cười bằng tất cả khuôn mặt trơ trẽn.

Bố hỏi lớn:

- Ai đó con?

- Dạ thưa bác con đây ạ. Con là Phước đây ạ. Phước nhanh nhẩu lên tiếng.

Tôi giải thích.

- Bố tôi lòa rồi nên chẳng trông thấy gì cả.

- Anh biết. Anh biết. Ba bị lâu rồi mà.

VỚI NHAU, MỘT NGÀY NÀO

Lạm dụng sự quen biết trong gia đình và thân với anh Long, Phước xưng anh với tôi thản nhiên.

Tôi nói.

- Chị Quyến mới về. Chị Quyến có gửi lời thăm anh.

Nhắc tới chị Quyến, tôi muốn Phước nhớ lại là anh đã từng đi hỏi chị Quyến, và nếu chị Quyến đồng ý thì anh ta đã là anh rể của tôi. Thành thử, việc để anh xưng anh với tôi là chuyện tự nhiên chứ không phải vì tôi chịu anh đâu. Dĩ nhiên Phước không hiểu điều ấy. Anh vẫn như con lừa tự bịt mắt phóng những vó tự tin một cách tội nghiệp.

- Thế à. Chắc mai mốt thế nào rồi cũng gặp chị Quyến. Ngày… ngày đó bận mấy thì chị Quyến cũng phải về chứ Phiến nhỉ?

Tôi cười, trong óc chợt nảy ý nghĩ đùa dai cho bỏ ghét. Tôi đáp.

- Vâng, chị Quyến về luôn ấy mà. Gì chứ nếu là ngày vui của anh hay của tôi thì thế nào chị ấy chẳng về. Chị ấy có nói rồi. Chết ngay chị ấy cũng về nữa.

Sự thực chị Quyến chẳng nói gì cả, bởi vì từ ngày bị tai nạn tôi chưa hề gặp mặt chị Quyến.

Phước khựng người. Anh ta hơi ngỡ ngàng một chút. Xong, anh cười ngay, giọng bông đùa.

- A. Cô này học triết thành ra nói năng có vẻ khác người lắm. Ấy, chính anh, lại hay thích người nào phải hơi khác người một chút. Như Phiến chẳng hạn. Giống nhau như in cũng chán.

Tôi vờ không hiểu.

- Tôi nói vậy có gì là khác thường đâu mà anh Phước lại cho là khác người kia? Tôi tưởng câu nói của tôi rõ ràng và mạnh lạc lắm đấy chứ?

Tôi nói và nhìn thẳng vào mặt Phước. Có lẽ bây giờ anh ta mới biết tôi không đùa. Tôi không hề đóng vai nhõng nhẽo ẩm ương, kiểu mấy cô gặp ý trung nhân ra cái điều ta đây chữ nghĩa và thơ ngây.

Phước lúng túng:

- Anh... anh muốn nói là ngày đám hỏi của...

Tôi cướp lời Phước:

- Của anh hay của tôi?

Phước chới với. Anh như một kẻ vừa được vớt lên từ dưới sông.

- Thì của... của chúng ta chứ còn của ai nữa.

Tôi cười nhạt:

- Không. Của riêng anh mà thôi.

Phước giơ tay trong khoảng không.

Tôi thấy hành hạ như vậy cũng đã tạm đủ, tôi lập nghiêm:

- Anh ngạc nhiên quá phải không?

Và không đợi Phước trả lời, tôi tiếp luôn.

- Rồi anh sẽ hết ngạc nhiên. Chúng ta sẽ nói về chuyện đó. Bây giờ tôi chỉ muốn hỏi anh một câu thôi.

Phước gật đầu:
- Phiến cứ nói.

- Anh có đồng ý với tôi rằng người đàn bà chỉ có thể mang tên một người đàn ông. Và chỉ một người đàn ông mà thôi không? Hay nói khác đi, anh có nghĩ rằng người đàn bà có thể nào cùng một lúc mang hai tên người đàn ông khác nhau? Trừ trường hợp chồng họ đã chết và vì lý do nào đó họ phải đi lấy chồng khác.

- Tất nhiên, Tất nhiên. Làm sao cùng một lúc người đàn bà lại có thể mang hai tên người đàn ông được.

- Anh cũng nghĩ vậy? Tôi hỏi lại.

Phước khẳng định.

- Chắc chắn thế.

Tôi mỉm cười cúi xuống nhìn mấy ngón chân mình móng dài lú ra khỏi dép. Tôi ngước lên, vẻ mặt chờ đợi nôn nóng của Phước khiến tôi lại nổi tính hiểm độc. Tôi nói.

- Anh xơi nước đi. Chết thật. Mãi nói chuyện không mời nước anh.

- Được. Được mà. Mặc anh.

Tuy trả lời vậy nhưng Phước vẫn cầm tách nước lên. Anh nhấp một ngụm nhỏ và đặt xuống.

Bây giờ tôi mới chậm rãi:

- Tôi là người đàn bà đã mang và hiện còn mang một tên người đàn ông khác. Đó là lý do tôi không thể nói ngày của chúng ta mà là ngày của anh hay của tôi. Hơn nữa, tôi không hề hay biết cái ngày của anh.

Mặt Phước chuyển màu tái nhợt trước khi dần dần đỏ tía.

Tôi phải khỏa lấp ngượng ngùng cho anh ta.

- Tôi thành thật xin lỗi và rất ân hận là đã không thể làm anh vừa lòng. Cũng giống như chị Quyến tôi trước đây.

Lẽ ra phần chót của câu nói trên phải là, "Tôi không thể hiểu bố anh và anh nghĩ gì khi mà trước đây, anh hỏi chị rồi nay lại tôi".

VỚI NHAU, MỘT NGÀY NÀO

*

Những ngày mùa hè cuối cùng chấm dứt cùng với sự thưa thớt dần của những cơn mưa lớn. Mùa thu, nếu có thể gọi được như vậy, được bắt đầu bằng những ngày nắng dịu hơn và bầu trời trong xanh. Ở đôi ba con đường trong thành phố, còn rơi rớt những chiếc lá chưa kịp rụng trong những ngày cuối hè, nhưng ở một vài nơi khác như công viên hay sân trường, chúng ta thấy rõ hơn mùa thu với những cành cây trơ như những cánh tay bị chặt cụt hết ngón. Người ta bảo miền Nam không có mùa rõ rệt, trừ hai mùa nắng và mưa. Nhưng sự thực nếu để ý, phân biệt bằng cây cỏ, chúng ta vẫn thấy đâu đó, dù không rõ nét, dấu vết của từng mùa.

Cùng với niên học sắp bắt đầu trở lại, những trận đánh được mô tả là cực kỳ tàn khốc diễn ra khắp nơi, sau khi mọi người đã chán nản và quá nhiều thất vọng với hiệp định ngưng bắn, hòa bình. Những chuyển động của thời sự dồn dập tương ứng với những chuyển động âm thầm ở trong tôi. Sự được thoát ra khỏi nhà. Vâng. Sự được tháo cũi xổ lồng, sau ba bốn tháng bị giam nhốt cẩn mật.

Cùng với mùa thu, tôi bắt đầu được ra khỏi nhà bằng những lý do chính đáng như đi sao chứng chỉ. Đi nộp đơn. Đi ghi danh. Nhưng khác với cây cỏ, tôi hồi sinh. Tôi phơi phới. Tôi bay nhảy lượn múa hát ca trong tình yêu của mình.

Mãi sau tôi mới hiểu hồi sinh kia chỉ là sự bừng sáng của một bấc đèn dầu cạn. Vút cao kia chỉ là dấu hiệu của đứt đoạn thình lình, đau đớn.

Sự cấm đoán, những ngày dài không được thấy mặt nhau, chỉ khiến cho tình yêu ở trong tôi thêm nồng nàn, man dại và khao khát.

Qua Hiên, tôi thông báo đầy đủ với Hãn ngày giờ tôi có thể ra khỏi nhà. Và giây phút đầu tiên gặp nhau là những giây phút thần tiên nhất mà đời đời, tôi không quên. Đó là một buổi sáng, Hãn đón tôi ở cổng trường. Trong tia nhìn tinh khôi của lần đầu bắt gặp. Trong môi cười thơm ngon chưa từng nếm trải. Trong chân bước, trong tay nâng chúng tôi trở về "chốn của riêng mình".

Cánh cửa mở ra. Tôi lặng người nhìn từng màu tường. Ngắm từng cây đinh. Sờ từng hạt bụi. Cánh cửa mở ra, hồn tôi chóa sáng. Cánh cửa mở ra, tim tôi nóng hổi nỗi mừng vui ngào nghẹn.

Ở với nhau đến trưa, nhưng như đã sống với nhau đến cạn kiếp. Không nói được với nhau trọn một chuyện gì (nước mắt cắt ngang) nhưng tưởng là đã không còn điều gì chưa tỏ.

VỚI NHAU, MỘT NGÀY NÀO

Nước mắt tôi từng chập tuôn chảy, bàn tay Hãn từng lúc rưng rưng. Mỗi phút đi qua là một cảnh sắc dị kỳ. Mỗi phút đi qua, là một cửa khác của thiên đàng được mở lớn.

Tôi nói:
- Thế này, làm sao em xa anh.

Hãn xác quyết:
- Chỉ có sự chết chia lìa chúng ta mà thôi.

- Nhưng...

- Gì?

- Em vẫn sợ. Thời gian ngày một thêm lo, em thấy rồi chúng mình sẽ xa nhau. Rồi chúng mình sẽ mất nhau. Vĩnh viễn.

Hãn đang nằm, vội nhỏm dậy. Chàng tựa đầu vào bàn tay chống lên, nhìn xuống mặt tôi. Tôi kéo tấm chăn mỏng lên che ngực. Ngượng ngùng và nhắm mắt.

Hãn nói:
- Chẳng có trở ngại, chẳng có khó khăn nào giết chết được tình yêu chúng ta.

- Em nào có nghĩ khác.

- Vậy thì tại sao?

Tôi quay mặt đi. Lật sấp thân mình. Tôi nói qua mùi hôi mốc của manh chiếu ẩm và mùi của những dát giường lâu ngày không được ánh sáng chiếu tới.

- Em sợ sự tan tác đến từ chính chúng ta.

Hãn bẻ đầu tôi, bắt phải quay lại. Tôi vẫn không đủ can đảm mở mắt nhìn Hãn.

- Thế nghĩa là gì?

Tôi run rẩy:

- Anh đừng bắt em phải nói. Hãn. Lúc này. Em hạnh phúc. Và cũng chính lúc này, em không còn muốn gì thêm.

Hãn gác đầu trên mặt tôi. Mùi tóc chàng khét nắng.

- Anh đâu ngờ bao nhiêu ngày xa nhau. Anh chịu đựng để đến phút gặp gỡ, em lại nói những lời khó hiểu đó.

Tôi kêu ngạt thở và nói Hãn nằm xuống gối. Hãn cất đầu lên. Tôi nghe nhẹ trên mặt, nhưng lại có cảm giác trống trải, hoang lạnh mênh mông trong tâm hồn.

- Có gì khó hiểu đâu anh.

Hãn tìm bao thuốc và chàng đánh diêm. Một cọng thuốc bén cháy, rơi xuống ngực Hãn. Tôi nghe chàng thốt kêu và bàn tay phủi nhanh, trên ngực trần.

- Em tự thấy đã đến lúc em phải bắt buộc xa anh.

- Em cho là như vậy chúng ta sẽ sung sướng hơn? Hay anh sẽ thanh thản hơn?

- Không phải thế. Em không nghĩ thế. Nhưng em biết em.

Tôi ngập ngừng tìm chữ diễn tả ý mình. Ý tôi muốn nói sau vụ làm băng, sau cái chết hụt, tôi đổi khác. Tôi thấy rõ, tinh thần tôi đang là một tâm hồn khoảng khoái, bao dung với những tự tin lẫm liệt, nay phút chốc đã ngược lại. Đã đảo lộn. Tôi trở thành một người mới. Nói khác đi, tôi thấy trong tôi, một người đàn bà. Tôi thấy trong tôi, cái hình dáng của một người phụ nữ nhỏ nhen, ích kỷ, tầm thường. Rõ ràng nhất chuyện Lam. Không hiểu sao trước đây, tôi có thể hoan hỉ, sung sướng mỗi khi được nghe chàng kể về những người đàn bà đã đi qua đời chàng. Trước đây, chính tôi còn khuyến khích chàng trong những lập lại đó. Tôi kể lại những chuyện đó với Mậu, với Hiên, với Lam bằng tất cả lòng yêu thương và mến mộ thật tình. Nhưng giờ thì không. Giờ đã hết. Dù cho tôi vẫn còn nhớ lời đã nói với Lam "Tôi có thể chấp nhận bất cứ người con gái nào yêu ông Hãn, miễn là người đó đừng làm khổ ông ta. Bởi vì nếu ông Hãn bị khổ sở vì ai đó, thì chính tôi, tôi sẽ giết người ấy, lập tức..." Vậy mà, chỉ vì lá thư của Lam. Chỉ vì sự thật tình không muốn dấu diếm, khi Lam ngỏ ý đã yêu Hãn, tôi không lồng lộn trong cơn ghen, nhưng tôi đã chỉ tìm muốn đến cái chết. Tôi đã chỉ thấy một con đường duy nhất: Thôi. Đủ rồi. Đừng sống nữa. Hãy chết đi. Ừ. Hãy chết đi. Hỡi Phiến.

Và sự lao đầu vào xe hơi của tôi, phải chăng chính là phản ảnh cụ thể của các vô thức ám ảnh, tuyệt vọng kia?

Tôi bảo:

- Em không muốn anh sẽ phải thất vọng não nề vì em.

Hãn thăm dò:

- Anh cũng đâu hy vọng hay đòi hỏi gì hơn ở em ngoài tình yêu.

Tôi gượng cười nhìn Hãn. Hãn nằm nghiêng. Mái tóc chàng xõa rơi trên chiếu. Bàn tay cầm thuốc giơ cao trong khoảng không, tôi thấy khớp xương bàn tay Hãn nhô ra. Lớp da bọc ngoài xám và nhăn nheo. Tôi muốn kéo bàn tay xuống để hôn và khóc.

Tôi nói:

- Chính vì chừng đó mà em sẽ phải nghĩ đến việc tự xử.

Hãn nhăn mặt. Mắt chàng long lanh, hung tợn.

- Anh chẳng hiểu gì hết. Có chuyện gì, em cứ nói thẳng ra.

Tôi thở dài. Nỗi buồn chán và tuyệt vọng choán đầy khoảng không khí vừa được thở ra khỏi lồng ngực.

- Giữa chúng ta chẳng có chuyện gì không thể nói được với nhau. Hãn tiếp. Em cũng biết, anh không chỉ nhìn em như một người yêu, một người vợ. Mà em còn là một đứa em gái, một người bạn tri kỷ của anh nữa.

Không hiểu sao tôi lại ngắt câu nói của Hãn bằng một câu hỏi không định trước.

- Những ngày vắng em, anh có gặp Lam?

Hãn bật cười:

- Em nghi ngờ anh và Lam có chuyện gì với nhau phải không?

Tôi ngồi dậy, tựa lưng vào thành giường. Hãn đặt đầu lên hai chân tôi duỗi thẳng.

- Không. Anh quên là chính em nói cho anh biết, trước khi anh cảm thấy là Lam yêu anh sao?

Vẫn còn nụ cười trên môi Hãn. Chàng thở khói thuốc mù mịt. Ngoài hành lang có tiếng giầy nện mạnh. Tôi phân biệt được một tiếng giày lính và một tiếng dép phụ nữ.

- Vấn đề là ở anh. Do nơi anh.

Tôi dõi theo bước chân và tiếng nói lao xao của hai người ngoài hành lang.

- Anh tin Lam bị dao động nhất thời, Rồi Lam sẽ qua khỏi và Lam sẽ thấy rõ, đó không phải là tình yêu. Đó chỉ là một thứ cảm tình hơi khác lạ, bị lây bởi tình yêu của em dành cho anh mà thôi.

Đến lượt tôi cười. Lùa tay vào tóc Hãn, tôi vuốt ngược tất cả tóc chàng về một phía. Những ngón tay chạm vào những vẩy gầu và chất nhờn trong tóc chàng. Ôi! Làm sao mà hiểu được, em yêu anh như thế nào.

Tôi nói.

- Nếu cứ một người nào tuyệt đối tin tưởng nơi anh thì chắc chắn người đó phải là em.

- Vậy có điều chi đáng để bận tâm chứ?

Hãn vẫn không hiểu. Quả thật dù yêu nhau cách mấy, người đàn ông cũng không thể hiểu cặn kẽ tâm hồn người phụ nữa, không cách gì! Tôi nghĩ. Bởi lẽ, chính người phụ nữ nhiều khi, cũng không thể phỏng đoán được họ, một phút trước và một giây sau.

Gỡ sợ giây thung cột tóc, tôi căng nó bằng hai tay. Chăm chú theo dõi độ dãn.

- Em muốn nói, em không còn chút tự tin vào nơi em nữa.

VỚI NHAU, MỘT NGÀY NÀO

Sợi thung đứt vì bị kéo căng quá mức. Tôi giật mình, cùng với sự hoảng hốt ở trong tôi, khi nghe được chính tiếng nói của mình.

Tôi nghĩ Hãn sẽ nhỏm dậy vì kinh ngạc. Nhưng không, chàng nhắm mắt và dụi tắt điếu thuốc.

Sợi thung đứt. Tôi lập lại điều đó trong óc mình. Khó khăn của bước đầu đã qua được. Tôi nói một hơi với chàng những ý nghĩa của tôi trong mấy tháng qua. Tôi nói với Hãn, rất nhiều (dù không chút cố ý) về đứa con, lẽ ra tôi phải có. Tôi nói với chàng, tTôi đã trở về nguyên dạng "một người đàn bà". Và trong trường hợp đó, không còn cách gì khác. Tôi phải đi. Phải xa. Hoặc phải chết. Hãn không thể bỏ Thiện và các con chàng. Tôi cũng không chờ đợi hoặc trông mong điều đó. Mặt khác tôi cũng không thể tiếp tục sống để nay người này tới xem mặt, mai người kia đánh tiếng xin hỏi cưới. Với tôi đó là một sỉ nhục to lớn nhất cho một người con gái đã có chồng. Nhưng lại là một sỉ nhục không tránh được vì tôi vẫn là con gái trong mắt nhìn của chung quanh.

Tôi nói:
- Em cảm thấy nhục nhã và có lỗi đối với chính tình yêu của em, và bây giờ với con, dù con đã chết.

Nước mắt tôi từ đâu lại dàn dụa.

Hãn giựt tôi nằm xuống. Tôi rúc vào người chàng. Từng hình ảnh lại chập chờn diễn qua trí tôi. Mỗi hình ảnh là một vực thẳm tôi không thể nhảy qua. Chỉ có thể vùi sâu trong đó. Mẹ tôi, Con tôi. Hãn. Chung quanh. Đám đông. Và cuối cùng, người đàn ông lạ mặt nào mới đích thực là cha tôi?

Nắng bắt đầu làm cong nở những miếng tôn trên mái, tạo thành những tiếng động liên tục, như những hạt mưa nhỏ đang bắt đầu rơi.

Tôi không tin tình yêu ở Hãn dành cho tôi còn nguyên vẹn, nếu chàng được biết thêm "tôi là một đứa con hoang". Chị Quyến có thể coi đó là chuyện nhỏ nhặt. Mọi người có thể nhìn đó là một tai nạn không đáng kể, không quan trọng bao nhiêu, bởi hiển nhiên, tôi không có trách nhiệm về chuyện ấy. Tôi nào có quyền chọn lựa hay quyết định sự có mặt của mình trong đời sống này. Tôi tình cờ có mặt. Nhưng là một tình cờ oan nghiệt, cay xót. Ba tiếng "đứa con hoang". "Đứa con hoang" rền vang trong tôi như một tiếng gọi tan nát đau thương. Tiếng gọi thật quyến rũ. Tiếng gọi thật khó lòng chống trả. Về gần với sự chết. Tôi mơ hồ nghe lẫn xen trong tiếng rền vang âm thầm kia là tiếng gọi của con tôi. Tiếng gọi không có lời. Tiếng khóc không thành tiếng.

VỚI NHAU, MỘT NGÀY NÀO

Hãn dỗ tôi ngủ bằng nhịp tay vỗ đều trên lưng. Chắc chàng nghĩ tôi mệt và sắp ngủ. Đột ngột cảm tưởng sẽ mất nhau vài phút nữa lóe lên trong tôi.

Tôi nói.

- Từ ngày con chết, hễ chợp mắt là em lại thấy con.

Hãn không tin.

- Em bị sảy chưa đầy một tháng. Làm sao con đã có hình dạng?

- Vậy mà em thấy con rất rõ.

Tôi nhớ lại giấc mơ trong nhà thương và kể lại cho Hãn nghe.

Hãn tỏ vẻ tin nhưng chàng giải thích đó là ấn tượng. Tôi bị một ấn tượng quá mạnh, cộng thêm khao khát được có con.

Cuối cùng, như để trấn an tôi. Hãn nói chắc nịch:

- Sang năm chúng ta sẽ có con.

Tôi quặn xé như bị ai đâm sâu một mũi dao qua bụng.

Không. Chúng ta chỉ có chia lìa. Máu và nước mắt. Đời sống không bao giờ cho chúng ta có con. Định mệnh qua vết chàm đã bảo em như vậy.

Tôi bảo thầm trong óc với cái nhìn hết kẽ. Những giọt nước mắt sống ứa ra từ đó. Hãn mỉm cười. Nụ cười của chàng thơ ngây, thánh thiện và đầy tin tưởng. Tôi hôn lên trán chàng (em rất mãn nguyện vì em biết, mãi mãi, anh yêu em). Tôi nói với Hãn.

Hãn thiếp ngủ cùng nụ cười không tắt. Tôi trở dậy, rón rén mặc quần áo, ra về và khóa cửa phía ngoài bằng chìa khóa riêng, Lúc xuống hết mấy bậc thang, gặp ông cụ gật đầu chào tôi.

- Bà mới tới?

Tôi tươi cười.

- Thưa vâng. Bác vẫn mạnh?

- Cám ơn bà, tôi cũng thường vậy thôi.

Sẵn chìa khóa trong tay, tôi trả cho ông cụ.

- Bác làm ơn chuyển giùm cho nhà cháu chiếc chìa khóa.

Ông cụ tái mặt:
- Tôi... tôi...

- Thưa bác không có chuyện chi đâu. Nhà cháu đang ở trên. Đang ngủ. Lát nữa nhà cháu xuống, bác cứ đưa, tất nhà cháu hiểu.

Ông chủ nhà run run. Không hiểu vì ông lo sợ cho chúng tôi hay cho căn phòng sẽ bị bỏ trống một thời gian.

- Tôi nghĩ bà cũng nên gặp ông nhà một lát.

Tôi vẫn giữ nụ cười tươi vui. Thành thật.

- Dạ có gặp rồi bác...

Thật khổ sở vì không thể giải thích cách nào cho ông cụ hiểu giữa chúng tôi không có chuyện cãi vã hay to tiếng. Và nhất là chính tôi một vài phút trước đây cũng không hề có ý nghĩa sẽ từ biệt Extra. Vĩnh biệt tình yêu chàng, đời sống tôi. Làm sao tôi giải thích gì được. Khi tất cả chỉ là sự khi không.

- Khi không vậy à bác... .

Tôi nói thêm. Ông cụ càng kèm nhèm đôi mắt đục. Nghĩ đứng lâu hơn, có thể tôi sẽ làm cười trước mặt ông cụ, tôi dúi đại chìa khóa vào tay ông. Tôi cám ơn và lách mình qua cửa sắt. Tay tôi khép lại cánh cửa nặng nề sau lưng. Tôi chói mắt, loạng choạng vì nắng.

Tiếng chân ông cụ nặng nhọc ngược lên lầu và tiếng gõ cửa hối hả nổi lên, như đuổi theo tôi thật gấp. Tôi ra khỏi ngõ và hòa trong giòng người, xe cùng khói bụi.

Tôi biết, tôi đã hết, đã xong một đời tôi, từ đấy. Tôi biết tôi đã tan, như một cơn mưa rào đột ngột đã đi qua, không dấu tích. Ngày mai, một tháng, một năm, một ngàn năm nữa, rồi sẽ không còn ai biết đến tôi, nhớ đến tôi: Đứa con gái có vết chàm giữa trán. Đứa con gái đã sống như một đường gươm, và chết như một chiếc lá. Đứa con gái bước vào năm hai mươi ba, vào những ngày cuối cùng của đời sống vắn vỏi, mới biết rằng, nó chỉ là một đứa con gái mồ côi, một đứa con hoang, Nó đến tay không với tình yêu, và một hồn đẫm ngất cao ngạo. Lúc nó đi, cũng với hai bàn tay không, nhưng với một hồn nặng quá, chồng con; nặng quá những đám mây chứa toàn hơi nước.

VỚI NHAU, MỘT NGÀY NÀO

THAY PHẦN KẾT

Hãn, anh nói với em đi, em lầm lạc hay đời sống quanh ta có nhiều quá những mập mờ?

22 tháng 7...

Yêu dấu, anh làm gì giờ này?

Sáng ngày mượn được cái xe, đến bưu điện gửi thư cho anh. Trở ra, tần ngần trước phòng điện thoại công cộng. Có thể nào không một đường dây nối liền? Không, anh, quên dần nhau đi thôi.

Em đến thăm mộ con. Cỏ héo úa, dù con mới nằm xuống 14 ngày. Mẹ sống còn quay mắt thì làm sao con ngủ được yên? Em không khóc được, yêu dấu. Những giọt nước mắt chảy ra trong những giờ khắc hiếm hoi anh ở lại đây giờ đã khô ráo như đớn đau đã thành đá, lạnh băng.

Ngồi với con cho đến khi mặt trời gay gắt trên đỉnh đầu, em vào nhà. Hôm nay là ngày thứ nhất em thở lại cái không khí bạn bè xưa. Trang cũng héo, như em đã héo. Nhưng ít nhất, Trang còn được sống trong gia đình giữa bố mẹ. Ít nhất, nó còn có những đứa con để chăm sóc, có một người chồng để lo lắng trăm chiều.

Cả gia đình đó đều biết anh, biết Hãn, nhưng không ai biết liên hệ giữa mình. Trang hỏi: Nghe nói bạn có gia đình, chồng con đâu mà chấp chới một mình thế này? Em cắn vỡ một hạt chanh giữa răng. Hạt chanh đắng ngắt: Chồng bỏ, con chết, tôi tứ cô vô thân. Hãn ơi, có phải đó là câu trả lời từ nay em phải có?

Và bây giờ, khi em đội một cơn nóng gắt trở về, phờ phạc, rã rượi nhớ anh quặn thắt thì anh làm gì, ở đâu, yêu dấu?

Chính là không nên nữa, những lời mãi viết cho anh này. Chính là phải lặng thinh đi cho anh nguôi dần, cho anh quên bớt, nhưng làm sao được bây giờ? Làm sao cho em thôi nhớ anh, làm sao cho em bớt yêu anh, làm sao em tảng lờ được với những vết thương mãi mãi chẳng lành da? Hãn ơi,

VỚI NHAU, MỘT NGÀY NÀO

bảo cho em con đường nào để lìa nhau mau chóng? Bảo cho em phương cách nào để xóa sạch dấu tích nhau? Hãy bảo em, phải làm sao để dửng dưng trước những nhắc nhở về anh, phải làm sao để tẻ ngắt đi, khi anh hiện trong trí em khắc khổ? Phải làm sao bây giờ, anh Hãn? Em phải chọc thủng mắt em để không còn nhìn được đời sống cay đắng mình? Em phải chặt những mạch máu ngược xuôi trong thân thể? Hay em phải xóa sạch mình đi, sống hoang đàng, phóng túng? Em phải chôn mình trong những bức tường tôn giáo khắc nghiệt? Hay em phải lăn vào giữa những xa hoa phù phiếm, những đưa đón mời mọc? Em phải thế nào, Hãn, để anh coi rẻ em, để anh ném em vào một xó góc tối tăm của trí nhớ?

Hãn ơi, anh có biết tại sao chúng ta lại phải xa nhau? Tại sao chúng ta cần phải chối bỏ nhau? Anh có biết tại sao em phải nhận đời đắng cay tủi hổ, tại sao em phải đứt lìa với nơi chốn cuối cùng em có thể dựa nương?

Hãn ơi, tại sao chúng ta phải yêu nhau và khổ sở?

Hãn ơi, có phút giây nào giữa quay cuồng đời sống, anh dành ra một chút tội nghiệp cho em đang có?

Em không biết phải sống thế nào bây giờ khi chúng ta đã lìa nhau? Có chỗ nào dành cho người đàn bà sống một mình không giữa xô bồ phù phiếm? Có chỗ nào cho em tin tưởng không giữa bủa vây những bất trắc? Và có ai đưa em tránh những lối hiểm nguy? Hãn ơi, như thế là anh bỏ em thật sao? Như thế là mình xa nhau thật sao?

Tại sao lại có thể thế, anh, khi Hãn hằng bảo em còn quá nhiều khờ khạo? Tại sao em phải sống lại đời sống một mình giữa một tỉnh nhỏ giống hệt ngày nào ta chưa hề biết đến nhau? Anh, Hãn, ba năm chịu với nhau những tai ương, ba năm chia với nhau những khốn cùng, ba năm nhận cùng nhau những nhục nhã, ba năm dầy đầy những tủi cực và không hề có trọn vẹn một ngày vui, như thế không có nghĩa gì hết sao để đến bây giờ em chôn mình tuyệt vọng?

Hãn ơi, có cần phải em cất lời van xin anh không, cho em được sống với anh, cho em được nhận từ nơi anh một chút gì có thể kéo lê lết đời em trông đợi? Hãn ơi, có cần em quỳ xuống lạy lục anh không? Có cần em hủy hoại thân mình để anh thấy không có anh, em chỉ còn là một xác chết?

Em khổ sở đến thế này vẫn chưa hài lòng anh sao, anh nhẫn tâm, anh tàn ác?

Yêu dấu,

Khi bước sang đến Trung Dung, cái môn học mà bao lần em than với anh không thể nuốt cho trôi, ở đầu trang thứ nhất em đọc thấy những dòng mình viết: "Dù ngay đằng trước chúng ta là thần chết, vẫn tiến tới. Cõi chết, đó là nơi chốn nên sớm trở về".

Hãn, đó là lời em nhắc nhở mình cách đây không lâu, khi còn bên anh, khi còn trong bảo bọc và che chở của anh, khi còn nương anh mà bước, khi còn níu anh mà tiến. Khi ấy đớn đau, em vẫn thấy chúng ta còn có đôi. Khi ấy tai ương, em không hề lo cho em một. Đã có đôi, đã không một thì sợ hãi gì cõi chết, thì ngại ngần gì nghiệp oan. Em tin tưởng và em vững lòng, mặt đối mặt với mọi hiểm họa chực chờ.

Bây giờ vẫn chưa xa phải không Hãn? Chưa xong một năm học, những dòng viết còn mới, những lời nhắc nhở còn gần vậy mà, em đã phải sống một đời sống khác. Đời sống không còn gì tựa nương, đời sống không còn ai bảo bọc. Bây giờ chẳng cần chờ đợi, tai ương đã cạnh bên, bây giờ chẳng cần chào đón, hiểm nguy đã kề cận. Và bây giờ thần chết không còn xa lạ, địa ngục không còn cách vời, em đang bước đây. Hãn ơi, nhưng bước tới đâu và bước được đến bao lâu nữa?

Yêu nhau từ ngày đầu, ba năm trước anh có bao giờ đoán được hôm nay? Anh có bao giờ nghĩ một ngày như thế này, chúng ta ở hai nơi, và anh dù có mặt vẫn không thể đưa được em ra khỏi những ngặt nghèo?

Yêu dấu, như thế gọi là định mệnh đó phải không? Và yêu dấu, có phải dù chất ngất đắm say, ta vẫn không sao thoát khỏi cái lưới nghiệt ngã phủ chụp đời mình?

Tối, và có chút nhớ nào anh, Hãn cho em trong khuya khoắt này.

Giá chi em chảy được một giọt nước mắt cho khuây, cho nguôi. Giá chi em vơi được buồn bã, cho anh. Hãn ở lại cũng theo đó mà phai nhạt yêu em. Giá chi mình quên được nhau, như bao người đã yêu nhau, dễ dàng, giản dị. Giá chi, anh Hãn, mình có được nỗi nhớ nhau thường tình bè bạn.

Buổi tối, và tắc kè kêu không ngừng. Em đếm hoài, anh. Hãn ơi, và không bao giờ con tắc kè ngưng tiếng kêu ở một số chẵn. Mà cần chi phải những điềm báo đó, sống thế này đã không đủ bất hạnh sao, thêm thắt làm gì chút mê tín nhỏ nhoi? Em bảo em thế, nhưng con tắc kè giống cái đồng hồ gõ đều đặn ở căn nhà em đã rời xa, luôn luôn nhắc nhở Phiến ơi, có lừa bịp mình đến đâu cũng là vô ích.

Phải không anh, Hãn, yêu nhau mấy rồi cũng đến xa nhau thôi. Anh. Hãn có yêu em bao nhiêu thì cũng chẳng đổi thay được gì, cũng đành để em nổi trôi một mình, quay cuồng một mình, và chết rũ một mình. Mình làm gì được hơn, anh, Hãn?

Em sắp viết hết những tờ giấy cuối cùng anh cho, những tờ giấy có, hôm họp mặt cuối với Nhị, với Lam, với người bạn già ở H. nhưng có nghĩa gì điều đó? Anh mà cũng còn xa em, huống chi những trang giấy trắng!

Hãn ơi,

Em rã rời, và không còn làm được bất cứ một việc gì, không còn thiết đến một điều gì. Em vẫn không học được gì cả. Còn chưa đầy một tháng nữa là thi, nhưng em chẳng thiết gì hết, Thi hay không cũng vậy thôi, không ích lợi gì cho cái đời sống khốn khổ em đang mắc phải. Thêm một vài chứng chỉ cũng chẳng gỡ được em ra khỏi cái trạng huống này. Không có ai giúp được em, kể cả Hãn nữa, phải không? Lúc nào thì em cũng phải một mình, ở đâu thì em cũng phải đơn độc, và càng vùng vẫy thì càng lún sâu thêm thôi.

Cái duy nhất còn lại trong trí óc em lúc này là sự chết. Em nghĩ đến Nó. Em đợi chờ nó đêm ngày. Hãn ơi, sống mà đợi chờ cái chết, còn gì buồn bã hơn không?

Nhưng thế nào thì em cũng phải vậy. Hãn đừng bắt em phải chịu đựng thêm nữa, bởi vì em không còn hơi sức nào để nhận thêm, để chịu thêm, để bị đầy đọa thêm. Cũng kiệt rồi cái đời sống em đang mang. Hãn sẽ không thấy được cái cùng quẫn của em đâu, vì rõ ràng có yêu em đến đâu. Hãn vẫn ở bên ngoài, ở một chỗ khác, nhìn đến, và thúc đẩy em, và khuyến khích em, và an ủi em vậy thôi. Không ai mang được cho em hết cái gánh nặng đó. Không ai chia xớt được cho em hết cái đau đớn đó. Em phải một mình chịu đựng. Phải nghiến răng mà chịu, đừng kêu rên vô ích. Em phải một mình mà bước qua cầu, đừng mong chờ ai đi hộ. Hãn ơi, đó là lời bà Linh nói với em, trước khi những sợi nhau nối liền thân thể em với sự sống của con bị cắt đứt! Lúc đó, em cắn nát cánh tay mình để không bật ra bất cứ một tiếng kêu nào. Lúc đó, những lời nói của bà Linh mở bừng bừng trong em một sự thật giản dị, một sự thật hiển nhiên mà bao lâu em chẳng hề nhận ra: Em cô độc.

Hãn ơi, từ sau cái chết của con. Em, sự thật đã càng rõ rệt hơn nữa. Em càng lúc càng thấy mình đắm sâu vào một vũng lầy, và kêu cứu mấy cũng chẳng hề có ai đoái tưởng. Em đã van nài Hãn ra ngay với em, em đã khẩn khoản xin Hãn cho em một lời hứa hẹn để em có thể yên lòng mà sống, mà chờ, Hãn nhớ không? Nhưng đã không hề có một lời hứa, không hề có một câu hẹn mà Hãn chỉ trách mắng em bằng những trách mắng nặng nề nhất những trách mắng, những nhiếc móc giống như người ta vẫn dành cho một người đàn bà hư đốn, người không còn gì để gọi là đức hạnh. Và cộng với những mắng nhiếc đó, Hãn bảo em phải trở về ngay.

Hãn ơi, có phải vì em đã thêm một lần nữa chôn đi một phần thân thể mình, có phải chỉ vì em cùng quẫn và khổ sở đến độ không cầm giữ lại giọt máu mình, có phải chỉ vì em đã ra đi, 1 tháng, 2 tháng, sống tủi nhục và hổ thẹn với những thang thuốc, những mũi tiêm, có phải vì em không biết lựa chọn thế nào giữa tuổi già của mẹ em, vì tương lai khổ lụy của chính mình? Có phải chính vì những điều đó mà em trở thành một người đàn bà tội lỗi để Hãn khinh miệt em, để Hãn hành hạ em bây giờ không? Có phải chính vì thế mà em không đáng được nhận bất cứ một ước hẹn nào của Hãn? Em không đáng được nhìn thấy bất cứ một lối đường nào thoát ra những đắng cay này? Như thế, em còn biết phải phân giải làm sao đây? Em phải nói làm sao để Hãn thấy là em không còn gì hết từ ba năm qua? Em khắt khe, em nghiêm ngặt đến không còn một người bạn nào muốn lai vãng, Hãn biết mà. Và với Lam, người bạn cuối cùng đã chắc gì em còn giữ được lâu? Bạn bè, em bằng lòng mất hết. Anh chị, gia đình em bằng lòng tách lìa. Cả các con của em, em cũng còn không được phép giữ lại, huống chi chút tình thân. Em chỉ còn duy nhất cái tuổi già khô héo của mẹ, cái quắt queo của mẹ sau bao lâu đã ngậm đắng nuốt cay vì em đã không cho phép em được cựa quậy, vùng vẫy gì nữa hết. Em chỉ còn duy nhất mẹ và Hãn. Bây giờ, Hãn bắt em trở lại, một mình trở lại với hiện tại tối tăm và tương lai không hề thấy mặt đó vì những điều mà Hãn thấy như tội lỗi em đã phạm sao?

Em van Hãn, Hãn thương em, Hãn nói với em một lời đi. Một lời rõ rệt, một lời xác quyết, rằng em phải làm gì bây giờ, em phải sống thế nào, em sẽ đi đến đâu bằng cái đời sống đó? Nói cho em biết đi, trước khi em quá suy sụp để đi về với sự chết. Cho em một lời đi, để em nương vào đó mà sống yên lòng hoặc chết cam tâm.

Hay, chính Hãn cũng không biết chúng ta phải làm gì và chúng ta sẽ đi đến đâu?

12 tháng 8-74

Bố ơi, em thấy rõ là em đang sống để đợi chờ cái chết, vậy sao mỗi lúc thoắt thấy nó hiện đến, em vẫn lặng cả người? Có phải là em sợ hãi không? Không phải đâu, phải không bố? Em mệt quá rồi, em không còn đủ sức để mong ngóng, để thiết tha, để mê mải gì nữa. Cái chết, đỡ hơn, nhẹ hơn, thoát hơn, và cứu giúp em hơn. Nhưng bố ơi, cái cảm giác đó sao nó giống hệt khi em nghe bà Linh dặn dò trước khi con mất.

VỚI NHAU, MỘT NGÀY NÀO

Bố, em ao ước được nói với bố: Em khổ sở quá đi. Có phải đó là điều mà chỉ khi nào cùng quẫn lắm em mới tỏ lộ với bố đó không? Ngay cả khi con mất, rồi thèm cảm giác nhà chị M, căn gác có những cái ghế gỗ và cánh cửa sổ mở ra soi mói, căn gác mà cho đến ngày nhắm mắt, em vẫn không làm sao quên được những giọt nước mắt mình đã rơi xuống ướt đẫm một bên vai áo chị M, khi ấy, có phải em vẫn không hề hé răng than van với bố? Một năm sau, trong căn phòng ám khói của bà Linh, em cắn nát cánh tay mình, ngọn đèn nóng treo thật thấp sát mắt em mở rộng, ngọn đèn đốt cháy mọi đau đớn, đốt cháy cả nỗi xúc động làm quặn thắt một bên hông trái, khi nhìn ngón tay bé xíu của Ngạc em nhô ra, lần ấy, có phải bố vẫn không hề nghe em cất lời kể lể? Nhưng bây giờ, làm sao em ngăn được mình nữa đây? Em khổ sở, và bố được cái tuyệt vọng của em bây giờ, khi không còn gì hết để đợi chờ, để tin tưởng? Một ngày mai nào đó, chúng ta được sống với nhau ư? Có thật thế không? Có thật có một ngày mai cho chúng ta, khi mọi lối đường đều đã cùng bịt kín? Làm sao em dám tin tưởng, khi em thấy rõ, khi em biết chắc (rõ và chắc như không còn gì rõ rệt và chắc chắn hơn thế, kể cả cái chết của các con em) rằng chẳng còn gì thay đổi được, trạng huống này. Bố hằng bảo em phải tin, nhưng tin nơi cái gì bây giờ? Tin rằng có ngày mẹ sẽ thay đổi chăng? Tin rằng có lúc mẹ phải nhượng bộ chăng? Không bao giờ. Không ai hiểu mẹ em bằng em hết, bố phải biết như vậy. Em là đứa con gái què quặt tinh thần ngay từ khi còn nằm trong bụng mẹ em xấu số, em thiếu thốn ngay từ lúc mới tượng hình, em có mặt, em gần gũi mẹ suốt từ 23 năm nay, với đủ thứ biến động, làm sao em còn dám tin tưởng ở một điều không bao giờ có thể xẩy ra như bố tưởng đến. Bố đừng nhắc đến việc cái kiên nhẫn của chúng ta có thể khiến cụ động tâm nữa. Đừng nhắc nhở đến nữa, đừng tin tưởng, đừng hy vọng ở nó nữa, bởi vì cụ không còn lối nữa để nhượng bộ cũng như em không còn sức nữa để lay chuyển chút cứng rắn sau cùng ấy! Mọi thứ đã sắp đặt, đã an bài cả rồi. Và đành thế thôi.

Làm sao em có thể nói với bố, rằng em suy sụp ghê gớm, cả sức khỏe lẫn tinh thần từ hôm trở về. Trở về, cuống cuồng với tiếng kêu của bố, em lên xe, không màng quay nhìn, không thiết nhắn nhủ. Trở về, em khóc thoả thuê, khóc sung sướng, khóc vì trong cái phút đầu tiên ấy, em tưởng mình đầy đủ, em nghĩ mình có lại. Nhưng, bố ơi, sau phút đầu, em thấy được gì, bố có biết? Em vẫn thấy mình đầy đủ, nhưng là đầy đủ những dằn vặt đay nghiến. Em vẫn nghĩ mình có lại những lối cùng đường kiệt. Và khổ sở hơn cả, là em không có cả khí trời.

VỚI NHAU, MỘT NGÀY NÀO

Ở V.T., ừ cái thành phố không phải của em, cái nơi chốn không thuộc về em, em có phải chịu đựng những va chạm đấy, nhưng em còn có chỗ để đến, để tách rời. Em có những ngọn cỏ héo trên mộ con cần tưới nước, em có một nắm đất ủ kín con cần đắp bồi, em có những tà dương quanh chỗ con nằm để thở than kể lể, và em còn có thể khóc với con, như với một người bạn xa lìa. Về dây, bố có nhìn thấy em ra sao không? Ban ngày, em chỉ có một chỗ ngồi duy nhất, sát tường. Em chỉ nhìn thấy một vật duy nhất, bức tranh của mình. Sách vở không học đến, đóng vào thùng. Sách vở phải học đến, xếp vào ngăn. Em dựa sát vào tường, và em nhìn bức tranh (hay bức tranh nhìn em?) như một vật phế thải nằm trong một căn phòng cũ. Em không học được, ban ngày. Đêm đến, đêm và căn bệnh mất ngủ triền miên, đêm và tiếng đồng hồ gõ nhịp nhắc nhở. Em chong mắt, ban đêm. Đó, bố, chỗ của em. Đó. Chỗ bố muốn em về.

Có phải vậy không, có phải bố muốn em về để nghe những đay nghiến, để chịu những dần vặt, và để thấy mình còn cô quạnh hơn cả khi ngồi một mình, bên ngoài trường lớp, bên ngoài bạn bè, bên ngoài tình yêu? Có phải vì bố muốn em về, để nhìn thấy tận mắt chuyến xe chở đầy những ước mơ của mình đang lao xuống, lao xuống không đà thắng? Có phải bố muốn em về, để chết trong tối tăm và ẩn lạnh? Nếu quả thế, thì bố biết rồi đó, em không hề ân hận đâu. Em không tiếc vì đã trở về, đã bỏ lại con một mình trong cái thành phố xa lạ đó, và em sẵn lòng đây, em sẵn lòng chết dần chết mòn trong chốn sống mà bố đã yên tâm đặt để em vào.

Bố ơi, nhưng ít nhất thì bố cũng phải nói với em một lời nào đi chứ. Hãy nói với em, như bố đã gọi em trở về, đã vạch cho em một lối đi, một chốn đến. Hãy nói với em, giống như mới vài hôm trước bố đã nói, rằng bố yên lòng lắm, khi em đã trở về. Phải không, em đã làm bố yên lòng khi trở về và chết. Bố ơi, nói với em một lời nào đi, lúc này.

Em đuối, không phải chỉ vì tinh thần, mà cả sức khỏe nữa. Em không ngồi được lâu, không viết được nhiều. Cái đầu dường như nặng quá trên cổ. Em nhớ đến câu cuối cùng trong "Ở một đời riêng": "Chàng ở đâu, làm gì, một khi tôi đã chết?" Em sống, có khác gì người con gái đó không?

Em đang đợi Hiên đến để chuyển thư cho bố. Sau thư này, chắc em không viết gì thêm nữa. Em đang lụi dần như một cái bấc đèn khô dầu, và em chẳng hề có chút áy náy nào hết, nếu phải chết đi ngay lúc này. Việc quan trọng là em đã trở về, như bố mong muốn, nên sau đó, chắc chẳng còn gì có thể làm mất đi cái yên lòng của bố được. Chỉ tiếc là em không định thi cử gì cả, nên chắc không còn dịp gặp bố trước khi thực hiện cái quyết định của em.

Em mệt rũ.

Hãn.

Bây giờ là buổi tối, gần cuối một ngày. Cả ngày hôm nay, em nằm trên gác một mình, không ăn uống, không học hành, không động đậy. Em nằm, nhìn thẳng lên trần nhà. Em đợi một tiếng xe. Em chờ một tiếng gọi. Hoặc Hiên, hoặc Lam, hoặc Kiếm, hoặc Lan, bất cứ ai, làm sao để có một người nào đến với một mảnh giấy, một vài chữ của Hãn, một vài chữ có thể thay đổi được cho em cả một đời, sống hoặc chết. Em đã nằm, như vậy, từ lúc 2 giờ sáng, nghĩa là từ lúc vào giường tắt đèn. Nằm, chong mắt nhìn lên trần nhà thấp. Nằm, không dám thở mạnh, không dám cựa mình. Nằm, căng thẳng mọi giác quan, như thế, từ hai giờ sáng. Bây giờ là tám giờ tối, mười tám tiếng đồng hồ, gần trọn một ngày.

Hãn, em thất vọng.

Em không dám nói là em tuyệt vọng, dù thật sự chính sự yên lặng của Hãn sau những tờ thư em gửi đi đã làm tắt hẳn chút hy vọng sau cuối mà em đã cố gắng ươm giữ. Em không dám nói là em tuyệt vọng. Nói thế, thê thảm quá! Đời sống em thế này chưa đủ thảm thiết sao mà còn nhân lên gấp bội bằng những danh từ. Nhưng thất vọng, như thế cũng đủ giết chết em rồi! Hãn biết không?

Hôm qua Tiến ném cho em mẩu giấy. Hãn bảo em phải cố gắng. Phải nghĩ đến con và cố gắng. Phải nhớ mình sắp được đi học và cố gắng. Phải tin tình trạng này sẽ qua đi và cố gắng. Có phải đó là tất cả những gì Hãn viết cho em không? Em đốt nó đi rồi. Từ ba năm nay, đây là những dòng chữ đầu tiên, những dòng chữ duy nhất Hãn viết mà em đốt đi. Tất cả, từ một tờ lịch đến một chiếc lá, từ một cánh hoa, tất cả mọi thứ đã có mặt quanh tình yêu của mình, em đều sắp xếp, đều giữ gìn. Hôm qua, đầu tiên. Hôm qua, duy nhất. Hôm qua, khi que diêm xòe lên, em biết rằng mình cũng đã cháy theo những dòng Hãn viết.

Cố gắng, cái cố gắng Hãn muốn ở em đã cháy thành tro rồi, không còn gì nữa đâu. Những tờ thư em gửi đi, qua Hiên, không đủ để Hãn thấy rõ điều đó sao? Những kêu van của em, kêu van của một người chết đuối, không đủ để Hãn động lòng sao? Cố gắng, Hãn, nếu còn sức để cố gắng, nếu còn tâm để chịu đựng, thì có đâu những nài nỉ, những cầu xin em đã phải thốt ra? Hãn biết rõ em là một đứa con gái có nhiều quá những kiêu hãnh trong lòng mà. Em xấu xí, em tật nguyền, em bệnh hoạn, em ngu dốt, em thiếu thốn, nhưng em chất ngất lòng yêu chính mình. Em mê đắm cái tuổi nhỏ tối tăm, cái tuổi lớn tủi nhục, những tật nguyền dai dẳng và cả cái dấu vết ghê tởm người ta đã đóng trên mặt em. Em mê đắm yêu mình đến độ không còn có thể ngọt ngào khéo léo với một ai, đến độ không còn ai muốn đến gần. Vậy mà em đã yêu Hãn. Vậy mà em yêu Hãn hơn cả yêu cái số phận khốn khổ của mình. Và yêu Hãn, ba năm, ngày tháng chưa lâu mà đớn đau đã đầy, tai ương đã lắm. Yêu Hãn em hất tung cái vỏ sơn nhem nhuốm trên những thứ gọi là danh giá, là nề nếp, là nho phong của gia đình. Yêu Hãn, em dẫm nát luân lý, đạo đức, phong tục của cái xã hội đang dung chứa chúng ta. Yêu Hãn, em bước qua miệng tiếng, em nhận đờn phỉ nhổ, em chịu đựng khinh khi. Và yêu Hãn, em xót thương em hơn bất kỳ một ai khác xót thương chính mình. Nhưng làm sao em có thể nói ra với Hãn những ê chề nhục nhã em đã nhận từ bao năm qua, khi em đã lỡ là em, yêu mình đắm đuối? Hãn thừa biết, cái cao ngạo vô lối đó đã giữ gìn em lại dù em thèm được thả mình rơi xuống chân Hãn, mà khóc lóc khẩn cầu. Hãn thừa biết dù cùng khốn đến đâu, em cũng cố tâm nghiến răng chịu đựng. Hãn thừa biết em đã phải đóng vai một người đàn bà đàn ông như thế từ ba năm qua mà không hề hé môi than vãn. Nhưng bây giờ, bây giờ, Hãn thấy đó. Em không còn gì hết để nương chút lưng, để tựa chút vai. Em không còn một mảy may hơi sức để đóng tiếp cái vai trò của mình, dù thêm một ngày một phút.

Hãn, em đã van xin Hãn như một đứa con tội lỗi van xin được trở về mái nhà của cha mẹ. Em cầu khẩn một chỗ ngồi, em nài nỉ một bữa ăn có khác chi một con ăn mày không Hãn? Vậy mà đứa con được trả lời là hãy cố chịu thêm nắng mưa, đứa ăn mày được khuyên hãy chịu tiếp đói khổ, và em, em nhận được từ Hãn, nhận được từ chốn mong ngóng duy nhất, nhận được từ chốn dung chứa cuối cùng một an ủi như người ta vẫn an ủi những kẻ xa lạ: Hãy cố gắng, cố gắng! Ôi Hãn, cố gắng!

Hãy nghĩ đến con mà cố gắng!

Thôi đừng, Hãn. Thôi đừng nhắc đến con, thôi đừng nhắc đến con. Em sống còn thê thảm thế này, nhắc chi đến con đã chết. Hãy nghĩ đến con, ôi ngay Hãn còn không màng cho em một dựa nương, nói chi đến linh hồn con vất vưởng. Và làm sao cố gắng, khi sức cùng lực tận, khi hy vọng đã cháy thành tro than. Và làm sao còn nghĩ đến các con, khi thân em, em còn không tiếc, khi sự sống em, em còn chẳng màng. Hãn ơi, Hãn bảo em phải làm sao để có thể cố gắng thêm, phải làm sao để còn nghĩ được đến các con như Hãn mong muốn? Đã nói, em không muốn bất kỳ ai nữa nhắc đến con, những đứa con em đã mất đi. Em yêu Hãn, em yêu em và em yêu các con em, và tan nát, nếu có, cũng sẽ từ những yêu thương đó mà khởi đi. Em đã không hề muốn mình trở thành một vật cản trở. Được rồi, Hãn, Hãn là người duy nhất có thể đem em ra khỏi những khổ nhục này, Hãn là người duy nhất có thể đưa lại, hoặc ánh sáng, hoặc bóng tối, vĩnh viễn cho đời sống em, nhưng Hãn đã nín lặng trước những vùng vẫy vô ích của em, Hãn đã cho em thấy, em còn phải tiếp tục chịu đựng cái số phận một của mình, thì em sẽ theo đúng ý Hãn mong muốn. Em sẽ một.

Em một. Được. Không sao hết. Chỉ xin Hãn để mặc mẹ con em. Ngày của con vẫn không có một nén hương, con cũng phải tự sống cái đời sống một mình như em bắt đầu phải sống từ nay. Hãn cứ yên tâm, chúng ta có thể bắt đầu.

Cám ơn Hãn. Cám ơn, yêu dấu.

PHIẾN

MỜI ĐỌC:

Tuyển tập thơ Du Tử Lê (1957-2013)
Nhà XB Người Việt Books, Cali., 2013

Tôi với người, chung một trái tim
(Tuyển tập thơ, văn, nhạc, họa)
Nhà XB Sống, Cali., 2014

Phác họa toàn cảnh sinh hoạt 20 năm VHNT miền Nam (1954-1975)
Nhà XB Người Việt Books, Cali., 2014

Tuyển tập Lục bát yêu thương
Du Tử Lê (955-2015)
Nhà XB Sống, tháng 2-2015.

Xuất Bản Tháng 4- 2015:
Sơ thảo 40 năm VHNT Việt (1975-2015)

www.ingramcontent.com/pod-product-compliance
Lightning Source LLC
Chambersburg PA
CBHW022001160426
43197CB00007B/220